അവസാനത്തെ കാവൽക്കാരൻ

എം. ഗോവിന്ദന്റെ കലയും ജീവിതദർശനവും

AF741482

INSIGHT PUBLICA®

Nadakkavu, Kozhikode, Kerala, 673011
www.insightpublica.com
e-mail: insightpublica@gmail.com
Title: **Avasanathe Kavalkkaran**
M. Govindante Kalayum Jeevithadarsanavum
Author: Balakrishnan K. Cherukara
Cover Illustration: **Artist Namboothiri**
(Malayalam)
First Edition: February 2024
Printed and Published by
InsightinPublica Printers & Publishers Pvt. Ltd.
ISBN 978-93-5517-551-9

അവസാനത്തെ കാവൽക്കാരൻ

എം. ഗോവിന്ദന്റെ കലയും ജീവിതദർശനവും

ബാലകൃഷ്ണൻ കെ. ചെറുകര

INSIGHT PUBLICA®

അച്ഛൻ: കുഞ്ഞപ്പനമ്പ്യാർ

അമ്മ: ചെറുകര ശ്രീദേവി (തമ്പായി)

ജനനം: 25/07/1949

ഇപ്പോൾ കണ്ണൂരിലെ മോറാഴ-അഞ്ചാംപീടികയിൽ 'അമൃതകലാക്ഷേത്രം' (24ാംവർഷം) എന്ന കലാസ്ഥാപനം നടത്തുന്നു. ആകാശവാണി കണ്ണൂർ നിലയം നാടകങ്ങൾ വർഷങ്ങളായി, സംപ്രേക്ഷണം ചെയ്തുവരുന്നു.

ഭാര്യ: ബാലാമണി.

മക്കൾ: ഇന്ദുരമേഷ്, സിന്ധുരാജേഷ്, സുരേഷ്ബാബു.

വിലാസം: അമൃതകലാക്ഷേത്രം, അഞ്ചാംപീടിക,

കണ്ണൂർ-670331

Mobile No: .9961940127

ബാലകൃഷ്ണൻ കെ. ചെറുകര

സമർപ്പണം

ഈ ഗ്രന്ഥം എന്റെ പ്രിയപ്പെട്ട എ.പി. ക്കും അദ്ദേഹത്തിന്റെ മാതാപിതാക്കൾക്കും സഹോദരങ്ങൾക്കും പ്രിയപ്പെട്ട യു.പി. കരുണനും സമർപ്പിക്കുന്നു.

ഉള്ളടക്കം

മുഖക്കുറി

മുന്നോട്ടുതന്നെ പോകാൻ

കെ.പി. സദാനന്ദൻ

ഗോവിന്ദൻ അനുഭവം മലയാളത്തിന്റെ എഴുത്തുജീവിതത്തിൽ ഒരു സർഗ്ഗപുണ്യമാണ്. സർഗ്ഗാത്മകതയുടെ അനിശ്ചിതത്തിനുള്ളിൽ ദിശാവെളിച്ചമാകുന്ന സാന്നിദ്ധ്യം. ഒരു സംഘടനയാകാതെ എഴുത്തുകാരും ആസ്വാദകരും എഴുത്തിനുവേണ്ടി ഒന്നായ കൂട്ടായ്മ. എം. ഗോവിന്ദനും ആ അനുഭവം പങ്കിട്ടവരും, മറ്റു സാഹിത്യങ്ങളിലൊന്നുമില്ലാത്ത ഒരു പവിത്രസംഘമാണ് മലയാളത്തിൽ. മനുഷ്യത്വത്തിന്റെ ഒരേയൊരു പ്രകടനപത്രികയുമായി സ്വതന്ത്രമായ എഴുത്തിന്റെയും സംവാദങ്ങളുടെയും കലാസാംസ്കാരിക പ്രവർത്തനങ്ങളുടെയും ഒരു ഗോവിന്ദകാലം. മനുഷ്യൻ മനുഷ്യൻതന്നെയാകുന്ന, മനുഷ്യൻ ചിന്തിക്കുന്ന മനുഷ്യനാകുന്ന മലയാളമാണ് എം. ഗോവിന്ദന്റെ സ്വപ്നവും യാഥാർത്ഥ്യവും. മനുഷ്യൻ ഒരു ചേരിയും ഒരേ ചോരയുമെന്നതാണ് എം. ഗോവിന്ദന്റെ മതവും രാഷ്ട്രീയവും.

എം.ഗോവിന്ദനെ ഒരു വ്യക്ത്യനുഭവമായിത്തന്നെ അറിഞ്ഞയാളാണ് ശ്രീ. ബാലകൃഷ്ണൻ കെ. ചെറുകര. ആ ബന്ധത്തിന്റെ ഏതെല്ലാമോ അർത്ഥത്തിലുള്ള ഒരു തുടർച്ചായാവാം ഒരു പക്ഷേ 'അവസാനത്തെ കാവൽക്കാരൻ' എന്ന ഈ പുസ്തകവും. എം. ഗോവിന്ദന്റെ വ്യക്തിബന്ധങ്ങൾ എണ്ണിച്ചുരുക്കി പറയേണ്ട ഒരു കണക്കല്ല. ആത്മബന്ധമെന്ന വിശേഷമാക്കി ഒറ്റക്കൊറ്റക്ക് അഭിമാനിക്കാനുള്ള ഒരു കഥയുമല്ല. അത് മനുഷ്യൻ കവിതയാകുന്ന ഒരു മിത്രഭാവനയാണ്. നിങ്ങൾ

ആരുമാകട്ടെ, എന്തോ ഏതോ പദവിയാകട്ടെ, ഗോവിന്ദൻ നിങ്ങളിൽ ഒരു സ്നേഹിതനെയാണ് കാണുക, അന്വേഷിക്കുക. ഗോവിന്ദനും നിങ്ങളും ഒരു സൗഹൃദപരിസരത്തിലാകുന്ന അനുഭവം. ഗോവിന്ദനിലെ സ്നേഹിതൻ ബാലകൃഷ്ണനിലൂടെ നീട്ടുന്ന കൈകൾ ആരിലേക്കാണ്? ജീവിതം സുഹൃത്തുക്കൾക്കിടയിലാവുക - ഗോവിന്ദൻ അങ്ങനെയാണ് ജീവിച്ചത്. ഓരോ മനുഷ്യന്റെയും ജീവിതം അങ്ങനെയാവണമെന്നാവാം ഗോവിന്ദൻ അഭിലഷിച്ചതും.

ബാലകൃഷ്ണൻ കെ. ചെറുകരയെ പരിചയപ്പെട്ടിട്ട് അധികകാലമായി ട്ടില്ല. എഴുത്തുകാരുൾപ്പെടെ വിപുലമായ ബന്ധങ്ങൾ അദ്ദേഹത്തിനുണ്ട്. ബന്ധങ്ങളിൽ നിന്ന് ബന്ധങ്ങളിലേക്ക് അദ്ദേഹം സഞ്ചരിച്ചുകൊണ്ടിരി ക്കുന്നു. ഗോവിന്ദൻ അനുഭവത്തിന്റെ ഗൃഹാതുരത്വം ഈ യാത്രകളിലൂടെ ഊർജ്ജമാകുന്നുണ്ടാകാം. നിങ്ങളെ പരിചയപ്പെടാനും സ്വയം പരിചയ പ്പെടുത്താനും ബാലകൃഷ്ണൻ എന്നും മുന്നിൽ. അത് വാചാലമായ ഒരു പരിചയപ്പെടൽ തന്നെയായേക്കാം. യോജിപ്പുള്ള കാര്യങ്ങളെക്കാൾ വിയോജിപ്പുള്ള കാര്യങ്ങൾ ആദ്യംതന്നെ പറയുന്ന പ്രകൃതം നിങ്ങൾ അതുവരെ നിനച്ചിരിക്കാത്ത കാപട്യങ്ങൾ നിങ്ങളുടെ മുന്നിൽ അഴിഞ്ഞു വീഴുന്നു. അപ്രിയമായ സത്യങ്ങൾ ബാലകൃഷ്ണനെ നിങ്ങളിലേക്ക് അടു പ്പിക്കുന്നു.

ബാലകൃഷ്ണൻ കെ. ചെറുകരയെ സംബന്ധിച്ചിടത്തോളം ഈ പുസ്തകം ഒരേ സമയം ഗോവിന്ദനെ സ്വയം ഓർമ്മിക്കലും ഒർമ്മി പ്പിക്കലുമാണ്. മലയാളത്തിൽ മുന്നോട്ട് എന്ന വാക്ക് സഖാവ് പി. കൃഷ്ണപിള്ളയ്ക്കും ഗോവിന്ദനുമിടയിൽ സത്യാഗ്രഹം കിടക്കുകയാണ്. ചരിത്രം തിരുത്തുന്നതുപോയിട്ട് ഒരു തിരുത്തലുമില്ലാതെ ആ വാക്ക് സ്തംഭിച്ച അവസ്ഥയിലാണ്. എല്ലാവർക്കും മുമ്പേ നടന്ന ഗോവിന്ദ നിൽനിന്ന് മുന്നോട്ട് എന്നവാക്ക് പുതിയ പല അർത്ഥങ്ങളിലേക്കും ഭാവനയിലേക്കും വികസിച്ചിട്ടുണ്ട്. മനുഷ്യനുവേണ്ടിയുണ്ടാകുന്ന പ്ര സ്ഥാനങ്ങൾ മനുഷ്യവിരുദ്ധമായിമാറുന്ന ദുരവസ്ഥയ്ക്കുമുന്നിൽ എന്നും പ്രകാശവും പ്രചോദനവുമാണ്, എഴുത്തുകാരനെ എപ്പോഴും മുന്നിൽ നടത്തിയ എം. ഗോവിന്ദൻ. മുൻവിധികളുടെ കാഷ്ഠക്കൂട്ടിൽ തത്തമ്മേ പാടുന്ന മലയാളി മനസ്സിനോട് മലയാള ഭാവനയുടെ കനലായി ഇതാ ഗോവിന്ദൻ ഇവിടെയുണ്ട് എന്ന് വീണ്ടും ഓർമ്മിപ്പിക്കുന്ന ബാലകൃഷ്ണന് എല്ലാ ആശംസകളും.

അവതാരിക

ഗോവിന്ദൻ ചിന്തിച്ചത്

ഇ.വി. ശ്രീധരൻ

എം. ഗോവിന്ദൻ മനുഷ്യനോടു പറഞ്ഞത്, 'നീ ആദ്യം മനുഷ്യനാവുക' എന്നാണ്. മനുഷ്യൻ എന്ന ആ ബിംബത്തെ മനോഹരമാക്കുക എന്നതായിരുന്നു അദ്ദേഹത്തിന്റെ ജീവിതലക്ഷ്യം. റാഡിക്കൽ ഹ്യൂമനിസ്റ്റും റോയിസ്റ്റുമായിരുന്ന എം. ഗോവിന്ദൻ മനുഷ്യ വിശ്വാസിയായിരുന്നു. മനുഷ്യന്റേതായ ഒന്നും തനിക്കന്യമല്ല എന്ന മാനവികതയില ധിഷ്ഠിതമായ കമ്മ്യൂണിസ്റ്റായിട്ടാണ് എം. ഗോവിന്ദൻ തുടങ്ങുന്നത്. ഇന്ത്യക്കാരനായ ലോകവിപ്ലവകാരി മാനവേന്ദ്രനാഥ് റോയ് വിശ്വസിച്ച കമ്മ്യൂണിസമായിരുന്നു എം. ഗോവിന്ദന്റേയും കമ്മ്യൂണിസം. അങ്ങനെ ഒരുതരം കമ്മ്യൂണിസ്റ്റുകാരുണ്ടായിരുന്നു ഇന്ത്യയിൽ. അവിടവിടെയായി ഇപ്പോഴുമുണ്ട്. ആ കമ്മ്യൂണിസ്റ്റ്കാർക്ക് കാൾ മാർക്സിൽനിന്ന് അകലാൻ കഴിയില്ല. അവർ കമ്മ്യൂണിസത്തിൽ നിന്ന് മുന്നോട്ടേ പോവുകയുള്ളൂ. അങ്ങനെ കമ്മ്യൂണിസത്തിൽനിന്നും മുന്നോട്ടുപോയ കമ്മ്യൂണിസ്റ്റു കാരനാണ് എം. ഗോവിന്ദൻ. എം.എൻ. റോയിയെപ്പോലെ എം. ഗോവിന്ദനും! ലോക വിപ്ലവകാരിയായിരുന്ന റോയി വലിയ എഴുത്തുകാരനും ചിന്തകനുമൊക്കെയായിരുന്നു. റോയിയുടെ രാഷ്ട്രീയത്തെക്കുറിച്ച് പറയാനൊന്നുമുള്ള പുറപ്പാടല്ല എന്റേത്. ഒരു കാര്യംമാത്രമേ എം.എൻ റോയിയെക്കുറിച്ച് പറയാനുള്ളൂ. അത് എം.എൻ. റോയിയാണ് ഇന്ത്യൻ കമ്മ്യൂണിസ്റ്റ് പാർട്ടി സ്ഥാപിച്ചത് എന്ന സത്യമാണ്. ആ സത്യം ഇന്ത്യയിൽ കമ്മ്യൂണിസ്റ്റ് പാർട്ടിയുടെ നേതാക്കൾ മറച്ചുപിടിക്കുകയായിരുന്നു. മറ്റൊരു വിഭാഗം

കമ്മ്യൂണിസ്റ്റുകാരുടെ അറിവുപ്രകാരം മറ്റ് ആരാരൊക്കെയാണ് കമ്മ്യൂണിസ്റ്റ് പാർട്ടി സ്ഥാപിച്ചത് എന്നാണ്. എന്നാൽ പതുക്കെപതുക്കെ, ഇന്ത്യൻ കമ്മ്യൂണിസ്റ്റുകാർ എം.എൻ. റോയിയാണ് കമ്മ്യൂണിസ്റ്റ് പാർട്ടി സ്ഥാപിച്ചത് എന്ന സത്യത്തിലേക്കു വന്നുകൊണ്ടിരിക്കുന്നു. ആ സത്യം ഇനിയും മറയ്ക്കപ്പെടുമോ എന്ന് നമുക്കറിയില്ല. കമ്മ്യൂണിസ്റ്റുകാരിൽ ചിലർ ചരിത്രത്തെ തിരുത്തിക്കുറിക്കാൻ മാത്രമുള്ള ഒരവസ്ഥയായിട്ടാണ് കരുതുന്നത്. കമ്മ്യൂണിസ്റ്റുകാർ ഇപ്പോഴും എം.ഗോവിന്ദനെ കമ്മ്യൂണിസ്റ്റായി അംഗീകരിക്കുന്നില്ല, റോയിസ്റ്റുകളേയും. കുറേക്കാലം മദ്രാസ് നഗരത്തിൽ റോയിസ്റ്റ് വിപ്ലവസങ്കല്പപ്രകാരം പല തൊഴിലാളിവർഗ്ഗങ്ങളുടെയും നേതാവായി ജീവിച്ച എം. ഗോവിന്ദൻ, കമ്മ്യൂണിസ്റ്റുകാർക്ക് ഏറെക്കാലം അമേരിക്കൻ ചാരനായിരുന്നു. എന്നാൽ അദ്ദേഹം അമേരിക്കയിൽ പോയിട്ടില്ല. അദ്ദേഹത്തിന്റെ മകൾ മെഡിസിൻ പഠിച്ചത് സോവിയറ്റ് റഷ്യയിലായിരുന്നു. ഗോവിന്ദന്റെ വലിയ അറിവുകളിലൊന്നാണ് റഷ്യൻ-കിഴക്കൻ യൂറോപ്യൻ രാജ്യങ്ങളിലെ സാഹിത്യവും കലകളുമൊക്കെ. തന്റെ റഷ്യൻ സന്ദർശനം കഴിഞ്ഞു വന്ന്, മദ്രാസിലെത്തിയ ഗോവിന്ദൻ തന്റെ സുഹൃത്തുക്കളോടുപറഞ്ഞത് എന്തായാലും അവിടെ പട്ടിണിയില്ല എന്നാണ്.

എം. ഗോവിന്ദൻ മലയാളത്തിലെ നല്ല കഥാകാരനും ആധുനികതയുടെ സങ്കല്പങ്ങൾകൊണ്ട് കവിത എഴുതിയ കവിയും, ഉയരുന്ന യവനികയ്ക്ക് നാടകത്തിന്റെ ഗ്രീക്കുയരം നൽകിയ നാടകകൃത്തുമാണ്. ബാലകൃഷ്ണൻ കെ. ചെറുകര എഴുതിയ 'അവസാനത്തെ കാവൽക്കാരൻ' എന്ന ചെറിയ പുസ്തകത്തിന് ഒരു മുഖവരക്കുറിപ്പ് എഴുതുന്നതിൽനിന്ന് പിന്മാറാൻ ഞാൻ ഒരുപാട് ശ്രമിച്ചെങ്കിലും കഴിഞ്ഞില്ല. ഞാൻ പരിചയപ്പെടുന്ന കാലത്ത് ബാലകൃഷ്ണൻ കെ. ചെറുകര, ചെറുകര ബാലകൃഷ്ണൻ ആയിരുന്നു. വാർദ്ധക്യത്തോടടുക്കുമ്പോൾ അദ്ദേഹത്തിന്റെ പേരും അല്പം പരിഷ്കരിച്ചു. ബാലകൃഷ്ണനെ ഞാൻ ആദ്യമായി കാണുന്നത് എം. ഗോവിന്ദന്റെ മദ്രാസിലെ പുതുപ്പേട്ടയിൽ 77B ഹാരിസ് റോഡ് എന്ന വീട്ടിൽവെച്ചാണ്. ഗോവിന്ദന്റെ മുറിയാണ് എനിക്ക് ഇന്ത്യയിലെ ഒരുപാട് വലിയ എഴുത്തുകാരെയും കാണിച്ചുതന്നത്. 77B ഹാരിസ് റോഡിലെ ഗോവിന്ദന്റെ മുറി ചെറുപ്പക്കാരായ സാഹിത്യകാരന്മാരുടെ ഒരു തീർത്ഥാടനകേന്ദ്രം പോലെയായിരുന്നു. തന്റെ മുന്നിൽ വന്നിരിക്കുന്ന എല്ലാവരും അദ്ദേഹത്തിന് ഒരുപോലെയായിരുന്നു. ഞാൻ മലയാളത്തിലെ പല എഴുത്തുകാരെയും സിനിമാസംവിധായകന്മാരെയുമൊക്കെ ഗോവിന്ദന്റെ മുറിയിൽവെച്ചാണ് കണ്ടത്. ഒരു

മതസ്ഥാപകനെപ്പോലെയാണ് ഗോവിന്ദൻ അവസാനിച്ചത്. അദ്ദേഹത്തിന്റെ മതാനുയായികൾ അദ്ദേഹത്തിന്റെ സ്നേഹിതന്മാരായിരുന്നു. സ്നേഹിതന്മാരെക്കൊണ്ട് മതമുണ്ടാക്കുക എന്ന ലക്ഷ്യം അദ്ദേഹത്തിന്റെ സ്വപ്നത്തിന്റെ ഭാഗമായിരുന്നു എന്നു ഞാൻ വിശ്വസിക്കുന്നു!

ഈ ഗ്രന്ഥം ഗോവിന്ദനിലെ കവിയേയും കഥാകൃത്തിനേയും ചിന്തകനേയും നാടകകൃത്തിനേയും മനുഷ്യൻ എന്ന സത്യത്തേയും കുറേശ്ശെ സ്പർശിക്കുന്നുണ്ട്. ബാലകൃഷ്ണന്റെ പല അഭിപ്രായങ്ങളോടും എനിക്ക് വിയോജിപ്പുണ്ട്. ആ വിയോജിപ്പ് ഞാനിവിടെ രേഖപ്പെടുത്തുന്നില്ല.

ആരായിരുന്നു എം. ഗോവിന്ദൻ? ഒൻപതാം ക്ലാസ്സ്‌വരെ പഠിച്ച് സ്കൂളിൽ പോകുക നിർത്തി മദ്രാസിലേക്കു തീവണ്ടികയറി, തന്നെ സ്വയം മഹാനഗരത്തിലേക്കു വലിച്ചെറിഞ്ഞ സന്യാസി! ഈ സന്യാസിയുടെ വിദ്യാഭ്യാസസ്ഥാപനങ്ങൾ മദ്രാസ് നഗരത്തിലെ ലൈബ്രറികളായിരുന്നു. ഈ വിദ്യാലയങ്ങളിൽചെന്ന് അദ്ദേഹം സ്വയം പഠിക്കുകയായിരുന്നു. പഠിക്കുകയും എഴുതുകയും ചിന്തിക്കുകയുമായിരുന്നു. പഠിച്ച പണ്ഡിതന്മാരായിത്തീർന്ന ഭൃതങ്ങളോട് ഗോവിന്ദൻ ചോദിച്ചു, ‘നിങ്ങൾക്ക് സ്വല്പം ചിന്തിച്ചാലെന്താ?’ അങ്ങനെ ഗോവിന്ദൻ മനുഷ്യനെ മനുഷ്യനാക്കുവാനും മനുഷ്യനെ ചിന്തിക്കുന്ന മനുഷ്യനാക്കുവാനും തയ്യാറെടുത്തു.

സ്വയം ചിന്തിച്ചുവലുതായിത്തീർന്ന വലിയൊരു മനുഷ്യനെയാണ് കാൾ മാർക്സിൽ എം. ഗോവിന്ദൻ കണ്ടത്. അങ്ങനെ ഒരു വലിയ മനുഷ്യൻതന്നെയായിരുന്നു മാനവേന്ദ്രനാഥ് റോയിക്കും കാൾ മാക്സ്! കാൾ മാർക്സ് ലോകത്തിന്റെ മനസ്സ് മാറ്റുവാനും, എം.എൻ. റോയി കമ്മ്യൂണിസത്തിന്റെ മനസ്സ് മാറ്റുവാനും ശ്രമിച്ചു. റോയി ശിഷ്യനായ ഗോവിന്ദൻ, കമ്മ്യൂണിസത്തിന്റെ മനസ്സ് മാറുന്നതുകണ്ടാണ് മരിച്ചത്! കമ്മ്യൂണിസം തോറ്റുകൊണ്ടിരിക്കുമ്പോഴും, മുതലാളിത്തം സൃഷ്ടിച്ചു കൊണ്ടിരിക്കുന്ന ദാരിദ്ര്യം വലുതായിക്കൊണ്ടിരിക്കുന്നു. കവിയായ ഗോവിന്ദൻ ആ ദുഃഖത്തിൽ ഉരുകി മറ്റേലോകത്ത് തനിച്ചിരുന്ന് ഇപ്പോൾ തീർച്ചയായും കരയുന്നുണ്ടാവണം!

ഡോ. കെ.ബി. മേനോന്റെ സോഷ്യലിസ്റ്റ് ശിഷ്യനും മദ്രാസ് തുറമുഖത്തെ വ്യവസായിയുമായിരുന്ന ശ്രീ. എ.പി. കുഞ്ഞിക്കണ്ണൻ എം. ഗോവിന്ദന്റെ പ്രിയപ്പെട്ട സുഹൃത്തായിരുന്നു. തന്റെ അമ്മയുടെ വയറ്റിൽ പിറക്കാത്ത സഹോദരനാണ് ഗോവിന്ദൻ എന്ന് എ.പി.കുഞ്ഞിക്കണ്ണൻ എപ്പോഴും പറയാറുണ്ടായിരുന്നു. ഗോവിന്ദന് ഇഷ്ടപ്പെട്ട എല്ലാ സാംസ്കാരിക പ്രവർത്തനങ്ങളുടെയുംകൂടെ എ.പി. കുഞ്ഞിക്കണ്ണൻ ഉണ്ടായിരുന്നു. കുഞ്ഞിക്കണ്ണന്റെ സഹോദരീസഹോദരന്മാരെ തന്റെ

കുടുംബാംഗങ്ങളായിട്ടാണ് ഗോവിന്ദൻ കരുതിയിരുന്നത്. കുഞ്ഞിക്കണ്ണന് വായിക്കുവാൻ നല്ല പുസ്തകങ്ങൾ നൽകിയത് ഗോവിന്ദനായിരുന്നു. കുഞ്ഞിക്കണ്ണന് സ്വപ്നങ്ങൾ നൽകിയത് ഗോവിന്ദനാണ്. ഗോവിന്ദനുമായുള്ള കുഞ്ഞിക്കണ്ണന്റെ ബന്ധം ഒരു സംസ്കാരമായിരുന്നു. ആ സംസ്കാരത്തിന് ഒരു സ്ഥാപനമുണ്ടാകണമെന്ന് കുഞ്ഞിക്കണ്ണൻ ആഗ്രഹിച്ചു. ആ ആഗ്രഹത്തിൽനിന്നാണ് ന്യൂ മാഹിയിലെ മലയാളകലാഗ്രാമം ഉണ്ടായത്. കുഞ്ഞിക്കണ്ണന്റെ മനസ്സിൽ മലയാളകലാഗ്രാമം ഗോവിന്ദന്റെ സ്മാരകമാണ്! മലയാള കലാഗ്രാമം ഉണ്ടായിട്ട് മുപ്പത് കൊല്ലങ്ങളാകുന്നു. കലാഗ്രാമത്തിന്റെ തുടക്കത്തിൽ കുഞ്ഞിക്കണ്ണനോടൊപ്പം കൂടിയ കണ്ണൂരിലെ മൊറാഴക്കാരനായ ഒരാളാണ് ബാലകൃഷ്ണൻ. കലാഗ്രാമത്തിൽ ഏഴുകൊല്ലം ജോലിചെയ്തശേഷം കലാഗ്രാമം വിട്ട് ബാലകൃഷ്ണൻ സ്വന്തം നാട്ടിലേക്ക്പോയി. ന്യൂമാഹിയിലെ കലാഗ്രാമത്തിൽ നിന്ന് ഗോവിന്ദനെ മനസ്സിലും തലയ്ക്കകത്തും സൂക്ഷിച്ചുകൊണ്ടാണ് ബാലകൃഷ്ണൻ നാട്ടിലേക്ക്പോയത്. എപ്പോഴും ബാലകൃഷ്ണൻ എം. ഗോവിന്ദനെക്കുറിച്ചാണ് സംസാരിക്കുക. അങ്ങനെയൊരു സംസാരമാണ് പുസ്തകത്തിലുള്ളത്. ഗോവിന്ദനെക്കുറിച്ച് ബാലകൃഷ്ണൻ കെ. ചെറുകര പറയുന്നതെല്ലാം നാം കേൾക്കുക. അത്രയേ എനിക്കുപറയുവാനുള്ളൂ.

മാനവികത

ആദ്യം മനുഷ്യനാവുക, മനുഷ്യനെന്ന ബിംബത്തെ മനോഹരമാക്കുക! ഇത് തന്നോട് തന്നെയും, അന്യരോടും, ജപിച്ചും, പറഞ്ഞും കൊണ്ടേ ഗോവിന്ദൻ നടന്നു. മറ്റൊരു പാണനാരേപ്പോലെ! അല്ലെങ്കിൽ, നാറാണത്തു ഭ്രാന്തനെപ്പോലെ! ഇങ്ങിനെ പറഞ്ഞാലും ഗോവിന്ദൻ ശഠിക്കും. ഗോവിന്ദൻ ഗോവിന്ദനെപ്പോലെ നടന്നു. തനിച്ച് തന്റെ കാലടിവെച്ച്...

വിചാരങ്ങളെ ജനിപ്പിക്കുന്ന വ്യത്യസ്തമായ ശൈലി! ഗോവിന്ദനെന്ന എഴുത്തുകാരൻ മനസ്സിലെവിടെയോ ഉണ്ടായിരുന്നു. എന്നാൽ, 1980 കളിലാണ് ബാംഗ്ലൂരിൽ വെച്ച് പ്രിയ സുഹൃത്തും, പത്രാധിപരും എഴുത്തുകാരനും ആയ കെ. ജി. രഘുരാമൻ എനിക്കൊരു ചെറിയ പുസ്തകം തന്നത്, എം. ഗോവിന്ദന്റെ സർപ്പം എന്ന നോവലറ്റ്.

ചെറിയൊരു വ്യാപാരവും ബിർളാ, കമ്പനിയിലെ ലിഫ്റ്റ് എറക്ഷൻ ജോലിയും, എന്നിട്ടും കുടുംബത്തെ കരയ്ക്കെത്തിക്കുവാൻ പെടാപ്പാട്! അല്പം വായനയും, നാടകപ്രവർത്തനങ്ങളുമുണ്ടായിരുന്നു. മദിരാശിയിലായിരുന്നു പ്രവർത്തനം. അത്തരം സാഹചര്യത്തിനിടയിലാണ് രഘുരാമൻ എന്നെ വായനയിലേക്ക് നയിച്ചത്.

പുസ്തകം പിറ്റേന്ന് തിരിച്ചുനൽകുമ്പോൾ രഘുരാമന് അതിശയം. ഇത്രയും പെട്ടന്നൊ! ഞാനതിലെ ദൈവം തമ്പുരാന്റെ പുന്നാര പ്രാവുകൂടി വായിച്ചെന്നു പറഞ്ഞപ്പോൾ അയാളൊരു മുനിയെപ്പോലെ തറപ്പിച്ചുനോക്കി. നിങ്ങളത് മൂന്നുപ്രാവശ്യം കൂടി വായിക്കണം, ഞാനനുസരിച്ചു. പ്രിയപ്പെട്ടവരെ അനുസരിക്കൽ ഒരു ശീലമായിരുന്നു.

ഓരോ വായനയിലും, ഓരോരോ മേഖലകൾ! ആദ്യം, ഇക്കിളിപ്പെടുത്തുന്ന അനുഭവമായിരുന്നെങ്കിൽ പിന്നീട് ആഴക്കടലിൽ

നീളുന്നപോലെ! അതിലെ കഥയൊന്ന് കുറുക്കിപ്പറയാമെന്നുവെച്ചാൽ, കഴിയുന്നതേ ഇല്ല. എവിടെയെല്ലാമോ- എന്തെല്ലാമോ, ഒളിപ്പിച്ചുവെച്ച പ്രതീതി. സ്വയംവരം, ഉത്തരായണം പോലുള്ള സിനിമകൾ കണ്ടപ്പോഴും, ഇങ്ങിനെ ഉണ്ടായിരുന്നു. അവയുടെ അണിയറകളിൽ ഗോവിന്ദനുണ്ടായിരുന്നെന്നും കേട്ടിരുന്നു.

ഒറ്റച്ചെവിയൻ വാൻഗോഗിനോടൊപ്പം പതിനേഴാം നൂറ്റാണ്ടിന്റെ മഹാരാജാവും രാജാവ് കാത്തിരിക്കുന്ന തരുണീമണിയും! മിസ്റ്റർ ബ്രിഗ്സും, മിസ്. മറിയവും! കഥാകാരനായ എം. ഗോവിന്ദന് ബ്രിഗ്സിന്റെ തനി സ്വരൂപമായിരുന്നു! വിടരുന്ന സൂര്യകാന്തിപ്പൂക്കൾ! നീ സൂക്ഷിച്ചുവോ...? അവൻ ചോദിച്ചു. അവനോടു തന്നെ. മനസ്സിന്റെ മായാജാലങ്ങൾ...! വേദനയിലുരച്ചു ചാലിച്ചെടുത്ത ആത്മസംവാദമാണ് വാൻഗോഗിന്റെ കല. ചിത്തഭ്രമത്തിൽ ചീന്തിയെടുത്ത ചന്തപ്പൊലി. ഞാൻ എന്നോടുതന്നെ മൂളുമ്പോൾ എന്റെ ശ്രുതികൾ മുഴങ്ങുന്നു!

എന്റെ നിറക്കൂട്ടുകൾ ഇഴ തിരിഞ്ഞു നിവർന്നു നൃത്തം ചെയ്യുമ്പോൾ, എന്റെ ചിത്രങ്ങൾ നിറമോലുന്നു. പൊടിമഞ്ഞയും ചുവപ്പും പച്ചയും ഉയിർകൊണ്ടുചുഴൽ വഴി തേടുന്നു.

കല ആത്മാവിഷ്ക്കാരമെന്ന തത്വം പാതിതെറ്റ്. എല്ലാ കലയും ആത്മസംവാദമാണ്. അവൻ ആത്മസംവാദ കുതുകിയാണ്. കലാകാരനാകണമെന്ന കൊതിയാലല്ല. അവന്റെ പ്രകൃതം ചുരത്തുന്നതിലധികം പാൽ അകത്തേക്കു വലിക്കുന്ന ഒരു പശുവിന്റെ അകിടുപോലെ...!

ഇത് സർപ്പത്തിലെ ചില വരികൾ. വാൻഗോഗിന്റെ ജീവിതവും കലയും ഗോവിന്ദനെ വല്ലാതെ സ്വാധീനിച്ചിട്ടില്ലേ എന്ന് സംശയിക്കുന്നു.

വാൻഗോഗ് തന്റെ സഹോദരനായ തിയോവിന് എഴുതിയ കത്തിലെ ചില വരികൾ നോക്കു, 'ധനം സമ്പാദിക്കുന്നതിനെപ്പറ്റി ഞാനൊരിക്കലും ചിന്തിക്കുകയില്ലതന്നെ. ഭാഗ്യവശാൽ, വിജയം, പ്രശസ്തി, എന്നിവയോട് എനിക്കൊരു താൽപര്യവുമില്ല. ചിത്രകലയിലൂടെ ഞാനാകെ സാധിക്കുന്നത് ജീവിതത്തിൽ നിന്നുള്ള പലായനമാണ്.'

'എന്റെ പ്രിയപ്പെട്ട കുട്ടി, ചിലപ്പോഴൊക്കെ എനിക്ക് നന്നായി അറിയാം, എനിക്കെന്താണ് വേണ്ടതെന്ന്. ദൈവമില്ലാതെതന്നെ എനിക്ക് ജീവിക്കാനും ചിത്രം വരയ്ക്കാനും കഴിയും. പക്ഷെ എന്നേക്കാൾ മഹത്തായ എന്തോ ഒന്നിന്റെ സഹായമില്ലാതെ എനിക്ക് ഒന്നും തന്നെ സാധ്യമല്ല. അതെന്റെ ജീവിതം തന്നെയാണ്.'

'എന്റെ സർഗ്ഗശേഷി തന്നെയാണത്. സന്തത്യുല്പാദനശേഷി

ഇല്ലെങ്കിൽ തന്നെയും കുഞ്ഞുങ്ങളുടെ സ്ഥാനത്ത് നാം ചിന്തയെ ഉൽപ്പാദിപ്പിക്കുന്നു. അങ്ങനെ നമ്മളും മനുഷ്യസമൂഹത്തിലെ ഒരു അംഗമായിത്തീരുന്നു.'

വാൻഗോഗിന്റെ വാക്കുകൾ തന്നെ ചിലതുകൂടി ഗോവിന്ദനിൽ ദർശിച്ചുപോകുന്നതുകൊണ്ട് മാത്രമാണ്.

'ഞാനെപ്പോഴും ഏകനായിരിക്കുന്നതാണ് നല്ലതെന്ന് നീയൊരിക്കൽ പറഞ്ഞുവല്ലോ. ഞാനത് വിശ്വസിക്കുന്നില്ല. എന്റെ വികാരതീവ്രത കുറച്ചുകൊണ്ട് ചിന്തിക്കാനോ ജീവിക്കാനോ എനിക്കാവില്ല. എന്നെ ആളുകൾ അപമാനിച്ചേക്കാം, തെറ്റിദ്ധരിച്ചേക്കാം, ഞാൻ തെറ്റുകാരനല്ല. കുറ്റങ്ങൾ ഒന്നുമല്ലാത്തത് നല്ല ചിത്രമോ നല്ല മനുഷ്യനോ അല്ല. എന്നെപ്പറ്റി എന്തും പറയാൻ ഞാൻ ആളുകളെ അനുവദിക്കുന്നു. പക്ഷേ തെറ്റാണ് എന്ന് ബോധ്യമായാലും അത് ചെയ്യരുതായിരുന്നെന്ന് ഒരിക്കലും ഞാൻ പറയുകയില്ല. നേരെമറിച്ച് എത്രയോ പരാജയപ്പെടുന്നുവോ അത്രയേറെ പ്രവശ്യം ഞാനത് ചെയ്തുകൊണ്ടിരിക്കും. അസാധ്യമായത് അതേ രീതിയിൽ തന്നെ, ഞാൻ തുടർന്നുകൊണ്ടേയിരിക്കും.'

ഗോവിന്ദനെ ഒരു മഹത്തായ പരാജയമായാണ് ആളുകൾ കാണുന്നത്. പതിമൂന്നാം വയസ്സിൽ വിരിയാൻ തുടങ്ങിയ സർഗ്ഗവാസന, കവിത-കഥ-നാടകം-ഉപന്യാസം-പിന്നെ നവീനമായ മാസികാനിർമ്മാണം, എന്നിങ്ങനെ അത് നീളുന്നുണ്ട്.

അന്യരുടെ ഉപദേശ നിർദ്ദേശ നിരൂപണങ്ങളൊന്നും ചെവികൊള്ളാതെ ചങ്കൂറ്റത്തോടെയുള്ള ഉറഞ്ഞാടലുകളായിരുന്നു അറുപതുകളിലെ എം. ഗോവിന്ദൻ.

സാമൂഹ്യ പരിവർത്തനത്തിനുള്ള ദാഹം, ഭക്ഷണത്തിലും, കവിതയിലും കഥകളിലും, നാടകങ്ങളിലും കാണും. ഉപന്യാസങ്ങളിലാണ് വിട്ടുവീഴ്ചയില്ലാത്ത സാമൂഹ്യവിമർശനങ്ങളേറെയും!

'വാക്കുകളെഴുത്താണിത്തുമ്പിൽ
നാക്കുതുറിച്ചുചാവുമ്പോൾ
മരിക്കുന്നു മകനേ മറ്റൊന്നും
സ്വാതന്ത്ര്യം എന്റേയും നിന്റേയും.'

ഇങ്ങിനെ ഓരോ വാക്കിനോടും ആശയങ്ങളോടും നീതികാട്ടുന്നതാണ് ആ രചനകൾ. 'എഴുത്തോ നിന്റെ കഴുത്തോ?' ഏറെ കൂറ് ഏതിനോടെന്നു ചോദിച്ചാൽ 'കഴുത്തെന്തിന് എഴുത്ത്' എന്ന ധീര പ്രഖ്യാപനം പരക്കെയും കാണാം ഗോവിന്ദനിൽ.

'നമ്മളെന്നും നമ്മളാവു-
മെന്നതൊന്നേ നമുക്കുവേദം'

എന്ന് തന്നത്താൻ വിശദീകരണവും തരുന്നു ഗോവിന്ദൻ. രാഷ്ട്രീയക്കാരിൽ എന്നെ ഗാന്ധിജിയും ഹോച്ച്മിനും മാത്രമേ ആകർഷിച്ചിരുന്നുള്ളൂ. സാഹിത്യത്തിൽ കാളിദാസനും ഷേക്സ്പിയറും ദസ്തയോവ്സ്കിയും ചെറുശ്ശേരി പിന്നെ മുഹമ്മദ്ബഷീർ പോലെ ചിലരും. പക്ഷേ ഗോവിന്ദന്റെ സർപ്പം എന്റെ എല്ലാ സങ്കല്പങ്ങളെയും മാറ്റിമറിച്ചു. ഗോവിന്ദന്റെ ഉപന്യാസങ്ങൾ അതിനേക്കാളേറെ ഉറക്കം കെടുത്തുകയായിരുന്നു. ഗോവിന്ദൻ എന്നെ മാറ്റത്തിന്റെ കുപ്പിച്ചില്ലുകളിലേക്കാണ് വലിച്ചെറിഞ്ഞത്.

ഒരു ദിവസം രഘുരാമൻ അയാളുടെ കീശയിൽ നിന്നും ഒരു കത്തെടുത്ത് എന്റെ നേരെ നീട്ടി. പെട്ടെന്ന് മദിരാശിയിലേക്ക് ചെല്ലണം എന്ന കത്താണ്. എം. ഗോവിന്ദൻ, 98, ഹാരിസ് റോഡ്, മദ്രാസ് 600-002, എന്ന ഗോവിന്ദന്റെ വിലാസവുമുണ്ട്. രഘുരാമൻ ബേംഗ്ലൂരിൽ ബാനച്ചാവടിയിലുള്ള എന്റെ വാടകവീട്ടിൽ ഒരു നിത്യ സന്ദർശകനായിരുന്നു. രഘുവറിയാതെ ഞാൻ ഗോവിന്ദന്റെ കൈയ്യക്ഷരത്തിലൊന്നു തൊട്ടു. സൂക്ഷ്മതയോടെ ആത്മാവും കലർത്തി തടവി.

എം. ഗോവിന്ദനെന്ന എഴുത്തുകാരൻ ചില കവിതകളായും അതിലേറെ കഥകൾ പോലെ ആസ്വദിക്കാവുന്ന ലേഖനങ്ങളുമായാണ് മൂളിപ്പാട്ടുമായി മനസ്സിന്റെ വാതിലിൽ മുട്ടിയത്. അകത്തളങ്ങളിലേക്ക് ആരോ ടോർച്ചടിച്ച് സ്വൈര്യം കെടുത്തുന്നപോലെ ആ അക്ഷരങ്ങളിൽ തൊട്ടപ്പോഴനുഭവപ്പെട്ടു. നിരാശയുടെ കണ്ണുനീർ രഘുവറിയാതെ ഞാൻ മായ്ക്കുകയായിരുന്നു. ആഗ്രഹങ്ങളില്ലാതെയും കുടുംബജീവിതത്തിന്റെ ചുഴികളിൽപെട്ടുഴലുന്ന എനിക്ക് ഒരിക്കലുമൊരു കഥയോ നോവലോ മറ്റു സർഗ്ഗസൃഷ്ടികൾ ഒന്നും തന്നെ സാദ്ധ്യമാവില്ലെന്ന ബോധമായിരുന്നു കണ്ണുകളിൽ.

'നീ മനുഷ്യനെ കൊല്ലരുത്,' 'ചെകുത്താനും മനുഷ്യനും,' 'ഒസ്യത്ത്' പോലുള്ള നാടകങ്ങൾ. 'നാട്ടുവെളിച്ചം,' 'നോക്കുകുത്തി,' 'അരങ്ങേറ്റം,' 'തുടർക്കണി,' ഒരു കൂടിയാട്ടത്തിന്റെ കഥ പോലുള്ള കവിതാ സമാഹാരങ്ങൾ. പിന്നെ 'റാണിയുടെ പട്ടി,' ബഷീറിന്റെ 'പുന്നാര മൂഷികൻ,' 'മണിയോർഡറും' മറ്റു കഥകളും, കഥാസമാഹാരം, 'വിവേകമില്ലെങ്കിൽ വിനാശം' എന്ന വിവർത്തനം. ഇതുപോലുള്ള പുസ്തകങ്ങളുടെ പേരുകൾ വെറുതേ മനസ്സിലൂടെ മിന്നിത്തെളിഞ്ഞ നിമിഷം. ഇനി ആ പുസ്തകങ്ങളൊക്കെ ക്ഷമയോടെ വായിച്ചാസ്വദിക്കുവാനുള്ള ഭാഗ്യം

എനിക്കുണ്ടാവില്ലെന്ന വിചാരവും എന്നെ വിഷമിപ്പിച്ചു.

'മിത്തുകളിലൂടെ ഒരു പര്യടനം,' 'കലയുടെ മൗലീഭാവം,' 'ദ്വന്ദ്വമാനവിചാരം,' 'കുട്ടന്തുടിയും ഓടക്കുഴലും,' 'വിപ്ലവത്തെപ്പറ്റി പുതിയൊരു വിപ്ലവത്തിലേക്ക്'എന്നീ ഉപന്യാസങ്ങളുടെ പ്രഭാവലയവും മനസ്സിലാക്കാൻ ഇനി തിരക്കിട്ട എന്റെ ജീവിതത്തിലെവിടെയാണ് സമയം? പുസ്തകങ്ങൾ തിരിച്ചുനൽകുന്നതിനുമുമ്പ് അതിലെ ഉള്ളടക്കങ്ങളിൽ കാണുന്ന പേരുകളിൽ കൈവിരലുകൾ കൊണ്ട് വെറുതേ തലോടുന്നുണ്ടായിരുന്നു. മഴവില്ലിൽ തൊടുന്നതുപോലുള്ള ആത്മാവിൽ തറച്ച ആരാധന. പിന്നീടെനിക്ക് രഘുരാമൻ തന്ന പുസ്തകം കഠോപനിഷത്തായിരുന്നു, ഒരു ചെറുപുഞ്ചിരിയോടെ.

98, ഹാരീസ് റോഡ് ഒരു ഓപ്പൺ യൂണിവേഴ്സിറ്റി

77-ബി. ഹാരീസ് റോഡെന്ന ഗോവിന്ദന്റെ മദ്രാസിലെ വീട്, ഇന്ന് 98 എന്ന് നമ്പർ മാറ്റി. ചെന്നൈയിലെ ഹൃദയഭാഗമായ മൗണ്ട് റോഡിൽ നിന്നും, കേസിനോ തിയേറ്റർ വഴി, കുറുകെ നടന്നാൽ ഹാരീസ് റോഡിലെത്തും. മുമ്പ് ഈ വീട്, ഒരു ദിവ്യസന്ദർശന കേന്ദ്ര മായിരുന്നു, പലർക്കും. കേരളത്തിലെ എഴുത്തുകാരുടെ ഇടയിൽ, ഈ വീടിന്റെ കോണികയറി ഇറങ്ങാത്തവർ ചുരുങ്ങും.

സന്ദർശകർ വരാന്തയിലേക്കു കയറുമ്പോഴേക്കും, ഗോവിന്ദൻ മുമ്പിലെ ജനാലയിൽക്കൂടി നമ്മളെ കണ്ടിരിക്കും. ഒരു ഉൾഗ്രാമത്തിലെ പച്ചമലയാളിയെപ്പോലെ, ഒരു കാവിമുണ്ട് അരയിലും, ഒറ്റ തോർത്ത് ചുമലിലുമായി ഗോവിന്ദൻ, വായ് നിറയെ ചിരിച്ചുംകൊണ്ട്, നമ്മെ സ്വാഗതം ചെയ്യും.

ഈ വീടിനൊരു ചരിത്രമുണ്ട്. ആ ചരിത്രം, ഗോവിന്ദനുണ്ടാക്കി യതാണ്. താഴെവാഹനങ്ങൾക്ക് സ്പെയർ പാർട്ട്സ് വിൽക്കുന്ന കടകൾക്ക് മുകളിലാണ് വീട്. വീടിന്റെ ചുറ്റിലും റോഡ്, അതിൽ ഇരമ്പിപ്പായുന്ന വാഹനങ്ങളുടെ കലമ്പൽ. ഇടുങ്ങിയ കോണിപ്പടിക ളിലൂടെയാണ് വീട്ടിലേക്ക് കയറേണ്ടതും.

വരാന്തയിൽ ഡോ. പത്മാവതിയമ്മയുടെ രോഗികളെയാണ് കാണുക. വൃദ്ധദമ്പതിമാരും, കുഞ്ഞുങ്ങളും, പെണ്ണുങ്ങളും! അകത്തുനിന്നും ഡോക്ടറമ്മയുടെ രോഗികളോടുള്ള സ്നേഹ ശകാരങ്ങളും, നിർദേശങ്ങളും കേൾക്കാം. നേരെ എതിർദിശയിലാണ് ഗോവിന്ദന്റെ മുറി. ഗോവിന്ദന്റെ വാതിലും തനിച്ചുള്ളതാണ്. അത് മലർക്കെ തുറക്കും.

'ഏട്ടിലെ ശിശുക്കളെ മേയ്ക്കുന്ന
ഗോവിന്ദൻ ഞാൻ.
നാട്ടിലെ ശിശുക്കളെ നോക്കുന്ന പത്മാവതി!'

ഇങ്ങിനെ, തന്റെ കുടുംബത്തെക്കുറിച്ചും ഗോവിന്ദൻ കവിത കുറിച്ചു വെച്ചിട്ടുണ്ട്. ആഢ്യത്വമുള്ള കസേരകളാണ് സന്ദർശകർക്ക്. മേശയോട് ചേർന്ന്, ഗോവിന്ദനിരിക്കാൻ, ഒരു സാധാരണ കസേരയും.

സന്ദർശകരാണ് സംഭാഷണം തുടങ്ങേണ്ടത്. പതുക്കെ ഗോവിന്ദനതിൽ മുഴുകും. ആസ്മയുടെ നീരാളിപ്പിടുത്തത്തിലും, ചുമച്ച് ചുമച്ച്, ആവുന്നത്ര ഒച്ചയോടെയാണ്, ഗോവിന്ദൻ സംസാരിക്കുക. എന്നാൽ താഴത്തെ കടലിരമ്പുന്നതുപോലുള്ള വാഹനങ്ങളുടെ ഒച്ചയിൽ പാതിയേ കേൾക്കു. സൂക്ഷ്മതയോടെ ഇരിക്കണം കാതു കൂർപ്പിച്ച്.

സൂര്യനു താഴത്തുള്ളതെന്തും ഗോവിന്ദന്റെ വിഷയമാണ്. മുന്നിലുള്ള ആളെ അളന്ന്, തൂക്കി, അവരുടെ നിലയിൽ നിന്നാവും സംസാരവും, വിഷയവും. നീളുന്ന സംസാരത്തിന്റെ ഇടയിൽ ട്രേയിൽ ചായയുമായ് വരുന്ന ഡോ. പത്മാവതിയമ്മ പുഞ്ചിരിയുമായ് സൗഹൃദം പുതുക്കും. ജോലിക്കായി ആരുമില്ല. ഒരേ സമയം വീട്ടമ്മയും ഡോക്ടറമ്മയുമായാണ് പത്മാവതിയമ്മയുടെ ജീവിതം. പല തരക്കാരാണ് ഗോവിന്ദന്റെ സന്ദർശകർ. ആളുകളധികരിക്കുമ്പോ, ആദ്യം വന്നവർ പിന്നീടെത്തുന്നവർക്ക് സീറ്റൊഴിയാറാണ് പതിവ്.

അതൊരു വീടെന്നോ, ചികിത്സാലയമെന്നോ, പത്രമാപ്പീസെന്നോ, കലാരാഷ്ട്രീയ സാംസ്കാരിക വേദിയെന്നോ അതല്ലെങ്കിൽ ഏകാധ്യാപക പാഠശാലയെന്നോ അതിനെ വിളിക്കാം. ഗോവിന്ദൻ എനിക്ക് ഒരധ്യാപകനും സുഹൃത്തും പിതാവുമായിരുന്നു. ഗോവിന്ദന്റെ വീടിനെ എനിക്ക് ഓപ്പൺ യൂണിവേഴ്സിറ്റിയെന്ന് വിളിക്കാനാണിഷ്ടം!

പലർക്കും ഗോവിന്ദൻ ജീവിതത്തിലേക്കുള്ള പ്രകാശപൂർണ്ണമായ വിളക്കുകൾ നൽകി. ഒരു മൺവിളക്ക്, ഒരു നിയോഗം കണക്കെ ഭാഗ്യത്തിന് എനിക്കും ലഭിച്ചു, ആ വെളിച്ചം. ഇന്നോർക്കുമ്പോൾ അത് ഒരത്ഭുതകഥയായാണ് തോന്നിപ്പോകുന്നത്. ബാംഗ്ലൂരിൽ നിന്നും ഒന്നൊന്നായ് വിറ്റ് പെറുക്കി ഞാൻ കേരളത്തിലെ കണ്ണൂരിലെത്തുന്നു. രഘുരാമൻ തന്റെ ബാങ്കുദ്യോഗം രാജിവെച്ച് തൃശ്ശൂരിലേക്കും. ഏതെങ്കിലും മാസികയിലൊരു ജോലിയാണയാളുടെ മോഹം. ഒടുവിൽ തന്റെ പത്രാധിപത്യത്തിൽ സരോവരം മാസിക അങ്ങിനെയാണാരംഭിക്കുന്നത്. തൃശ്ശൂരിൽ നടന്ന ജനറൽ ബോഡിയോഗത്തിൽ ഞാനും പങ്കെടുത്തിരുന്നു.

സ്വന്തമായി നാട്ടിൽ ഒരു വ്യവസായം തുടങ്ങാനുള്ള ശ്രമം പരാജയം. ഞാൻ വീണ്ടും പഴയ തട്ടകമായ മദ്രാസിലേക്ക് തന്നെ പോവുന്നു. മുങ്ങാൻ തുടങ്ങുന്ന ഒരു ബിസ്ക്കറ്റുകമ്പനിയിലെ എന്റെ ജോലി നാലുമണിക്കൂർമാത്രം. ആ സ്ഥാപനത്തെ കരകയറ്റാനുള്ള പാടിനോടൊപ്പം സരോവരത്തിന്റെ മദ്രാസിലെ പ്രവർത്തനം രഘുരാമനെന്നെ ഏല്പിച്ചു. അയാൾ വരാമെന്നേറ്റ തീയതികളിൽ വരാത്തതിനാൽ ഞാൻ വിഷമത്തിലായി.

എം. ഗോവിന്ദനെക്കുറിച്ചോർത്തു. അവിടം കാണാതെ രഘു മടങ്ങില്ലെന്നറിയാം. വിലാസം മറന്നപ്പോൾ ഗോവിന്ദന്റെ സുഹൃത്തുതന്നെ അതെഴുതി തന്നു. എ. രാധാകൃഷ്ണൻ എന്ന പൊന്നോളി രാധാകൃഷ്ണൻ ഹാരീസ് റോഡിലെ 98ാം നമ്പർ വീട്ടിലെത്തി. രഘുവന്നിരുന്നില്ല. പക്ഷെ ആ മാസം കേരളസമാജത്തിൽ നടക്കാനിരുന്ന എന്റെ നാടകത്തെക്കുറിച്ച് ഗോവിന്ദൻ സന്മനസ്സോടെയന്വേഷിക്കുന്നു. ഇണക്കവും പിണക്കവും! പിന്നെയും ഇണക്കം, അതങ്ങിനെ നീണ്ടുപോയി. രണ്ടെന്നില്ലാത്ത ജീവിതമായ് അതു തളിർത്തു, ഗോവിന്ദനോടൊപ്പമായി ജീവിതം. അതിനും രഘുരാമൻ തന്നെ കാരണം. പിണങ്ങിപ്പോയ എന്നെയും തേടി രഘുവന്നു. 'നിങ്ങളെ ഗോവിന്ദൻ ക്ഷണിക്കുന്നു.' എന്തിനെന്നന്വേഷിച്ചപ്പോൾ എനിക്കായ് ഒരു കുന്ന് പുസ്തകം മാറ്റിവെച്ചിരിക്കുന്നത്രേ!

അവസാനകാല ഗോവിന്ദന് തിളച്ചവെള്ളത്തിൽ വീണ പൂച്ചയുടെ പരുവമാണ്. ആരെയും കുത്തിക്കുഴിച്ച് ഉള്ളെടുക്കും. 1919ലാണ് ഗോവിന്ദന്റെ ജനനം. 1938-ലാണ് റാഡിക്കൽ മൂവ്മെന്റിൽ പ്രവർത്തനം തുടങ്ങിയത്. അതിനിടയിൽ ഗാന്ധിസവും, സോഷ്യലിസവും, കമ്യൂണിസവും പഠിച്ചിരുന്നു. ഒന്നിലും തൃപ്തിപോരാതെ വന്നപ്പോഴാണ് ഗോവിന്ദൻ റോയിസത്തെക്കുറിച്ച് അന്വേഷിക്കുന്നത്. റോയിയും, ഗോവിന്ദനും തമ്മിലുള്ള ബന്ധവും ഒരു നിമിത്തം തന്നെയാണ്. സമാന ചിന്തകളുടെ ചേർച്ച.

ബ്രാഹ്മണ്യത്താൽ ഭാരതം നരകിക്കുന്നുവെന്ന കണ്ടെത്തലിന് സ്വന്തം അനുഭവവുമുണ്ട് ഗോവിന്ദന്. പിതാവ് കോതയത്ത് ചിത്രൻ നമ്പൂതിരിയുടെയും നായരായ ദേവകിയമ്മയുടെയും മകനായാണ് ഗോവിന്ദന്റെ പിറവി. മക്കൾ തമ്മിലും ജാതിയിൽ രണ്ടാം പൗരത്വമുള്ള തറിയാൻ ഇതെളുപ്പമായിരുന്നു. ആ നമ്പൂതിരിയെ അധികനാൾ ദേവകിയമ്മ പൊറുപ്പിച്ചില്ല. രണ്ടാമതായി വിവാഹം കഴിച്ച കരുണാകരൻ നായർ മദിരാശിയിൽ പോലീസുദ്യോഗസ്ഥനായിരുന്നു. ഗോവിന്ദൻ

കുറ്റിപ്പുറത്തെ കൂരട എന്ന ഗ്രാമത്തിൽ നിന്നും മദിരാശിയിലെത്താൻ ഇതും ഒരു കാരണമായിരുന്നു.

ജാതികളാലും അനാചാരങ്ങളാലും കേരളത്തെക്കാൾ ഭ്രാന്താലയമാണ് മദിരാശി. പെരിയോർ രാമസ്വാമി നായ്ക്കർ അതിനെതിരെ പോരാടുന്നുണ്ടായിരുന്നു. പെരിയോർ രാമസ്വാമി നായ്ക്കർക്ക് എം. എൻ. റോയി എന്ന ലോക കമ്യൂണിസ്റ്റുകാരന്റെ പ്രചോദനമുണ്ടായിരുന്നു. ജസ്റ്റിസ് പാർട്ടി എന്ന ഒരു സംഘടനയും മദ്രാസിൽ പ്രവർത്തനത്തിലുണ്ടായിരുന്നു. അനീതികളോടുള്ള അടങ്ങാത്ത പക കാരണം ജാതികളെയും വർഗ്ഗങ്ങളെയും കുറിച്ച് ഗോവിന്ദനൊരു ലേഖനം ജസ്റ്റിസ് പാർട്ടിയുടെ മുഖപത്രമായ സൺഡേ ഒബ്സർവർ എന്ന പത്രത്തിന്റെ പത്രാധിപരായ സുബ്രഹ്മണ്യ മുതലിയാരുടെ കൈയ്യിൽ കൊടുത്തു. പ്രസിദ്ധീകരണത്തിനു താമസം സംഭവിച്ചപ്പോൾ ബോംബയിൽ നിന്നും പ്രസിദ്ധീകരിച്ചിരുന്ന ഇൻഡിപ്പെൻഡന്റ് എന്ന പത്രത്തിലേക്കും കൊടുത്തു. അതിന്റെ എഡിറ്റർ എം. എൻ. റോയിയായിരുന്നു.

ലേഖനം കണ്ട് റോയി വല്ലാതെ സന്തോഷിച്ചു. ആ ഇംഗ്ലീഷ് ലേഖനം പെട്ടെന്ന് പ്രസിദ്ധീകരിക്കുകയും ഗോവിന്ദനെ ഒരു കത്തയച്ച് പ്രോത്സാഹിപ്പിക്കുകയും ചെയ്തു. റോയിയും ഗോവിന്ദനും തമ്മിലുള്ള ബന്ധത്തിന്റെ തുടക്കം ആ ലേഖനമായിരുന്നു. കത്തിൽ കൂടി പലരുമായി റോയി ഗോവിന്ദനെയും, ഗോവിന്ദൻ റോയിയെയും പരിചയപ്പെടുത്തി. തന്റെ ചിന്തകൾക്ക് സമാനമായ മഹാചിന്തകനാണ് റോയിയെന്ന് ഗോവിന്ദൻ ഉറച്ചു വിശ്വസിച്ചു.

1940 ഡിസംബറിൽ റോയി റാഡിക്കൽ ഡമോക്രാറ്റിക്ക് പാർട്ടിക്ക് ജന്മം നൽകി. 1942ൽ 77-ലെ ഹാരീസ് റോഡ് കേന്ദ്രമാക്കി തമിഴ്നാട്ടിലും പാർട്ടിയുടെ ശാഖ തുടങ്ങി. അതിന്റെ സാരഥി എം. ഗോവിന്ദനായിരുന്നു. ജാതി വർഗ്ഗീയ ദുഷ്ടശക്തികളെ ഇല്ലായ്മ ചെയ്യാൻ രാഷ്ട്രീയം ഉപകരിക്കുമെന്ന് ഗോവിന്ദൻ കരുതിയിരിക്കാനാണ് സാധ്യത. പിന്നീടെത്രയോ പേർ ആ വഴിയിൽ പരാജയപ്പെട്ടവരുമാണ്. പക്ഷേ ഗോവിന്ദൻ വഴിമാറി നടന്നതേയുള്ളൂ. ഒരു കലാകാരനിലേക്കുള്ള പാത! സ്വൽപ്പം ചിന്തിച്ചാലെന്തെന്ന തിരിച്ചറിവുകളിലേക്കും.

അപ്പോഴേക്കും റോയിയുടെ പത്രം ഗോവിന്ദന്റെ ലേഖനം വാഴ്ത്തുന്നതു കണ്ട ജസ്റ്റീസ് പാർട്ടിയും എഡിറ്റോറിയലോടെ ഗോവിന്ദന്റെ ലേഖനം പ്രസിദ്ധീകരിച്ചു. തമിഴ്നാട്ടിലെ അബ്രാഹ്മണ പ്രസ്ഥാനവുമായ് ഗോവിന്ദന് ബന്ധമുണ്ടായിരുന്നു. അന്നേ ഗോവിന്ദൻ പ്രശസ്തനായിരുന്നു. എന്നാൽ, 1942-ൽ മാത്രമാണ് റോയി ഗോവിന്ദനെ നേരിൽ

കാണുന്നത്. ലഖ്നൗവിൽവെച്ച് റോയിയുടെ ക്ഷണപ്രകാരം നടന്ന സന്ദർശനം.

ലഖ്നോവിലേക്കുള്ള യാത്രയിൽ രണ്ടു പേർ വേറെയുമുണ്ട്. ഒന്നൊരു നമ്പൂതിരിയും മറ്റൊരാൾ ചിത്രകാരനായ കെ. സി. എസ് പണിക്കരുടെ അമ്മാവൻ-റോയിസ്റ്റ് കെ. സി. എസ് പണിക്കർ. ഗോവിന്ദന്റെ ശ്രീമതി ഡോ. കെ. സി പത്മാവതിയുടെ കാരണവർകൂടിയാണ് കെ. സി. എസ് പണിക്കർ എന്ന ചിത്രകാരൻ.

തമിഴ്നാട് രാഷ്ട്രീയത്തിൽ അണ്ണാദുരെ ശ്രദ്ധേയഭാഗം വഹിക്കുമെന്നും ഗോവിന്ദനോട് അണ്ണാദുരയെ പരിചയപ്പെടണമെന്നും റോയ് പറഞ്ഞു. ആളുകളെ മനസ്സിലാക്കാനുള്ള റോയിയുടെ കഴിവ് ഗോവിന്ദനെ അത്ഭുതപ്പെടുത്തി.

ആദ്യമേ അബ്രാഹ്മണരുടെ ഇടയ്ക്ക് ഗോവിന്ദന് സാമാന്യം നല്ല പ്രശസ്തി ഉണ്ടായിരുന്നല്ലോ. അണ്ണാദുരെയുടെ അതിഥിയായി ഗോവിന്ദൻ കാഞ്ചീപുരത്ത് ഏഴുദിവസം ഒപ്പം ചിലവഴിച്ചു. അന്ന് അണ്ണാദുരെ ദ്രാവിഡ നാട് എന്ന പത്രം നടത്തുകയായിരുന്നു. റോയിയുടെ പാർട്ടിയിലേക്കുള്ള ക്ഷണവും ഉത്തരവാദിത്തവും ഗോവിന്ദൻ സ്വീകരിക്കുക തന്നെ ചെയ്തു.

എന്നാൽ അധികം കഴിഞ്ഞില്ല. 1944-45 കളിൽ ഗോവിന്ദൻ റോയിക്കെഴുതി 'രാഷ്ട്രീയം എന്റെ സ്വഭാവവുമായി പൊരുത്തപ്പെടുന്നതല്ല. അടിസ്ഥാനപരമായി ഞാൻ ഒരു എഴുത്തുകാരനാണ്. അതുകൊണ്ട് രാഷ്ട്രീയത്തിൽ നിന്നും എന്നെ ഒഴിവാക്കണം.'

'യു. ആർ റൈറ്റ്, എഗ്രി വിത്ത് യു,' എന്ന് റോയിയുടെ പ്രതികരണം. അപ്പോഴും മൂന്നു നാലു ട്രേഡ് യൂണിയനുകളുടെ നേതാവായിരുന്നു ഗോവിന്ദൻ. ബ്രാഹ്മണാധിപത്യത്തിന്റെ മുഖ്യ ശത്രുവായിത്തീർന്ന പെരിയോർ രാമസ്വാമി നായ്ക്കറും അവരുടെ ദ്രാവിഡ കഴകവുമായും ഗോവിന്ദന് അടുപ്പമുണ്ട്. അവരൊക്ക ഗോവിന്ദനെ സ്വന്തം ആളായിട്ടാണ് കണ്ടത്.

1945-ൽ ലോകയുദ്ധം അവസാനിച്ചു. 1947- ആഗസ്റ്റ് പതിനഞ്ചിന് ഇന്ത്യ സ്വാതന്ത്ര്യം നേടി. റോയ് തന്റെ രാജ്യത്തിന്റെ സ്വാതന്ത്ര്യം 'ന്യൂഹ്യൂമാനിസം' എന്ന പുസ്തകം പുറത്തിറക്കിക്കൊണ്ടാണ് ആഘോഷിച്ചത്.

1942-ൽ 14 രൂപയ്ക്ക് വാടകയ്ക്ക് വാങ്ങിയതാണ്, 77-ആ ഹാരിസ് റോഡെന്ന വീട്. ഇതിന്റെ അവകാശിയായ ജാനകിയമ്മ ഒരിക്കലും വാടക കൂട്ടിത്തരണമെന്ന് ഗോവിന്ദനോടാവശ്യപ്പെട്ടിട്ടില്ല. താനായി

ക്കുട്ടിക്കൊടുക്കാറാണ് പതിവ്. പലപ്പോഴും വീടിന് മുമ്പിൽ ശ്രീകോവിലിന്റെ മുന്നിലെന്നപോലെയാണവർ നിൽക്കുക. ഈ സ്ഥലവും, മണ്ണും, കല്ലും, മരവും സിമന്റുമൊക്കെയേ അവരുടേതായുള്ളൂ. ഈ വീടിന്റെ മഹത്വവും ചരിത്രവും തന്റെ ഡോക്ടറമ്മയായ പത്മാവതിയമ്മയും പെരിയവരെന്നു വിളിക്കുന്ന ഗോവിന്ദനും ഉണ്ടാക്കിയതാണ്.

ജസ്റ്റീസ് പാർട്ടിയുടെ മുതിർന്നവരത്രയും ഗോവിന്ദന്റെ ഈ വീട്ടിൽ നിത്യ സന്ദർശകരായിരുന്നു. അണ്ണാദുരൈയും കാമരാജും ഈ ഇടുങ്ങിയ പടിക്കെട്ടിലൂടെ കടന്നുവന്ന് ഈ വീട്ടിൽപലപ്പോഴും ഗോവിന്ദനുമായ് ആശയവിനിമയം നടത്തിയിട്ടുണ്ട്. ഒരിക്കൽ ഗോവിന്ദനോടൊപ്പം പെരിയോർ രാമസ്വാമിയുടെ ദ്രാവിഡകഴകം ഓഫീസിൽ ചെന്നപ്പോഴാണത്ഭുതപ്പെട്ടത്. മലയാളി വിരുദ്ധരെന്ന് തോന്നിയ അവിടുത്തെ ഭാരവാഹികളോടും അവരുടെ നേതാവിനോടെന്നപോലെയായിരുന്നു പെരുമാറിയത്.

തന്റെ പെറ്റമ്മയോടോ, സഹധർമ്മിണിയോടോ, കുഞ്ഞുങ്ങളോടോ എന്നതുപോലെയാണ് ഗോവിന്ദൻ ഈ വീടും വീടിന്റെ വാതിലും ജനലിലും ചുമരിലുമെല്ലാം തൊടാറുള്ളതെന്നു പറഞ്ഞാൽ അതാണ് വാസ്തവം.

ഒരോന്നിലും ഓരോ സ്മരണകൾ അയവിറക്കുന്ന പതിവാണ് ഗോവിന്ദന്. അടുക്കളയിൽ നിന്ന് ഇങ്ങനെ പറയും, 'ഇതാ ഇവിടെവെച്ചാണ് മുഹമ്മദ് ബഷീർ ഞങ്ങൾക്ക് രുചിയുള്ള ബിരിയാണിയുണ്ടാക്കി തന്നത്. ആ സ്റ്റൗ തന്നെയാണിപ്പോഴും.'

തന്റെ ഇരിപ്പിടത്തിന് പിറകിലുള്ള കിടപ്പുമുറി ചൂണ്ടിക്കൊണ്ട് പറയും 'സി. ജെ. യും, റോസി തോമസ്സും വിവാഹനാൾ ഇവിടെയായിരുന്നു. ഞാനും സി. ജെ. യും, സംസാരിച്ചങ്ങനെ നേരം കഴിച്ചു. റോസിയും പത്മാവതിയും അപ്പുറത്തിരുന്നു സംഭാഷണം. നേരം വെളുത്തപ്പോഴാ റോസിക്ക് പരിഭവം. എന്റെ വിവാഹനാൾ, സി. ജെ. യെ ഗോവിന്ദനാണല്ലോ സ്വന്തമാക്കിയത്.'

ഇ വീടിനോടൊരു രക്തബന്ധമുണ്ടാക്കുവാനായി ഗോവിന്ദൻ പല അടവുകളും ഈയുള്ളവനോടും പ്രയോഗിച്ചിട്ടുണ്ട്. "ഈ വീടെന്നും നിങ്ങളുടേതാണ്. ഞാനില്ലാത്തപ്പോഴും നിങ്ങളിവിടെ വേണം ഇതെപ്പോഴും വൃത്തിയായി സൂക്ഷിക്കണം. ഇത് ചെന്നൈയിൽ വരുന്ന കലാകാരൻമാർക്കൊരു താവളമാക്കണം. അവർക്ക് ചിന്തകൾ കൈമാറുവാനും ചിത്രപ്രദർശനങ്ങളൊരുക്കാനുമുള്ള വേദിയാക്കണം''

മലയാളികളുടെ കൊച്ചുമാസികകളുടെ കൊച്ചുതമ്പുരാനും കൂടിയാണല്ലോ ഗോവിന്ദൻ! ഗോപുരം, നവസാഹിതി, സമീക്ഷ പോലുള്ള പലതിനും പ്രസവമുറികളായി വർത്തിച്ചതും 77-ആ ഹാരിസ് റോഡെന്ന ഈ വീടു തന്നെ. എന്തിന് ഗോവിന്ദനെന്ന മനുഷ്യന്റെ കഥ എഴുപതുശതമാനവും ഈ വീടിനാണ് പറയാൻ കഴിയുക. ഗോവിന്ദന്റെ ആത്മസ്പന്ദനങ്ങളിൽ മുഴച്ചിരിക്കുന്നതെപ്പോഴും ഈ വീടായിരിക്കുമെന്നതിലും ആർക്കും സംശയം വേണ്ട. അതുകൊണ്ടുതന്നെ ഈ വീടുമായി ഇടപഴകിയവർക്ക് ഈ വീടും പവിത്രമാണ്, മറക്കാനാവാത്തതാണ്. എന്നെ പൊറുത്ത വകയിൽ 98 ഹാരീസ് റോഡ് ഒരു ഓപ്പൺ യൂനിവേഴ്സിറ്റി തന്നെയാണ്. ഇവിടെ വൈകി കിട്ടിയ ഒരു അംഗീകാരവും കൂടി പറഞ്ഞോട്ടെ. നമ്മുടെ പ്രശസ്ത കവിയും ഗാനരചയിതാവുമായ പി. ഭാസ്കരൻ മാസ്റ്റർ മദ്രാസിലെ കേരളസമാജത്തിൽ വന്നപ്പോൾ സമാജം സെക്രട്ടറി വേദിയിൽ നിന്ന് ഈയുള്ളവനെ പരിചയപ്പെടുത്തി. ഇയാൾ എം. ഗോവിന്ദനോടൊപ്പം 98 ഹാരീസ് റോഡിലാണ് താമസം എന്ന് പറഞ്ഞപ്പോൾ ഭാസ്കരൻ മാസ്റ്റർ പെട്ടെന്ന് എഴുന്നേറ്റ് കൈ അമർത്തിപ്പിടിച്ചു, ഇനി ബാലകൃഷ്ണന് വെറൊരു യൂനിവേഴ്സിറ്റിയുടെ ആവശ്യമില്ല എന്ന് മൊഴിഞ്ഞുകൊണ്ട്.

ചേരിനിവാസികൾക്കിടയിലും ഹോട്ടൽ തൊഴിലാളികൾക്കിടയിലും ഗോവിന്ദൻ...

മദ്രാസിലെ ചേരിനിവാസികൾക്കിടയിലും, ഹോട്ടൽതൊഴിലാളികൾക്കിടയിലുമാണ് (തന്റെ രാഷ്ട്രീയ പ്രായോഗിക പരിശീലനത്തിനും) ഗോവിന്ദൻ സാമൂഹികജീവിതത്തിന് തുടക്കം കുറിച്ചത്. എന്നാൽ എഴുത്തിലൂടെ അത് പണ്ടേ തുടങ്ങിയിരുന്നു.

നന്നെ ചെറുപ്പത്തിലേ ഗോവിന്ദൻ കവിത എഴുതി. 1940 കഴിയുമ്പോഴേക്കും പദ്യഭാഷയിൽ നിന്നും ഗദ്യത്തിലേക്കും കടന്നു. വളരെ കർക്കശമായ രാഷ്ട്രീയ ലേഖനങ്ങളായിരുന്നുവത്. തിരുവിതാംകൂറിലെ പത്രങ്ങളിലാണത് ഏറെയും പ്രസിദ്ധീകരിച്ചത്. തൊഴിലാളി, സചിവൻ, രാജ്യാഭിമാനി, നവജീവൻ, കൗമുദി എന്നിങ്ങനെയതു നീളുന്നുണ്ട്.

പി. കൃഷ്ണപിള്ള, ആർ. സുഗതൻ തുടങ്ങിയവരായിരുന്നു പത്രാധിപന്മാർ. തിരുവനന്തപുരം സയൻസ് കോളേജിലെ വിദ്യാർത്ഥികളെ സർ. സി. പി. യുടെ പോലീസ് മർദ്ദിച്ചതിനെ ശക്തമായി അധിക്ഷേപിച്ചും കൊണ്ടായിരുന്നു ഒരു ലേഖനം- 'ചോര തിളക്കട്ടെ' എന്നായിരുന്നത്രെ അതിന്റെ തലക്കെട്ട്. ആ ലേഖനത്തെച്ചൊല്ലി ആ പത്രത്തിന്റെ

ലൈസൻസ് സർക്കാർ റദ്ദ ചെയ്തു. അത് എന്നന്നേക്കുമായ് നിലച്ചു പോയത്രെ. 1937-39 കാലത്ത് പന്തളത്തുനിന്നും രാജ്യാഭിമാനി എന്ന രാഷ്ട്രീയവാരിക പ്രസിദ്ധീകരിച്ചിരുന്നു. അതന്ന് കോൺഗ്രസ്സിലെ ഇടതുപക്ഷത്തിന്റെ പത്രമായിരുന്നു. കെ. ദാമോദരൻ, പി. കൃഷ്ണപിള്ള, ഇ. എം. എസ്, പുന്നൂസ് എന്നിവരോടൊപ്പം ഗോവിന്ദനും എഴുതാൻ തുടങ്ങി പ്രകോപനപരമായ ലേഖനങ്ങൾ! രാജ്ഘട്ടിൽ ഉണ്ണാവ്രതമിരുന്ന ഗാന്ധിജി തെറ്റാണ് ചെയ്തതെന്ന് ഗോവിന്ദൻ അന്ന് എഴുതി. അപ്പോഴേ ഗോവിന്ദൻ റോയിസ്റ്റാണെന്ന പ്രചരണവും പരക്കെയായി. മാഞ്ചേരത്തു ഗോവിന്ദനെന്ന എം. ഗോവിന്ദനെ ലേഖനങ്ങളുടെ പേരിൽ ആളുകൾ അന്വേഷിക്കുകയായി. എം. ദിവാകരൻ, കൗമുദിയുടെ കെ. സുകുമാരൻ എന്നിവർ ലേഖനം ആവശ്യപ്പെടാനും തുടങ്ങി.

കെ. സുകുമാരന്റെ പ്രേരണയാൽ കൗമുദിയിൽ സ്ഥിരമായി ലേഖനങ്ങളെഴുതി. പത്രങ്ങളിൽ സഹോദരൻ അയ്യപ്പന്റെ കോളത്തോടൊപ്പമായിരുന്നു ഗോവിന്ദന്റെ ലേഖനങ്ങളും. ആ ലേഖനങ്ങളാണ് എം. ഗോവിന്ദന്റെ ഉപന്യാസം എന്ന വലിയഗ്രന്ഥത്തിലധികവും. ഗോവിന്ദൻ അന്നേ പറഞ്ഞ കാര്യങ്ങളൊക്കെയും വർത്തമാനകാലം ചിന്തിക്കാൻപോലും മുതിരാതിരുന്ന സമയത്താണ് അത് എന്നത്, ആർക്കും ഉൾക്കൊള്ളാൻ പ്രയാസം തന്നെയാണ്.

ഗാന്ധിജി അറിഞ്ഞ ദരിദ്രനാരായണൻമാർ തന്റെ തൊട്ടടുത്തും, ചുറ്റിലുമാണെന്ന് ഗോവിന്ദൻ അറിയുന്നത് നഗരത്തിലെ ചേരിപ്രദേശങ്ങളിൽ നിന്നുതന്നെയായിരുന്നു. പിന്നെ നമ്മൾ തിന്നുകയും കുടിക്കുകയും ചെയ്യുന്ന ചായയും ചോറും തരുന്ന ഹോട്ടലുകളിലും ബേക്കറികളിലും ചായക്കടയിലും അടിമകളെപോലെ കഴിയുന്ന ബാലൻമാരും ഗോവിന്ദന്റെ ശ്രദ്ധ പിടിച്ചുപറ്റി. തുടക്കം ഇവിടുന്നാകണമെന്നും ഗോവിന്ദനു തോന്നി. അതിനായി ടൈലർമാരേയും സംഘടിപ്പിച്ചു.

പെരിയോർ കെ രാമസ്വാമി നായ്ക്കരുടെ ആൾക്കാരുമായി സഹകരിച്ചും കൊണ്ടാണ് ഗോവിന്ദൻ ചേരികളിലേക്കിറങ്ങിയത്. എങ്ങും ബ്രാഹ്മണമേധാവിത്വം പുലർത്തുന്നകാലമാണത്. ബ്രാഹ്മണർക്കുമാത്രം എന്ന ബോർഡുകൾ കാണാം പല ഹോട്ടലുകളിലും. പത്രങ്ങളിലും സർക്കാർ ഉദ്യോഗങ്ങളിലും ബ്രാഹ്മണർക്കാണ് ജോലി. സംസ്കൃതം അറിയുന്നവർക്കു മാത്രമേ മെഡിക്കൽ കോളേജുകളിൽപോലും പ്രവേശനം ലഭിക്കൂ.

അബ്രാഹ്മണ പ്രസ്ഥാനത്തിന്റെ നേതൃത്വം, ടി. എം നായരെന്ന മലയാളിയിലാണ്. അതുകൊണ്ടുതന്നെ ഗോവിന്ദന്റെ പ്രവർത്തനം വിഘ്നമില്ലാതെ മുമ്പോട്ടുനീക്കി. ഓരോ മാസവും വ്യത്യസ്ത

സ്ഥലങ്ങളിൽ യോഗങ്ങളും, പിന്നീടൊരു സമ്മേളനവും സംഘടിപ്പിച്ചു. പാവപ്പെട്ടവർക്കുവേണ്ടി ന്യായവില ഷോപ്പുകൾ അനുവദിക്കുക, വിലക്കയറ്റം നിയന്ത്രിക്കുക, റേഷൻ (ഏവർക്കും) ഏർപ്പെടുത്തുക എന്നീ ആവശ്യങ്ങൾ അന്നാദ്യമായി മുന്നോട്ടുവെച്ചു. അന്ന് ഗവർണ്ണർ ഭരണമായിരുന്നു. ബ്രിട്ടീഷുകാർക്ക് യുദ്ധം ജയിക്കുക എന്നതായിരുന്നു മുഖ്യം. ആവശ്യങ്ങളെല്ലാം അംഗീകരിച്ചു. പൊതുജനങ്ങൾ അവരുടെ ആവശ്യങ്ങളുമായി സമീപിക്കാൻ തുടങ്ങിയതോടെ കാര്യങ്ങൾ പലതും എളുപ്പവും വിജയവുമാവുകയായിരുന്നു.

ഇന്ന് അറബിനാടുകളിലേക്കുള്ള പ്രവാഹം കണക്കെ അന്ന് മലയാളികൾക്കഭയം ബോംബെയും മദ്രാസും ബാംഗ്ലൂരുമൊക്കെയാണ്. മലബാർ മദിരാശിയുടെ ഭാഗവും! മദിരാശിയിലേക്കുള്ള തീവണ്ടിയാത്ര ബുദ്ധിമുട്ടില്ലാത്തതാണ്. സിനിമയുടെ മായക്കാഴ്ചകളും മദിരാശിയിലാണല്ലോ! കൂട്ടതലായി മലയാളികൾ ചെന്നെത്തിയത് അന്ന് മദ്രാസ്സിലാണ്.

കേരളത്തിൽ നിന്നും വരുന്ന തീവണ്ടിയും കാത്ത്, മദ്രാസ്സിലെ ഹോട്ടൽ, ബേക്കറി, ചായക്കടകൾ, ലോഡ്ജുകൾ പോലുള്ള സ്ഥാപനങ്ങളിലെ ദല്ലാളുമാർ സ്റ്റേഷനിൽ കാത്തുനിൽക്കുമായിരുന്നു. ടിക്കറ്റെടുക്കാതെ വന്നെത്തുന്ന കൊച്ചുകുട്ടികളാണധികവും. ടിക്കറ്റെന്ന കാര്യത്തെക്കുറിച്ചുപോലും അജ്ഞരാണവർ. പത്തുവയസ്സുപോലും തികയാത്ത കുട്ടികൾ വെറും ട്രൗസറുമായി വരുന്ന കാഴ്ചകൾ പതിവുള്ളതാണവിടെ. ചിലർ അച്ഛനമ്മമാർ പറഞ്ഞയച്ചു വരുന്നവരാണ്. പട്ടിണി മരണത്തെ അതിജീവിക്കുവാനുള്ള പലായനം! ചിലർ സിനിമാനടികളും, നടൻമാരും മറ്റുമാവാനും വരുന്നു.

കൊല്ലങ്ങൾക്കുശേഷം പുതിയൊരു ഷർട്ടും ട്രൗസറുമായി കാലിൽ ചെരുപ്പിട്ട്, ഒരു തകരപ്പെട്ടിയും നാലുപേക്കറ്റ് സാദാ ബിസ്കറ്റും, നൂറോളം രൂപയുമായി അവർ തിരിച്ചെത്തുന്നത് ഇന്നത്തെ ഗൾഫ് മലയാളിയുടെ അത്രതന്നെ ഗമയോടെ ആയിരിക്കും. പാന്റ് ധരിച്ചെത്തുന്നവരെ- ഇവനെങ്ങനെ ഇതിനകത്തുകടന്നുവെന്നതിശയിക്കുന്നവരുമുണ്ടായിരുന്നു. ഗ്രാമങ്ങളിൽ അന്ന് റേഡിയോ അത്ഭുതമായിരുന്നു.

ഒറ്റതോർത്ത് മാത്രമുടുത്ത്, മേലാസകലം കരിയും മെഴുക്കും, ചേർന്നൊരു പ്രത്യേക നിറങ്ങളിലാണവർ അവിടെ പണിയെടുക്കുക. രാത്രി പകലില്ലാതെ പണിയെടുപ്പിക്കും. നാലോ- അഞ്ചോ മണിക്കൂറാവും, ഉറങ്ങാനനുവദിക്കുക. എലിയും, കൂറയും പെരിച്ചാഴികളും കഴിയുന്നതുപോലൊരു ജീവിതം! അഞ്ചോ ആറോ മണിക്കൂറായിരിക്കും അവരുറങ്ങുക. അപ്പോഴും മുതിർന്നവർ, കുട്ടികളെ

രാത്രിയിലുറങ്ങാനനുവദിക്കുന്നത്, വിരളമാണ്! മാസം പത്തോ പതിനഞ്ചോ രൂപയാണവരുടെ ശമ്പളം. പുറത്തിറങ്ങാനനുവാദമില്ല. അവർക്കനുവദിച്ച മാളങ്ങളിൽ കൊതുകും, മൂട്ടയും, കൂറയും കടിച്ചും കൊണ്ടുള്ള ജീവിതം! കൊല്ലങ്ങൾക്കുശേഷം, ചെറിയൊരു തുകയും കൊണ്ടാണവരുടെ നാട്ടിൽപോക്ക്. പഴയ ബാലവേലകളുടെ ദയനീയമായ ജീവിതത്തിന്റെ കഥകൾ. അനുസരണക്കേടുകാട്ടിയ ഒരു തൊഴിലാളിയെ ബേക്കറി അടുപ്പിൽ വിറകിട്ടു കത്തിച്ചതായ കഥ മദിരാശിയിൽ പറഞ്ഞു കേട്ടിരുന്നു.

പല ചരക്കുകട മുതലാളിയായ് മാറിയ, മുകുന്ദൻ പറഞ്ഞ കഥ ഇങ്ങിനെ: പതിനൊന്നാം വയസ്സിൽ വെറും ടൗസറോടെ വണ്ടി കേറി. വണ്ടി നില്ക്കുന്നിടത്തിറങ്ങി. അവിടെ കുരുവി പിടുത്തക്കാരനെപ്പോലെ ഒരു മയമദുക്ക എന്നെ പിടികൂടി, ചായയും ഇഡ്ഡലിയും വാങ്ങിത്തന്നു. ആദ്യമായാണ്, ഇഡ്ഡലി തിന്നുന്നത്. തീറ്റയും കിടത്തവും, മയമ്മദ്ക്കയുടെകൂടെ. ഉറങ്ങുന്ന സമയമൊഴികെ, മറ്റെപ്പഴം, ജോലി! ഉച്ചയ്ക്ക്, ഒരു റൊട്ടി മുറിച്ച് പകുതി തരും, എന്നിട്ടിങ്ങിനെ പറയും, 'ബയറ് നിറച്ചും തിന്നണം. നല്ലോണം തിന്നണം. എങ്കിലേ ആരോഗ്യം ബെരൂ. ഇത് മുയ്മനും തിന്ന് രണ്ട് ജഗ്ഗ്, ബെള്ളം കുടിച്ചോ! രണ്ട് കൊല്ലം കയ്മ്പം, നാട്ടീപോണ്ടെ...?' തമാശ എന്തെന്നാൽ മുകുന്ദനും പുതിയതായ് വരുന്ന മുകുന്ദന്മാരോടുള്ള നീതി പഴയതുതന്നെ. മയമ്മദ്ക്ക, ദൈവമാണ് മുകുന്ദന്. ആ വചനങ്ങൾ വേദവും.

ഇങ്ങിനെ വണ്ടികയറുന്നവരിൽ, ഒന്നോ രണ്ടോ പേർ, കൊച്ചുമുതലാളിമാരായും പരിണമിക്കും. അവർ ജന്മാവകാശമായി നടപ്പാക്കുന്ന നിയമം പഴയതുതന്നെ. ഇത്തരം ബാലന്മാരും, ബാല്യക്കാരും പണിയെടുക്കുന്ന നഗരമാണ് മദിരാശി. ഇതിൽ നിന്നൊരു മാറ്റത്തെക്കുറിച്ച് അവരാലോചിക്കുന്നതുപോലും കുറ്റകരമാണെന്നാണ് ധാരണ.

എം. ഗോവിന്ദനും കൂട്ടരും അവരുടെ ജീവിതത്തിലേക്ക് കടന്നത് നാല്പതുകളിലാണ്. ദിവസത്തിൽ, എട്ട് മണിക്കൂർ ജോലിയും ആഴ്ചയിലൊരു അവധിയും, മറ്റ് ആനുകൂല്യങ്ങളും സർക്കാറിനെക്കൊണ്ട് അന്ന് നടപ്പിൽ വരുത്തി. എന്നാൽ സ്വയം ബോധവാന്മാരാകാൻ കൂട്ടാക്കാത്ത തൊഴിലാളികൾ ഇപ്പോഴും നരക ജീവിതം തുടരുന്നതായി കാണാം! അപ്പോഴും ആഴ്ചയിലൊരു ലീവെന്ന കാര്യം എവിടെയും നടപ്പിലില്ല. പി. എഫും, നിലവിലുണ്ട്, പക്ഷേ മുപ്പതിൽ മൂന്നുപേർക്ക്.

പുറത്തുനിന്നും വരുന്ന ശക്തികളെ മുതലാളിമാർ ഭീഷണികളുപയോഗിച്ച് അകത്തുനിന്നുതന്നെ മായ്ച്ചുകളയുന്നു. തൊഴിലാളികൾക്കുള്ളിൽ

നിന്നും സ്വയം അവകാശ ബോധം പിറക്കുന്നതിന്റെ സാക്ഷ്യങ്ങളും ഇല്ലാതെയില്ല. എന്നാൽ മഹാനഗരത്തിൽ അനാഥമാക്കപ്പെട്ടുമ്പോൾ, അവർക്ക് പിടിച്ചുനില്ക്കാൻ നിർവാഹമില്ലാത്തതാകാം.

ചേരിനിവാസികളുടെ ജീവിതം ആദിവാസികളുടെ ജീവിതത്തെക്കാൾ ദയനീയമായിരുന്നു. മദ്രാസിലെ സകല വൃത്തികേടുകളും ചുമക്കുന്ന പൈശാചിക ഗംഗയാണ്, മദ്രാസ്സിലെ കൂപ്പയാർ! അവിടത്തെ കൊതുകുകളുടെ വലുപ്പവും, കർണ്ണകഠോരമായ ശബ്ദവും ഭയാനകം! മദ്രാസിലെ ബഹുഭൂരിപക്ഷം രോഗങ്ങളുടെയും സ്പോൺസർമാർ.

മഹാനഗരത്തിന്റെ നടുവിലൂടെയാണ് കൂപ്പയാറെന്ന ജീർണ്ണനദി ഒഴുകുന്നത്. ഇരുകരകളിലും തിങ്ങിഞെരുങ്ങിജീവിക്കുന്ന മനുഷ്യർ!! അതിന്റെയരികിലൂടെയൊന്ന് നടന്നാൽ മൂക്ക് പൊത്താതെവയ്യ. ചിലപ്പോൾ പനിയും വിറയലും വരാം.

അവർ തിന്നുന്നതും കുടിക്കുന്നതും റോഡിലാണ്. മുതിർന്ന പെണ്ണുങ്ങൾ നേരത്തെ ഉണരും. അടുത്തുള്ള പ്രധാന റോഡിന്റെ വക്കിലിരുന്നാണ് പ്രഭാത കൃത്യം നിർവഹിക്കുക! കുഞ്ഞുങ്ങളെ ഏതുനേരവും റോഡുവക്കിലിരുത്തും. പതിനായിരക്കണക്കിനാളുകളാണ് ചേരിനിവാസികൾ. അവർക്കാരേയും ഭയമില്ല. അവരുടെ സുഖം ചാരായത്തിലും, സിനിമയിലും. കിടത്തവും മഴയില്ലാത്തപ്പോൾ റോഡരികിൽതന്നെ, മഴ വന്നാൽ കുനിഞ്ഞിരുന്ന് നനയും. ജനനവും മരണവും ആഘോഷമാണ്. ശവഘോഷയാത്ര പക്കമേളങ്ങളോടെയാണ്. അവരുടെ കുടിലുകൾ സിനിമാ കട്ടൗട്ടുകളുടെ തുണ്ടും താർടിന്നുകളും പ്ലാസ്റ്റിക്ക് കടലാസുകൊണ്ടുമാണേറെയും. പലപ്പോഴും സ്വയം വീട് കത്തിച്ച് രസിക്കാറുമുണ്ടവർ! അപ്പോൾ രാഷ്ട്രീയക്കാരാരെങ്കിലും വന്ന് ചില്ലറകൾ നൽകും. അതൊരു കൗശലമാണവരുടെ. അവർക്ക് വീട്ടുനമ്പറോ റേഷൻകാർഡോ ഉണ്ടാകുന്നത്, ഗോവിന്ദനും ഇ. വി. പെരിയോറുടെ സംഘവും ചേർന്നുള്ള പ്രവർത്തനത്തിൽകൂടിയാണ്. വോട്ടുരാഷ്ട്രീയം പതുക്കെ സിനിമാരാഷ്ട്രീയമായപ്പഴും അവരുടെ മറുവാഴ്വ് കാമരാജും പിന്നെ അണ്ണാദുരെയും ഉയർത്തിയെങ്കിലും ചേരിനിവാസികൾ ദിനം പ്രതി കൂടുകതന്നെയാണ്. അവർക്ക് ഒരു രൂപായ്ക്ക് ഒരു സേർ അരി നൽകുമെന്ന വാഗ്ദാനത്തിലാണ് അണ്ണാദുരെയ്ക്ക് അധികാരം ലഭിച്ചതിന്റെ ഒരു കാരണം. മറ്റൊന്ന് ഹിന്ദി പോരാട്ടവും, (എം. ജി ആറിനെ എം. ആർ രാധ എന്ന നടൻ വെടിവെച്ചതിന്റെ സഹതാപവോട്ടും). കാമരാജും കോൺഗ്രസ്സും തോറ്റു.

ഇന്ത്യയ്ക്ക് സ്വാതന്ത്ര്യം ലഭിക്കുന്നതിനുമുമ്പായിരുന്നു ഗോവിന്ദൻ തെരുവിലും റോഡിലുമിറങ്ങി പ്രവർത്തിച്ചിരുന്നത്. പിന്നെ പതുക്കെ

എഴുത്തിലൂടെയുള്ള വിപ്ലവമായിരുന്നു. അന്നത്തെ മറ്റെഴുത്തുകാർക്ക് ധീരത പകർന്നത് ഗോവിന്ദനായിരുന്നു. ഇന്ത്യയ്ക്ക് സ്വാതന്ത്ര്യം ലഭിക്കു മെന്നുറപ്പുതോന്നിയ ഘട്ടത്തിലാണ് ഗോവിന്ദൻ തന്റെ പ്രിയ സഖാവി നെഴുതിയത്, 'തന്നെ പാർട്ടിയുടെ ഉത്തരവാദിത്വത്തിൽ നിന്നും ഒഴിവാ ക്കണം,' റോയ് സമ്മതിച്ചു. സ്വാതന്ത്ര്യത്തിന്റെ ആൾ രൂപമായിരുന്നു റോയ്. അവർ തമ്മിലുള്ള ബന്ധം ലോക മാതൃകയും കൂടിയാണ്.

തൂലിക പടവാളാക്കി, വിപ്ലവപരമായ കഥയും, കവിതയും ലേഖന ങ്ങളും കൊണ്ട് ഗോവിന്ദൻ മലയാളത്തിന് നവചൈതന്യമുണ്ടാക്കാൻ പരിശ്രമിച്ചു. പണമോ, പ്രശസ്തിയോ, പ്രലോഭനങ്ങളോ അദ്ദേഹത്തെ തീണ്ടിയില്ല. മറ്റെന്തു സ്വാധീനം ചെലുത്തിയും ആർക്കും ഗോവിന്ദനെ വശപ്പെടുത്താനും സാദ്ധ്യമായിരുന്നില്ല. തനിക്കുവേണ്ടി മുൾക്കിരീടവും, കുരിശും നിർമ്മിക്കുന്നവരുടെ തെളിവറിയുമ്പോഴും ഗോവിന്ദൻ ആ പഴയ നാറാണത്തു തിരുവടികളെന്ന ഭ്രാന്തനെപ്പോലെ കല്ലുരുട്ടി. 'തോതുള്ള കല്ലെടുത്ത് ഒപ്പം വരിക,' എന്നൊരപേക്ഷയും! കല്ലുരുട്ടുന്നത് പാലം പണിയാനാണ്, മനുഷ്യനിൽ നിന്നും, മനുഷ്യനിലേക്കുള്ള പാലം പണിയുവാൻ! ഹൃദയവും ഹൃദയവും തമ്മിലുള്ള ദൂരം കുറയ്ക്കാൻ.

ഗോവിന്ദൻ ആശയങ്ങളുടെ ഒരു കൃഷിക്കാരൻ തന്നെയായിരുന്നു. കാടും കളകളുമില്ലാതെ, ഔഷധച്ചെടികൾ പോലെ വളർത്തിയെടുത്ത ആശയങ്ങൾ! വളരുന്നിടമറിഞ്ഞ് വിത്തിടാനും ശ്രമിച്ചു. ഗോവിന്ദന്റെ കല- കലാപം തന്നെയായിരുന്നു. മാറ്റത്തിനുവേണ്ടിയുള്ള ദാഹവുമാ യിരുന്നു. ലോകത്തെവിടെയെങ്കിലും, പുതിയൊരാശയം വിരിഞ്ഞാൽ പൂമ്പാറ്റകളുടെ മനസ്സുമായ്, ഗോവിന്ദനതറിയുകയും, അതിനെക്കുറി ച്ചെഴുതുകയും തന്റെ സൗഹൃദങ്ങളിലതു പ്രചരിപ്പിക്കുകയും ചെയ്യും. ചുരുക്കത്തിൽ ഇതത്രയും മഹത്തായ ഒരു രാഷ്ട്രീയ പ്രവർത്തനമാണ്. ഭാവിയുടെ തലമുറകൾക്കുള്ള മരുന്ന്.

രാഷ്ട്രീയമെന്നാൽ കുറെ കുഞ്ഞാടുകളെ തെളിച്ചു കൊണ്ടുപോ കലോ കണ്ണുകെട്ടിയകുതിരകളെ ഓട്ടലോ അല്ലെന്നാണ് ഗോവിന്ദൻ തന്റെ എഴുത്തു കലാ പ്രസ്ഥാനത്തിലൂടെ തെളിയിച്ചത്. ഒരു മഹാ സാഹിത്യകാരനാവുക എന്നതായിരുന്നില്ല ഗോവിന്ദന്റെ ലക്ഷ്യം. അകവും പുറവുമറിഞ്ഞ ഒരു സ്വാതന്ത്ര്യദാഹിയുടെ പരാക്രമമായിരുന്നു. കവിതയും, കഥയും ഉപന്യാസങ്ങളും സ്വാതന്ത്ര്യത്തിലേക്കുള്ള ആയുധ ങ്ങളായിരുന്നു ഗോവിന്ദന്. ലക്ഷ്യം സ്നേഹവും, സ്വാതന്ത്ര്യവും.

ആൾക്കൂട്ടങ്ങളിൽ ശ്രദ്ധ വെച്ചതേയില്ല. ജയവും പരാജയവും സമം. 'ലക്ഷം ലക്ഷം പിന്നാലെ,' എന്ന മുദ്രാവാക്യങ്ങളും വേണ്ട. തന്റെ

ശൈലിയിലൊരുയാത്ര. 'തനിച്ച് തന്റെ കാലടിവെച്ച്'എന്ന ലേഖനത്തിൽ ഗോവിന്ദൻ അത് വ്യക്തമായ് പറയുന്നുമുണ്ട്.

ഗാന്ധിജി സത്യാഗ്രഹം എന്ന വ്രതം ആയുധമാക്കിയതുപോലെ മതവും രാഷ്ട്രീയവും ശുദ്ധീകരിക്കാൻ സത്യം (ദൈവം) ആയുധമാക്കിയതുപോലെ ഗോവിന്ദൻ-വിചാരമെന്ന തോണി, സ്വാതന്ത്ര്യമെന്ന മോക്ഷത്തിലേക്ക തുഴഞ്ഞു. ഒറ്റയ്ക്കുള്ള ഒരു കൊച്ചു തോണി! ചുഴികൾക്കും ഒഴുക്കുകൾക്കുമെതിരേയുള്ള യാത്ര! ഗാന്ധിജിയുടെ ദരിദ്രനാരായണൻമാരെ, സാക്ഷാൽ നാരായണനിലേക്കുയർത്താൻ തന്നെയായിരുന്നു. മാനവനെ മാധവനാക്കിക്കൊണ്ട് പുരുഷനെ അത് പുരുഷോത്തമനാക്കിക്കൊണ്ട് അറിവെന്ന മോക്ഷ സിംഹാസനത്തിലേക്കുയർത്താൻ! അതിന് നിലവിലുള്ള എല്ലാ ഇസങ്ങളും തേടി. മാർക്സിനെ അറിഞ്ഞും പിന്നെയും തുഴഞ്ഞെത്തിയത്, എം എൻ റോയ് എന്ന ഇന്ത്യയിലെ ആദ്യ കമ്മ്യൂണിസ്റ്റിന്റെ 'ന്യൂ റാഡിക്കൽ ഹ്യൂമാനിസം,' എന്ന ചിന്തകളിലേക്ക് തന്നെയായിരുന്നു. അതവസാനമേയല്ലെന്നും, തന്റെ സങ്കൽപ്പത്തിലുള്ള ശുദ്ധമായ ഗംഗാനദിപോലെ മോക്ഷം തേടി ഒഴുകണമെന്നതുമായിരുന്നു ഗോവിന്ദന്റെ മതം.

മാറുന്നവനേ മനുഷ്യനാവൂ

വായനയും ചിന്തയും സ്വന്തം ജീവിതാനുഭവങ്ങളിൽ ഉരച്ചുചേർത്തപ്പോൾ ഉരുത്തിരിഞ്ഞ മന്ത്രമാണ് ഗോവിന്ദന്റെ, 'മാറുന്നവനേ മനുഷ്യനാവൂ,' എന്ന ചൊല്ല്. ഗോവിന്ദൻ അതുമായ് മുമ്പോട്ട് നീങ്ങി. അതിന്റെ വെളിച്ചത്തിൽ തനതായ മൂശയിൽ വാർത്തെടുത്ത ശില്പങ്ങളാണ് വ്യത്യസ്തമായ ചിന്തയും ആശയ ആവിഷ്ക്കാരങ്ങളും മുഴുക്കെ.

മാറുന്നതെങ്ങോട്ടാണെന്നും മാറേണ്ടതെന്തിനാണെന്നും വ്യക്തമാക്കാറുണ്ട് ഗോവിന്ദൻ. വാനരനിൽ നിന്നും മാനവനിലേക്കുള്ള മാറ്റം, വീണ്ടും ഭൂതകാലത്തിലേക്കല്ല. ആധുനികമെന്നു പേരുള്ള മേലും കീഴുമില്ലാത്ത മായാലോകത്തിലേക്കുമല്ല. ഭൂതകാലത്തെ അറിഞ്ഞവനേ വർത്തമാനകാലം കരുപ്പിടിപ്പിക്കാൻ കഴിയൂ. വർത്തമാനകാലത്തിൽ കാലുറപ്പിക്കാതെ ഭാവിയിലേക്കു കുതിക്കാനാവില്ല, ഒരു വാക്കറിയാനും പറയാനും പല കാലങ്ങളേയും, രാജ്യങ്ങളേയും ജീവിതങ്ങളേയും പഠിക്കണം. തനിക്ക് ലഭിച്ചിരിക്കുന്നതോ വളരെ ചെറിയൊരു ജീവിതം.

ഈ ചെറിയ ജീവിതത്തിലും ചിലർ കാലങ്ങളെ അതിജീവിച്ചതും ചരിത്രത്തിലുണ്ട്. അത്തരം ചരിത്രപുരുഷൻമാരെയും പഠിക്കുക. ആ പഠനം വെറും സ്കൂൾ വിദ്യാർത്ഥിയായിരിക്കുമ്പോഴേ തുടങ്ങിയതിനാൽ സ്കൂളിനോടും നേരത്തെ വിടപറഞ്ഞു. കോളേജിലേക്കെത്തി നോക്കിയില്ല. ഇതേവരെ പിതാമഹന്മാർ ശേഖരിച്ചുവെച്ച അറിവുകൾക്കുവേണ്ടിയുള്ള നെട്ടോട്ടമായിരുന്നു. ആ അറിവിനു വേണ്ടിയുള്ള പാച്ചിലിന്റെ ഭാഗമായാണ് ഗോവിന്ദൻ മദിരാശിയിലെത്തിയത്.

ഈ പാച്ചിലിനിടയിൽ ഗോവിന്ദൻ ഇന്നേവരെയുള്ള രാഷ്ട്രീയങ്ങളെയും രാഷ്ട്രശില്പികളെക്കുറിച്ചുമറിഞ്ഞു. മാർക്സിസ്റ്റുചിന്തകൾക്ക്

തൃപ്തിപോരാതെ, പിന്നെയും തിരക്കിയപ്പോഴാണ് ഇന്ത്യയിലെ ആദ്യത്തെ കമ്മ്യൂണിസ്റ്റുകാരനെക്കുറിച്ചറിഞ്ഞത്. അയാൾ പല രാജ്യങ്ങളിലും കമ്യൂണിസം പഠിപ്പിച്ചിരുന്ന ആളാണെന്നും ആ ഇസത്തിൽ നിന്നും മുന്നോട്ടുള്ള പാത വെട്ടിക്കൊണ്ടിരിക്കുകയാണെന്നും ആശയപരമായി താനും അത്തരം ഒരന്വേഷണത്തിന്റെ ആരംഭത്തിലാണെന്നുമറിഞ്ഞു. തന്നെ തൃപ്തിപ്പെടുത്താൻ എം. എൻ റോയ് എന്ന ഈ ബംഗാളുകാരന് സാദ്ധ്യമായേക്കുമെന്ന് മനസ്സിലാക്കുന്നതോടെ ഗോവിന്ദൻ കമ്മ്യൂണിസത്തിൽ നിന്നും മുന്നോട്ട് എന്ന ലേഖനം എഴുതി. അതുപോലൊരു ലേഖനം (ഗ്രന്ഥം) റോയിയുമെഴുതിയിട്ടുണ്ട്. (സമാനതകൾ കാണാം രണ്ടിനും)

ജീവിതത്തിന്റെ നീളം ചെറുതായതുകൊണ്ടുതന്നെ വേഗം, വേഗം എന്ന ധൃതിയുണ്ടായിരുന്നു ഗോവിന്ദന്. സാമ്പത്തികമായി ഒരു വട്ടപൂജ്യമായതുകൊണ്ടുള്ള പരിമിതിയും. ലൈബ്രറികളായിരുന്നു ശരണം.

മദ്രാസിലെ കന്നിമേറ ലൈബ്രറിയും ബ്രിട്ടീഷ് ലൈബ്രറിയും റഷ്യൻ കൾച്ചറൽ അസോസിയേഷനും മാക്സ് മുള്ളർ ഭവനുമൊക്കെ ഗോവിന്ദനെ സൃഷ്ടിക്കുന്നതിൽ മഹത്തായ പങ്കുവഹിച്ചിരുന്നു. ഗോവിന്ദനിൽ അത്ഭുതം കണ്ട പ്രശസ്ത ചിത്രകാരൻ കെ. സി. എസ്. പണിക്കർ അതൊരു ചിത്രമായി വരച്ച് ലോകത്തിനു കാട്ടി. കീശയിൽ ഉലക്കപോലൊരു പെന്ന്, ഇരു കൈയിലും തോളിലും പുസ്തകങ്ങൾ, ഗോവിന്ദന്റെ നട്ടെല്ലുയർത്തിപ്പിടിച്ചുംകൊണ്ടുള്ള നിൽപ്പ്, ഒരു പൊന്നാനിക്കാരനെന്നാണ് ചിത്രത്തിന്റെ പേര്. ഇയാളില്ലായിരുന്നെങ്കിൽ മദ്രാസ്സിലെ ലൈബ്രറികളിലുള്ള പുസ്തകങ്ങൾ ചിതൽ പിടിച്ചേക്കുമായിരുന്നെന്ന വിവരണവും കെ. സി. എസിന്റെ വകയായി ഉണ്ടായിരുന്നു. അന്നത്തെ ഗോവിന്ദൻ വെറുമൊരു യുവാവാണെന്നുമറിയണം. കെ. സി. എസ്സാണെങ്കിൽ പ്രശസ്ത ചിത്രകാരനും, മദ്രാസ്സിലെ ചോഴമണ്ഡലം എന്ന ചിത്രകലാഗ്രാമത്തിന്റെ സ്ഥാപകനും. ആരേയും അതിശയിപ്പിക്കുന്ന അറിവും, വിനയവും വായനയുമാണ് ഗോവിന്ദന്റേത്. അതോടൊപ്പം സംസാരകലയിലെ മികവും.

ആൽമരത്തിന്റെ തണലറിയുന്നതിനു പകരം അതിന്റെ വിത്തറിയൽ എന്ന പ്രകൃതക്കാരനാണ് ഗോവിന്ദൻ. അത്തരം വിത്തും തേടിയുള്ള യാത്രയുടെ ഫലമായാണ് ഭാവിയെക്കുറിച്ച് ഗണിക്കാനുള്ള ശേഷി ഉണ്ടായത്. താനൊരു പ്രവാചകനെന്ന വലുപ്പത്തിലായിരുന്നില്ല ഒന്നും.

സത്യം വദ-ധർമ്മം ചര എന്ന പ്രകൃതം. സാമൂഹ്യപരിവർത്തനമാണ് സ്വപ്നം. അത് ഏതെങ്കിലും ഒരു വാക്കുകൊണ്ടറിയാൻ പ്രയാസം

തന്നെയാണ്. ആ ചിന്തകളെ അനുഭവിച്ചറിയുക തന്നെ വേണം. പുതിയതായി വിരിയുന്ന പൂവറിയുക, അതിലെ തേനറിയുക, അത് ശേഖരിച്ചെത്തിക്കുക, വിതരണം ചെയ്യുക, ആരോ ചട്ടം കെട്ടി നിയോഗിച്ചതുപോലുള്ള കർമ്മ ബോധം. ആശയപരമായി അതൊരു യുദ്ധം കൂടിയായിരുന്നു. സാമൂഹിക ധർമ്മം നവീകരിക്കുവാനുള്ള യുദ്ധം! എത്രയോ മഹത്വ്യക്തികൾ നയിച്ച ആശയയുദ്ധങ്ങളുടെ പരിണാമത്തിന്റെ ഫലം കൂടിയാണല്ലോ നാമിന്നഭിമാനിക്കുന്ന സ്വാതന്ത്ര്യവും, ജനാധിപത്യവും നീതിയും.

വ്യത്യസ്തനായ ഒരു മുനിയുടെ ശീലങ്ങളും ഗോവിന്ദനിൽ കാണും. അവസാനകാലത്തദ്ദേഹത്തിന് വായനയ്ക്കൊന്നും സമയമുണ്ടായിരുന്നില്ല. ഏതുനേരവും സന്ദർശകരാണ്. ആസ്മയുടെ ആക്രമണം അതിരുതാണ്ടുന്ന നിലയിലും ഒട്ടും വയ്യെന്നു തോന്നുമ്പോൾ വന്നവരോട് വിനയത്തോടെ പറയും ഞാൻ അല്പമൊന്നു കിടക്കട്ടെ, എന്നാൽ ആ കിടത്തം പലപ്പോഴും ചാരുകസേരയിലാണ്. അതൊരുറക്കമോ വിശ്രമമോ പോലുമല്ല. ചിന്തകളുടെ വേലിയേറ്റത്തിൽ മുട്ടുകൾ ചലിപ്പിച്ചുകൊണ്ടിരിക്കും. കണ്ണടച്ച് ആഴത്തിലേതാണ്ടൊക്കെ തേടുന്നതിനിടയിൽ പൊടുന്നനെ എഴുന്നേറ്റ് വന്ന് തന്റെ പതിവു സീറ്റിൽ ചെന്നിരുന്ന് നിർത്തിയ സംസാരം തുടരും നമ്മുടെ സംശയങ്ങൾക്കുള്ള മറുപടിയും അതിലടങ്ങിയിരിക്കും. ഗോവിന്ദന്റെ തപസ്സ് ഈ രീതിയിലാണ്.

നവീനതകളുടെ നോക്കെത്താത്ത കിനാവുകളുണ്ടതിൽ. അറിവിന്റെ അതിരും ആഴവും കാണാനുള്ള കൊതിയും അക്ഷരങ്ങൾ തമ്മിൽ ഇണങ്ങുന്നതും പിണങ്ങുന്നതും നോക്കി, നൂൽ നൂൽക്കുന്നതുപോലെ, പഴയതിനെ കൊട്ടിക്കുടഞ്ഞ് വെയിൽകാട്ടി ശുദ്ധീകരിച്ച് പുതിയവനുറ്റെടുക്കാനുള്ള തപസ്സ്! നേരിനോടും നിറങ്ങളോടുമുള്ള ആർത്തി. അതിലെല്ലാം ആഹ്ലാദം കലർത്തി ഉറഞ്ഞാടുന്ന സർഗ്ഗവാസനകളെ പലരും കൊഞ്ഞനം കുത്തി.

ചിലരറിവില്ലായ്മയെന്നോതി മറ്റു ചിലർക്കതിനോടൊരു ഭയം. സ്വാർത്ഥതകളുടെ മോഹത്താൽ ഊതി വീർപ്പിച്ച ബലൂണുകൾ പൊട്ടുമ്പോഴുണ്ടാകാവുന്ന കൊച്ചു കുട്ടികളുടെ പരാക്രമമായേ അത്തരം തരംഗങ്ങളെ ഗോവിന്ദൻ നോക്കിക്കണ്ടിട്ടുള്ളൂ. സ്വയം എതിരാളികളായി ചമയുന്നവർ എരിവു കൂട്ടി. ആശയങ്ങളെ ആശയങ്ങൾകൊണ്ട് നേരിടാനാവാതെ വന്നപ്പോൾ ഗോവിന്ദനെ ചിലർ അമേരിക്കൻ ചാരൻ എന്ന് സ്വകാര്യമായി പഴി പറഞ്ഞു. രഹസ്യമെന്ന തോതിൽ പറഞ്ഞാലാണ് ഇതൊക്കെ പരസ്യമാകുവാനെളുപ്പമെന്നറിയാവുന്നവരാണവർ.

ഗോവിന്ദന്റെ ലേഖനങ്ങളും കവിതകളും മലയാളത്തെ ചെറുതായൊന്നു കലുക്കി. 'കാണരുത് കേൾക്കരുത്, അയാളൊരു ചാരനാണ്...! മാത്രവുമല്ല പണ്ടേ കമ്മ്യൂണിസ്റ്റ് വിരുദ്ധനുമാണ്!' ഇങ്ങിനെയൊക്കെയാണവർ ആ വസന്തത്തെ വിഷമെറിഞ്ഞ് വീഴ്ത്താൻ ശ്രമിച്ചത്. കണ്ണുള്ളവർ കാണട്ടെ കാതുള്ളവർ കേൾക്കട്ടെ എന്ന സമീപനത്തോടെ ഗോവിന്ദനും. എന്നാൽ ഓരോ വാതിലുകളും അടയുമ്പോഴാണ് കൂരിരുട്ടിന്റെ കൂട്ടുകാരായി നമ്മൾ മാറുന്നുവെന്ന് അവരറിയുന്നത്. അപ്പോഴും കിട്ടാവുന്ന ചിപ്പികൾ കോർത്ത് ഗോവിന്ദന്റെ ആശയങ്ങളും വെളിച്ചവും അവർ കടമെടുക്കുന്നുണ്ട്. അതിൽ ചിലർ കടും നിറങ്ങൾ കലർത്തുന്നുണ്ടെന്നു മാത്രം. അതിലൊതുങ്ങുന്നതൊന്നുമല്ല ഗോവിന്ദനിസം!

ഗോവിന്ദനെ ഏതെങ്കിലും ഒരു തൊഴുത്തിൽ കെട്ടാനാവാതെ വരുമ്പോഴാണ് അങ്ങനെ ചെയ്യുന്നത്. ഇന്നല്ലെങ്കിൽ നാളെ തന്റെ ചിന്തകൾ വിഫലമാകില്ലെന്ന് ഗോവിന്ദനറിയാം. അതിത്തിരി വൈകുന്നതിനുള്ള നഷ്ടം തനിക്കല്ലെന്നുമറിയാം, എന്നാലതിൽ ദുഃഖമില്ലാതെയുമില്ല. ഒരു മുനിയുടെ സ്നേഹക്കണ്ണുകളോടെയാണ് ഗോവിന്ദൻ എല്ലാവരെയും കണ്ടത്. വ്യക്തിവാദിയെന്ന് ആക്ഷേപിക്കപ്പെട്ട ഗോവിന്ദനെ വിരോധമെന്ന വികാരം മങ്ങലേൽപ്പിച്ചതേയില്ല. തന്നെ ഒറ്റപ്പെടുത്താൻ ശ്രമിക്കുന്നവർ ഭാവിയിൽ ഒറ്റപ്പെടാൻ പോകുകയേയുള്ളൂ, എന്നും ഗോവിന്ദനറിയാമായിരുന്നു. ആ കേരളത്തിലെ-ഭാരതത്തിലെ രാഷ്ട്രീയം ശുദ്ധീകരിക്കാൻ ഗോവിന്ദന് കഴിയാതെ പോയി. എന്നാൽ സാഹിത്യത്തിൽ ഗോവിന്ദന് പലതും ചെയ്യാനായി. ഗോവിന്ദൻ തുടങ്ങിവെച്ച സാഹിത്യാശയങ്ങൾ വളരുക തന്നെയാണ് ചെയ്തത്. ഗോവിന്ദന്റെ പവിത്ര സംഘത്തിലുൾപ്പെട്ടവരും തന്റെ സ്നേഹക്കണ്ണികളിൽ പ്രകാശിക്കുന്നവരും കൂടിയാണ് എന്നതാണ് ഇന്നത്തെ യഥാർത്ഥ്യം.

അന്വേഷണത്തിനായ് വ്രതമെടുത്ത്, തനിക്ക് ചുറ്റും ഒരഗ്നിരേഖ സ്വയം വരച്ചുവെച്ച് ലക്ഷ്യബോധത്തോടെ ജീവിതത്തിലേക്കിറങ്ങിയവനാണ് ഗോവിന്ദൻ. പലർക്കും അത് മനസ്സിലാക്കുക എളുപ്പമല്ല. എന്നാൽ കാര്യ കാരണങ്ങളെ ബോദ്ധ്യപ്പെടുത്തുന്നതിൽ മലയാളിക്കുവന്ന കാലതാമസത്തിന് ആരൊക്കെയോ ശിക്ഷിക്കപ്പെടാതെയും വയ്യ. ഗോവിന്ദൻ പറഞ്ഞതാരും ചെവിക്കൊണ്ടിട്ടില്ലെന്നാണോ? അല്ല. ചിലരതിൽ നിന്നും അഗ്നി ആവാഹിച്ചെടുത്ത് യജ്ഞങ്ങൾക്ക് തിരികൊളുത്തി.

ഗോവിന്ദൻ തനിച്ച് തന്റെ കാലടി വെച്ച്, മുമ്പേയറിഞ്ഞ് മുമ്പേ പറഞ്ഞ്, മുമ്പേ പറന്നു. ആകാവുന്നതത്രയും വിളിച്ചു കൂവി. ഒട്ടും

ക്ലസലില്ലാതെയായിരുന്നു അത്. പലർക്കും അത് ആ അവസരത്തിൽ അസഹനീയമായിരുന്നു. കയിലിനോട് ക്കൂവരുതെന്നു പറഞ്ഞാൽ അതിനനുസരിക്കാനാവുമോ?

അറിവിന് അതിരുണ്ട്, എതിരുമുണ്ട്. അറിവില്ലായ്മയ്ക്ക് ഇതു രണ്ടുമില്ല. അറിവ്കേട് വെറുക്കപ്പെടേണ്ടതല്ലെന്നും പൊറുക്കപ്പെടേണ്ടതാണെന്നും ഗോവിന്ദൻ ഇടയ്ക്കിടെ പറയും. അറിവ് ഒരു കേടാണെന്ന് ധരിച്ചു പോകുന്നവരെയും നമ്മൾ കാണുന്നു. വെളിച്ചം ദുഃഖമാണുണ്ണി എന്ന കവി മൊഴിയും നമ്മൾ കേട്ടു. ഗോവിന്ദന് പല കോണുകളിൽ നിന്നും എതിർപ്പ് നേരിടേണ്ടി വന്നു. ബ്രാഹ്മണ്യത്തോട് കലഹിച്ച ഗോവിന്ദൻ ഗാന്ധിസങ്ങളിലെ പോരായ്മകളെയും സോഷ്യലിസം, ജനാധിപത്യം, മതേതരത്വം പോലുള്ള തത്വങ്ങളിലെ പ്രായോഗിക ദൂഷ്യങ്ങളെയും ചൂണ്ടിക്കാട്ടി. കമ്യൂണിസത്തിന്റെ പരാധീനതകൾ പറഞ്ഞപ്പോഴാണ് ഗോവിന്ദനെതിരെ പരക്കെ ഫണമുയർന്നത്. അമേരിക്കൻ ചാരൻ എന്ന പഴിയുമുണ്ടായി.

അടിത്തറ ബലമില്ലാത്ത ഗോപുരങ്ങൾ കാഴ്ച വസ്തുവാകാം. എന്നാൽ അതിലെ വാതിലുകളും ജനലുകളും നന്നെ ചെറുതെന്ന് പറയരുത്. കുടുസ്സുമുറികളെന്നധിക്ഷേപിക്കരുത്. കാറ്റത്തിടിഞ്ഞുവീണാൽ പതിനായിരങ്ങൾക്ക് മരണമാണെന്നു ഫലം പറഞ്ഞാലോ? വിശാലമായ കൂടാരങ്ങൾ നന്നെന്ന് ഗോവിന്ദൻ പറയുമ്പോൾ പഴയതിനോടുള്ള പ്രാണവേദനയടങ്ങാത്തവർക്കു സഹിക്കുമോ.? പക്ഷേ ഭാവിയിലേക്കിത് ഉപകരിക്കില്ലെന്ന് ഒരു എഞ്ചിനിയറുടെ പ്രഖ്യാപനമായ് പറയുമ്പോൾ അത്രയും വിശാലമായ മനം വന്നവർക്കേ സമ്മതം മൂളുവാനൊക്കൂ. മാറ്റമില്ലാത്തത് മാറ്റം ഒന്നുമാത്രം എങ്കിൽ മാറ്റത്തിനുവേണ്ടിയുള്ള മാറ്റം പലതിലും സംഭവിക്കുന്നു. ഗാന്ധിജിയെ വെടിവെച്ചു കൊന്ന ആളെ ആരാധിക്കുന്നവരും ഗാന്ധിയൻ സോഷ്യലിസം നടപ്പിൽ വരുത്തുമെന്നു പറഞ്ഞതോർക്കുക.

അക്ഷരം അഗ്നിയാണ് അനശ്വരമാണ്-ആശയങ്ങളാണ് പുതുമ. പുതിയ ലോകം നിർമ്മിക്കാനതിനു കഴിയും. **എം. ഗോവിന്ദന്റെ ഉപന്യാസം** തുടങ്ങുന്നത് അന്വേഷണത്തിന്റെ ആരംഭം എന്ന അദ്ധ്യായത്തോടുകൂടിയാണ്. അതിലെ ആദ്യത്തെ ഉപന്യാസത്തിന്റെ പേര് - ജീവിക്കുന്ന ചിന്തകൾ.

ആറ് ഭാഗങ്ങൾക്കു പുറമെ നാലു ജീവചരിത്രക്കുറിപ്പുകൾ. മഹാത്മാഗാന്ധി, എം. എൻ. റോയി, ഐൻസ്റ്റിൻ, കാറൽമാർക്സ് എന്നിങ്ങനെയാണത്. ഇവരോടൊക്കെ ഗോവിന്ദന് ആത്മാവിനുള്ളിൽ

ആദരവുകളാണ്. ഗാന്ധിജിയെ വിമർശിച്ചിരുന്നു. കാറൽമാർക്സിന്റേതായ വിലയിരുത്തലുകളും ജീവിതവും പഠിച്ച് മാർക്സിൽ നിന്നും നാം മുന്നോട്ടൊഴുകേണ്ടതുണ്ടെന്ന് ഗോവിന്ദൻ പറഞ്ഞു. എന്തിന് താനുമായ് എല്ലാ അർത്ഥത്തിലും യോജിച്ചും കൊണ്ട് തന്നെ നവമാനവികത എന്ന റോയ് സങ്കല്പങ്ങളും മുന്നോട്ട് ഒഴുകിക്കൊണ്ടിരിക്കണമെന്ന് ഗോവിന്ദൻ പറഞ്ഞു.

താൻ നാല്പതുകളിലിരുന്ന് രൂപപ്പെടുത്തിയെടുത്ത ആശയങ്ങൾക്ക് ഒട്ടും പഴക്കം സംഭവിച്ചിട്ടില്ലെന്ന് ഗോവിന്ദൻ 1980 കളുടെ അവസാന കാലത്തുപോലും വിശ്വസിച്ചിരുന്നു. വ്യക്തിപരമായ ഒരനുഭവം, ഒരു സംഭവം ഓർമ്മിച്ചു പോവുകയാണ്.

ഗോവിന്ദനോടൊപ്പം ഹാരിസ് റോഡിലെ വീട്ടിലായിരുന്ന അക്കാലത്ത് എന്റെ താമസം. ഞാൻ ഉച്ച കഴിയുമ്പോഴേക്കും ജോലിയും കഴിഞ്ഞ് പാരിമുനയിൽ നിന്നുമെത്തും. ഒരു കത്തെടുത്ത് എന്റെ മുമ്പിൽവെച്ചും കൊണ്ട് ഗോവിന്ദൻ പറഞ്ഞു; ഇന്ന് ആന്റണി ഒരു കത്തയച്ചിരിക്കുന്നു, ഞാനാ കത്ത് വായിച്ചു. ഇന്നത്തെ മാറിവരുന്ന സാഹചര്യങ്ങളിൽ സാറിന്റെ അഭിപ്രായങ്ങളറിയാൻ താൽപര്യമുണ്ടെന്നതാണ് ഉള്ളടക്കം.

അന്ന് കേരളത്തിലെ രാഷ്ട്രീയാധികാരം ബലി കഴിച്ച് നിൽക്കുകയായിരുന്നു എ. കെ ആന്റണി. ആവേശത്തോടെ ഞാൻ ഗോവിന്ദനോടു പറഞ്ഞു. രാഷ്ട്രീയക്കാരിൽ ശ്രീ ആന്റണിയേക്കുറിച്ച് അല്പം ബഹുമാനമൊക്കെ തോന്നുന്നുണ്ട്. മൂല്യവത്തായ ചില രാഷ്ട്രീയ സംസ്കാരവും തോന്നി.

“ഈയവസരത്തിൽ ആന്റണിക്ക് ചിലതെല്ലാം കേരള രാഷ്ട്രീയത്തിൽ സാദ്ധ്യമാവില്ലേ സാർ...?” ഗോവിന്ദൻ ഒന്നും മിണ്ടിയില്ല. പിറ്റേന്ന് ഞാൻ ജോലിയും കഴിഞ്ഞെത്തുമ്പോ ഗോവിന്ദൻ പറഞ്ഞതിങ്ങനെ.

‘ഞാൻ ആന്റണിക്കെഴുതി,’ എന്താണെഴുതിയതെന്നറിയാൻ കാതോർത്തിരുന്ന എന്നോട് ഗോവിന്ദൻ പറഞ്ഞതിങ്ങനെ: “എനിക്ക് പറയുവാനുള്ളത് ഞാൻ മുമ്പേ പറഞ്ഞു. അതത്രയും എം ഗോവിന്ദന്റെ ഉപന്യാസം എന്ന പുസ്തകത്തിലുണ്ട്. അതിലെ അന്വേഷണത്തിന്റെ ആരംഭം എന്ന ആദ്യ ഭാഗം മാത്രം വായിച്ചാലും മതി. പുസ്തകം എൻ. ബി. എസ്സിന്റേതാണ്. കാര്യങ്ങൾക്ക് ഇപ്പഴും വലിയ മാറ്റങ്ങളൊന്നും സംഭവിച്ചിട്ടില്ല.” എന്നതായിരുന്നു ഗോവിന്ദന്റെ നിലപാട്.

‘ജീവിക്കുന്ന ചിന്തകൾ,’എന്ന 105 ലേഖനങ്ങളുണ്ട്. അതിലെ ഓരോ പേരും വ്യത്യസ്തമാണ്. ഇൻക്വിലാബിന്റെ കഥ, പൂണൂലിട്ട

ഡെമോക്രസി, അധികാരത്തിന്റെ മനഃശ്ശാസ്ത്രം, മിത്തുകളിലൂടെ ഒരു പര്യടനം, മാനുഷിക മൂല്യങ്ങൾ, ചിന്തയെപ്പറ്റി ചില ചിന്തകൾ, ഹിന്ദുമതത്തിന്റെ വേരുകൾ. ഒരാൾക്ക് എത്ര കിലോ പരസ്യം, സ്വല്പം ചിന്തിച്ചാലെന്ത്, സ്ത്രീയേ എനിക്കും നിനക്കും തമ്മിൽ ബന്ധമെന്ത്? എന്നിങ്ങനെ 105 ലേഖനങ്ങൾക്ക് പുറമെയാണ് നാല് ജീവചരിത്രക്കുറിപ്പുകൾ-923 പേജുകളുള്ള ഒരു വലിയ ഗ്രന്ഥം. പുസ്തകത്തിലൂടെ നടന്നു കയറുമ്പോൾ നാമറിയാതെ ഇങ്ങിനെ സ്വയം പറഞ്ഞു പോവും, 'ഇതാ മാറ്റത്തിന്റെ മഹാ പുരുഷൻ.'

നൂറു ശതമാനവും അന്വേഷി

ജന്മനാ അന്വേഷണ പ്രിയനാണല്ലോ മനുഷ്യൻ. ഗോവിന്ദനും അങ്ങനെതന്നെ. ഗർഭപാത്രത്തിൽ നിന്നും മൺപാത്രത്തിലേക്ക്, പറിച്ചുനടലാണ് ജീവിതം എന്ന് ഗോവിന്ദൻ പറഞ്ഞിട്ടുണ്ട്.

അന്വേഷണത്വര കൂടുതലാണ് ഗോവിന്ദനിൽ. അന്വേഷണം അഥവാ തേടൽ ശരീരം കൊണ്ടായിരിക്കണമെന്നില്ല. കുന്നിലും മരച്ചോട്ടിലും, ഗുഹകളിലുമിരുന്ന് സൗരയൂഥങ്ങളെ അളന്ന പാരമ്പര്യമുണ്ടല്ലോ മനുഷ്യന്. ഭാരതത്തിന് പ്രത്യേകിച്ചും. സർവ്വ ജീവജാലങ്ങളും സസ്യങ്ങളും നമ്മുടെ മുത്തുമുത്തശ്ശിമാരാണെന്ന ബോധവും പുതിയതല്ല. മാറ്റത്തിന്റെ മാറ്റമാണ് മനുഷ്യനെങ്കിലും അവനിലെ മാറ്റമാണ് നവയുഗം. ഗാന്ധിജി രാമ രാജ്യമെന്നുപറയും. ശാസ്ത്ര വിജ്ഞാനങ്ങളുടെ വളർച്ച പെരുകുമ്പോഴും അതവയുടെ കണ്ണെത്തും ദൂരത്തെത്താനേ സാദ്ധ്യമാവുന്നുള്ളൂ. കണ്ണടച്ചുകാണാനുള്ള ശേഷി നമ്മിൽ ശോഷിച്ചും കൊണ്ടിരിക്കുന്നു. ഗോവിന്ദൻ ആധുനിക വിജ്ഞാനങ്ങൾക്കാണ്, പ്രാധാന്യം നൽകിയത്. അപ്പോഴും, ജ്ഞാനത്തിന്റെ സൂത്രദ്വാരങ്ങളടക്കാതെയുള്ള, മനസ്സിന്റെ മായാത്രുപദർശനങ്ങളുടെ തേടിപ്പിടിക്കൽ- ഒരു വൃഥാ വ്യായാമമാക്കിയാണ് അദ്ദേഹം ജീവിച്ചത്.

പിറവിയുടെ പൊരുൾ, എന്തായിരിക്കാം? സത്യത്തിലതിപ്പോഴും, നമുക്ക് പിടിതരുന്നുണ്ടോ? മുൻജൻമം എന്നുന്നുണ്ടൊ? ഉണ്ടെങ്കിലതിന്റെ വേരറിവുകളെവിടെയാണ് തേടേണ്ടത്? ശ്രീരാമന്റെ മുമ്പിലെ മായപ്പൊൻമാനിനെപ്പോലെയല്ലേ, പലതും?. ഇങ്ങിനെയൊക്കെ ചിന്തിക്കുന്നതും ചിന്താ ദാരിദ്ര്യത്തിന്റെ ഭാഗമാവാം. മാംസത്തിൽ നിന്നും, മണ്ണിലേക്കിറങ്ങി, മാംസമുപേക്ഷിച്ചും കൊണ്ടുള്ള ഒരു യാത്ര! ഞാൻ എന്ന ജീവനെങ്ങോട്ടേക്കാണ്?

ഏഴ് വയസ്സ് തികയുന്നതിനു മുമ്പേ ചിലർ, സാഹിത്യ- സംഗീത- ചിത്ര കലാപാണ്ഡിത്യം പോലുള്ള, അമൃതകലകളിൽ ആചാര്യൻമാരായി തിളങ്ങാറുണ്ട്. അതുപോലെ മറ്റനവധി കാര്യങ്ങളിൽ ആറാം ഇന്ദ്രിയം, അവരിൽ പ്രകാശിക്കുന്നതാണ് കാരണമെന്ന് ചിലർ. എന്തുകൊണ്ട് ജന്മനാ ധർമ്മചാരികളും മറ്റു ചിലർ അധർമ്മചാരികളുമായ് വരുന്നു? ഇരുട്ടുണ്ടെങ്കിലേ, വെളിച്ചത്തിനർത്ഥമുണ്ടാകുന്നുള്ളുവെന്ന ന്യായീകരണം മതിയാവുമോ? ദൈവത്തിനൊപ്പം പിശാചും; ആരാണിങ്ങനെ വിധിയൊരുക്കുന്നത്?

സുഭദ്രയുടെ ഉദരത്തിലിരുന്ന്, കൃഷ്ണന്റെ യുദ്ധതന്ത്രം പഠിച്ച അഭിമന്യു വെറും കഥാപാത്രമാകുമോ? ഇത്യാദി ഉത്തരങ്ങൾക്കായി, വരും തലമുറകൾക്ക് കഠിനമായ അന്വേഷണം തുടരേണ്ടിവരും. അതിനവർ തുടക്കം കുറിച്ചതിന്റെ ലക്ഷണമാണല്ലോ, പ്രപഞ്ചോൽപത്തിയറിയുവാൻ 2008 സെപ്തംബർ, 10 നുണ്ടായ കണികാപരീക്ഷണവും മറ്റും.

പ്രാർത്ഥനകൾക്ക് അതിന്റെ പ്രസക്തിയുണ്ട്, പ്രതിഫലവും. അത് നേരിട്ടിങ്ങ് എത്തിച്ചുതരുന്നുണ്ടെന്ന് വിശ്വസിക്കുന്നവരാണധികവും. അത്തരം ഒരു വിശ്വാസത്തിലായിരുന്നു എം. ഗോവിന്ദന്റെ പെറ്റമ്മയായ ദേവകിയമ്മയും കുടുംബവും. ദേവകിയമ്മയുടെ ഉദരത്തിൽ ഗോവിന്ദൻ ഇടം പിടിക്കുന്നതോടെ ആ അമ്മ തന്റെ തൊട്ടടുത്ത ക്ഷേത്രങ്ങളിൽ ചെന്ന്, താന്ത്രിക വിധി പ്രകാരം വെണ്ണ ജപിച്ച് സേവിക്കുമായിരുന്നത്രെ. 'എന്റെ കൃഷ്ണാ നിന്നെപ്പോലൊരു കുഞ്ഞായിരിക്കണേ എനിക്കും. നിന്റെയത്രബുദ്ധിയും, കൗശലവും അതിന് നൽകണേ. പേരും പ്രശസ്തിയും നൻമയും നിറഞ്ഞ കുഞ്ഞ് ഇങ്ങനെ പ്രാർത്ഥനയും വഴിപാടുകളുമായിരുന്നെന്ന്, തന്റെ 68 വയസ്സ് തികഞ്ഞ മകനെ ചൂണ്ടി അച്ഛമ്മ (ഗോവിന്ദന്റെ അമ്മ) പലപ്പോഴും എന്നോട് പറഞ്ഞിട്ടുണ്ട്. ഗോവിന്ദനെന്ന ആ ഒറ്റമകനേ ആ അമ്മയ്ക്കുണ്ടായിരുന്നുള്ളു.

സ്വന്തമായ് സഹോദരികളില്ലങ്കിലും അമ്മയുടെ ഒരു അനിയത്തി ഗോവിന്ദന് സഹോദരിയെപ്പോലെ ആയിരുന്നു. ഗോവിന്ദൻ തന്റെ സർപ്പം എന്ന കഥയിൽ ഒരു സഹോദരിയെ ഓർമ്മിക്കുന്നുണ്ട്. ഗോവിന്ദൻ ബാലനായിരിക്കേ നന്നെ കുസൃതിയായിരുന്നത്രെ. വികൃതി കാട്ടിയ ഗോവിന്ദനെ ശിക്ഷിക്കാനായ് വന്ന ഇളയമ്മയോടു ഗോവിന്ദൻ പറഞ്ഞു ഇപ്പൊ ഞാനാ പൊട്ടക്കിണറ്റിലേക്കു ചാടും. നോയ്ക്കോ. അധികം വൈകും മുമ്പെ ഞാനിതാ ചാടുന്നേയ് എന്നും പറഞ്ഞു. കിണറ്റിൽ നിന്നും 'പ്ധും' എന്ന ശബ്ദം, വീട്ടുകാർ നെഞ്ഞത്തടിച്ചു. ആളുകൾ കൂടി. ഒരാൾ കിണറ്റിലേക്കിറങ്ങാനൊരുങ്ങുമ്പോഴേക്കും

മറവിൽ നിന്നും, ഗോവിന്ദൻ 'പറ്റിച്ചേയ്,' എന്ന് കൈകൊട്ടി ചിരിച്ചു പോലും. തന്റെ ബാല്യകാലം തന്നെയല്ലേ ഗോവിന്ദൻ എഴുതിയ, സർപ്പത്തിലെ, ബാലനും അവന്റെ ചേച്ചിയും എന്ന് തോന്നിയിട്ടുണ്ട്. ചേച്ചി ആദ്യം അവനെ കുളിപ്പിച്ചു. അവൻ ഒതുക്കിൽ നിന്നു. അവന്റെ കോണകവാലിൽ നിന്നും വെള്ളത്തുള്ളികൾ ഇറ്റിയിറ്റി വാർന്നു, പുൽത്തുമ്പിലൂടെ ഒഴുകിയുതിർന്നു, പപ്പടവട്ടത്തിൽ. 'ഞാൻ പോയാൽ സങ്കടമാകും ഇല്ലേ?' മാറിലാസകലം സോപ്പുപത തിളങ്ങുന്നു. അവളുടെ ചോദ്യത്തിന്, അവൻ ഉത്തരം പറഞ്ഞില്ല. അവന്റെ നോട്ടം പുൽതകിടിയിലായിരുന്നു, ഒരു ചോണനുറുമ്പിന്റെ നേർക്കായി തിരിഞ്ഞു. 'മുട്ടോളം കേറി ചോണനുറുമ്പ്,' അവൻ ചൊല്ലി. 'നീ കത്തെഴുതിയാൽ ഞാൻ ഉടനെ എത്താം. നിനക്കെന്താണ്ടും കൊണ്ടുവരികയും ചെയ്യാം.' അവൻ ചിരിച്ചു. 'തട്ടീട്ടും പോന്നില്ല ചോണനുറുമ്പ്.' അവൻ ചേച്ചിക്ക് കത്തയച്ചില്ല. എഴുതിയ കത്തുകൾ ചീന്തികളഞ്ഞു. ചീന്തിയ കത്തിലെ വരികളോർത്ത് ചിരിച്ചു. അവൾ വാഗ്ദാനം ചെയ്ത എന്താണ്ടും, കൊണ്ടുവന്നതുമില്ല. വന്നതു വഴിയിൽ തങ്ങിയോ? അവൻ അന്വേഷിച്ചില്ല. ആരാന്റെ അച്ചിയായാൽ അവനവന്റെ ചേച്ചിയും ഈനാംപേച്ചി. ഭാഗ്യലക്ഷണമായ അരിമ്പാറ അലങ്കരിക്കുന്ന മൂക്ക് മാത്രമല്ല, ചന്തം തികഞ്ഞ് വെളുത്ത് കൊലുന്നനെ, കൈവിരലുകളുമുണ്ട് അവന്റെ ചേച്ചിക്ക്. കല്യാണത്തിന്റെ പിറ്റേന്ന് അവളുടെ വിരലിൽ കിടന്ന മോതിരത്തിൻമേൽ അവൻ തിരുപ്പിടിച്ചു. മോതിരത്തിൻമേൽ ഒരക്ഷരം 'ബി.' എന്താണ് ഈ ബി അറിഞ്ഞിട്ടുമവനന്വേഷിച്ചു. ബഫൂൺ. ചേച്ചി ചിരിച്ചു. അവനും ചിരിച്ചു.

'അല്ല ബുൾഡോഗ്,' അവൻ തിരുത്തി. ബൊ...ബ്ബൊ...ബ്ബൊ അവൻ കുരച്ചു, അവൻ പാണ്ടൻ നായയെപ്പോലെ പല്ലിളിച്ചുകാട്ടി. പെട്ടെന്ന് അവന്റെ ചേച്ചി അവനെ കെട്ടിപിടിച്ചു. അവൾ കരഞ്ഞുവോ? എങ്കിലെന്ത്? പൂ വിളിക്കാനല്ലേ പൊന്നോണം? പുളകം പുതയ്ക്കാൻ കല്യാണം, ചേച്ചിക്കറിഞ്ഞുകൂടെ? ഇപ്പോൾ തന്റെ കൈവിരലിലുമുണ്ട് ഒരുരുണ്ട മോതിരം. മോതിരം ചാർത്തിയവൾ കട്ടിലിൽ ചുമരിന്റെ നേർക്കു തിരിഞ്ഞു കിടക്കുന്നു. മോതിരത്തിലുള്ള അക്ഷരം 'എസ്.' പാശ്ചാത്തലനിറം നീലയല്ല മജന്ത. നാളെ രാവിലെ ചേച്ചി വരികയും, തന്റെ വിരലിൽ പിടിച്ച് മോതിരത്തിൽ കൊത്തിയ അക്ഷരത്തിന്റെ അർത്ഥമെന്താണെന്ന് ആരായുകയും ചെയ്താലോ? താനെന്തുപറയും? സൂര്യകാന്തി, സുരസുന്ദരി, സുപ്രിയ, സുന്നാമക്കി, അതുമാത്രം പറയുകയില്ല. സരളമയവും മാൺപും ഒത്തിണങ്ങി ഒളിയാർന്ന ഓമനപ്പേര്.

കഥയും ജീവിതവും, അതിലെ വിചാര സ്പന്ദനങ്ങളും, വലിയ മാറ്റമൊന്നുമില്ലാത്തതാണ്, ഗോവിന്ദന്റെ മേൻമ. സർപ്പം എന്ന

സമാഹാരത്തിലെ, മറ്റൊരു കഥയായ ദൈവം തമ്പുരാന്റെ പുന്നാര പ്രാവ്, ഒരു അനുസ്മരണമായിരുന്നെന്ന് ഒരിക്കൽ സംഭാഷണത്തിൽ ഗോവിന്ദൻ പറഞ്ഞിട്ടുണ്ട്. വയലാർ രാമവർമ്മയുടെ ഒരനുസ്മരണയോഗ ത്തിൽ പങ്കെടുക്കാൻ ഗോവിന്ദനെ സംഘാടകർ ക്ഷണിച്ചു. ഗോവിന്ദൻ വിനയത്തോടെ ഒഴിഞ്ഞുനിന്നു. അന്നത്തെ രാത്രിയിൽ രാമവർമ്മ എന്ന കവി ദൈവത്തിന്റെ പുന്നാരപ്രാവായ് തിരികെ വരുന്നതാണ് കഥ. രാമ വർമ്മയെന്ന കലാകാരന്റെ ഓർമ്മ, ഒരു സുന്ദരകലാസൃഷ്ടിയായാണ് ഗോവിന്ദനിൽ വാർന്നു വീണത്. ഒരു വിളംബരമാക്കാനും കൂട്ടാക്കിയില്ല. മൂപ്പർ ഇത്തരത്തിലാണ് കവിയെ അനുസ്മരിച്ചത്. ജനനമായാലും മരണ മായാലും, വിവാഹമായിരുന്നാലും, അതൊക്കെ മനസ്സിന്റെ മൂശയിലിട്ട് തിരിച്ച് അതിന്റെ - സി. ഡി. കണ്ണടച്ച് കാണുന്നതും ഒരു പതിവാണ് ഗോവിന്ദനിൽ.

സർപ്പം എന്ന കഥയിൽ- മണവാളൻ മണിയറയിൽ തന്റെ ബാല്യ കൗമാരങ്ങളിലൂടെ സഞ്ചരിക്കുകയാണ്. അതാരംഭിക്കുന്നതിലെ ഭംഗി കാണുക. വാർണിഷിന്റെ ഈർപ്പം വാർന്നു തോരാത്ത ജനലഴികളി ലൂടെ ഉതിരുന്ന തിരുവാതിര നിലാവെളിച്ചം, മഞ്ഞിൽകുതിർന്ന മറ്റൊരു മഞ്ഞരാശിയായി. കൂട്ടത്തിൽ ജനലിലെ വലകണ്ണികളുടെ വട്ടനിഴൽപാ ടുകളും ചേർന്നുവീണപ്പോൾ, കാവി മിനുക്കിയ നിലത്ത് കരവിരുതിലും കാവ്യചമയത്തിലും, സൂര്യകാന്തിപ്പൂക്കളുടെ ചന്തം പുതഞ്ഞ ഒരു കവി. വിൻസെന്റ്, കയ്യൊപ്പ് മാത്രമില്ല. കേൾവിപ്പെടുന്നത് ആരുടെ കാൽ പ്പെരുമാറ്റം!

ചെരിച്ചുവെച്ച ഒരു മുറിത്തേങ്ങപോലെ മുഖത്ത് കുറ്റിരോമം മുറ്റിയ ഒരു കുറിയ മനുഷ്യൻ.

ഒരേ സമയം ചിന്താഭാവനകളുടെ താണ്ഡവത്തിന്റെ കൊഴുപ്പുകഥക ളിലും, അസമത്വത്തിന്റെ നേർക്കുള്ള ആളിക്കത്തലുകൾ, ഉപന്യാസങ്ങ ളിലും കാണുന്നു. കഥകളിലും ഉപന്യാസത്തിലും, കവിതകളിലും എന്തിന് ഒരു കത്തെഴുതുമ്പോൾ പോലും ചില ആശയങ്ങൾ വെളിപ്പെടുത്താൻ ഗോവിന്ദൻ കവിത തേടുന്നു. ഗോവിന്ദന്റെ ചെകുത്താനും മനുഷ്യനും എന്ന നാടകത്തിൽ രണ്ടു സംഘം പാട്ടുകാരാണല്ലോ കഥാപാത്രങ്ങൾ. നോക്കു കുത്തി എന്ന സിനിമ മുഴുക്കെയും, കവിതയാണ്. കഥാനായക നായ് വരുന്ന കുറവൻ, നമ്മുടെ പ്രിയപ്പെട്ട കവി കടമ്മനിട്ട രാമകൃഷ്ണന് ഗോവിന്ദൻ ഗുരുസ്ഥാനീയനാണ്.

എം. ഗോവിന്ദൻ സമൂഹത്തിൽ നിന്നും അന്വേഷിച്ചത്, കഥയെയും കഥാപാത്രങ്ങളെയുമല്ല. മനുഷ്യനെയും, അവന്റെ പ്രശ്നങ്ങളെയുമാണ്.

വേസ്റ്റ് കൂടയിൽ നിന്നെന്നപോലെ, ആർക്കും വേണ്ടാത്ത, എന്നാൽ അവ ചീഞ്ഞുണ്ടാകാവുന്ന, വളം പ്രയോജനപ്പെടുത്തുന്നതുമായ സാധ്യതയാണ്, അന്വേഷിച്ചത്.

മേലാളരും കീഴാളരും തൊഴിലാളികളും മുതലാളികളും, കൃഷിക്കാരും, ശാസ്ത്രജ്ഞരും മറ്റെല്ലാവരുമടങ്ങുന്നതാണ്, സമൂഹം. അവരിലെല്ലാവരിലും ഗോവിന്ദൻ തേടിയത് മനുഷ്യനെയാണ്. മാനുഷിക മൂല്യങ്ങളുണ്ടോ? ഉണ്ടെങ്കിൽ അവർ, കസ്തൂരിമാനിന്റെ സൗരഭ്യമുള്ളവരാണെന്ന് വിധി. അത്തരക്കാർക്കു വേണ്ടിയാണ്, ഗോവിന്ദൻ തന്റെ ഹൃദയവാതിലെപ്പോഴും തുറന്നുവെച്ചത്. ഏതെങ്കിലും ജാതിയോ, മതമോ, രാഷ്ട്രീയമോ, പണമോ, പ്രശസ്തിയോ, അധികാരമോ, ഗോവിന്ദനെ സ്വാധീനിച്ചതേ ഇല്ല. വല്ലാതെ അവശതയനുഭവിക്കുന്നവരോടൊരുകൂറ്. അതും പ്രത്യക്ഷത്തിൽ വെളിപ്പെടുത്താറുമില്ല ഗോവിന്ദൻ.

തോട്ടികളാണ് മദിരാശിയിൽ കാണുന്ന, ഏറ്റവും ദയനീയ ജീവികൾ. ഓടകളിലും, കക്കൂസ് ടാങ്കുകളിലും, നീന്തിയും മുങ്ങിയും, പൊങ്ങുമ്പോൾ, അവരുടെ മേലും, തലയിലും, വായിലും, മാലിന്യം നിറയുന്നതായ് കണ്ടിട്ടുണ്ട്! മാന്യതയോടെ ജീവിക്കുന്ന നാമോരോരുത്തരും ലജ്ജിച്ചു പോകും. ഒരിക്കൽ ഗോവിന്ദന്റെ സന്ദർശകരിലൊരാളായ ഫൽഗുണൻ എന്ന അദ്ധ്യാപകൻ തോട്ടികളുടെ പുനരധിവാസ പ്രവർത്തനങ്ങളിൽ എന്നെയും പങ്കാളിയാക്കാൻ ശ്രമിച്ചു. ഞാനാവേശത്തോടെ ആരംഭം കുറിച്ചപ്പോൾ ഗോവിന്ദൻ പറഞ്ഞു,

ഫൽഗുണനോ നിങ്ങളോ അവർക്കൊരു ഭാരമായി തീരരുത്. അവരെ നിയന്ത്രിക്കുക വലിയൊരു വെല്ലുവിളിയാണ്. ശീലങ്ങളാൽ ഉരുക്കായി തീർന്നുപോയതാണവരുടെ ജന്മം. അവർക്ക് ശമ്പളം കിട്ടുന്ന ദിവസം, അവരുടെ കോളനികളിൽ പൂരമാണ്. ആണും പെണ്ണും, മദ്യപിച്ച് പരസ്പരം തല്ലും! പിള്ളേർ ഹോട്ടലിലും ചായക്കടകളിലും തിന്നുറങ്ങും. പിറ്റേന്നും, അതിന്റെ പിറ്റേന്നും, കഴിഞ്ഞാൽ പിന്നെ, ചില്ലിക്കാശുകാണില്ല കൈയ്യിൽ. ഒരു ഫണ്ടുമായ് ബന്ധപ്പെടേണ്ടി വന്നപ്പോൾ, ഞാൻ ചുമതല ഒഴിഞ്ഞു. ഗോവിന്ദനതു ആദ്യമേ മനസ്സിലാക്കിയിരുന്നു. അബദ്ധത്തിൽ ചാടാതെ കാത്തു.

മനുഷ്യന്റേതായ ഒന്നും, ഗോവിന്ദന് അന്യമായിരുന്നില്ല. ഗുണങ്ങൾ പോലെ ദോഷങ്ങളും കാണാം. ഒരു വൈദ്യനെപ്പോലെ. അത് തിരിച്ചറിഞ്ഞാൽ, സ്നേഹമേ വരൂ. എന്നാൽ അവന്റെ ഹൃദയത്തിൽ പൂക്കുന്നത്, നന്മയും സ്നേഹവും സഹാനുഭൂതിയുമാകണമെന്ന്, നിർബന്ധമുണ്ട്.

മുന്നറിവാണ് ഓരോന്നിലും ഗോവിന്ദനെ ഗോവിന്ദനാക്കുന്നത്. അത്തരം അറിവായിരുന്നു ഗോവിന്ദനെ റോയിയുടെ പാർട്ടിയിൽ നിന്നും രാജിവെപ്പിച്ചത്. ഒരുപാട് അംഗങ്ങളുള്ള ഒരു പാർട്ടിയുണ്ടാക്കലും അതിന്റെ നേതാവാകലും ഗോവിന്ദന്റെ ലക്ഷ്യമേ ആയിരുന്നില്ല. എം. കെ. സാനുമാഷെഴുതിയ 'എം. ഗോവിന്ദൻ' എന്ന ജീവചരിത്രത്തിൽ അക്കാര്യം വിശദമായി എഴുതിയിട്ടുണ്ട്.

'എം. ഗോവിന്ദൻ നേതാവായിരുന്നില്ല. നേതാവാകരുതെന്ന് അദ്ദേഹത്തിന് നിർബന്ധമുണ്ടായിരുന്നു എന്നതാണ് വാസ്തവം. തന്റെ കാലഘട്ടത്തിൽ നേതാവ് ഏതു രൂപത്തിലുള്ളവനാണെന്ന് അദ്ദേഹം അറിഞ്ഞിരുന്നു. അയൊനെസ്കോ (IONESCO) യുടെ നേതാവ് The Leader എന്ന നാടകം 'നേതാവിന്റെ' ആ രൂപത്തെയാണ് വെളിപ്പെടുത്തുന്നത്, തലയില്ലാത്ത മനുഷ്യരൂപമാണത്. മോടിയോടെ വസ്ത്രധാരണം ചെയ്തിട്ടുണ്ട്. പക്ഷെ തലയില്ല. ആ കാഴ്ചകണ്ട് സംഭ്രമിച്ച ഒരാളെ ജ്ഞാനികൾ കാര്യം പറഞ്ഞു മനസ്സിലാക്കുന്നു. എന്താണ് കാര്യം? തലയില്ലാതിരിക്കുക എന്നതാണ് നേതാവാകാനുള്ള യോഗ്യത! അതിന്റെ അടിസ്ഥാനത്തിൽ പുരുഷാരം ചുവപ്പ് പരവതാനി വിരിച്ച് തലയിലില്ലാത്ത നേതാവിനെ എതിരേല്ക്കുകയും, നേതാവിന് സിന്ദാബാദ് വിളിക്കുകയും ചെയ്യുന്നു. ആധുനിക കാലത്ത് ഒരു നേതാവിന്റെ രൂപഘടന ഇപ്രകാരമാവാനേ നിവൃത്തിയുള്ളൂ. ഇതിനിടയിൽ ഒരു മഹാത്മാഗാന്ധി പ്രത്യക്ഷപെട്ടില്ലേ? പക്ഷെ അദ്ദേഹത്തിന് ഈ പാനപാത്രം, എന്നിൽ നിന്നും എടുക്കേണമേ, എന്ന് പ്രാർത്ഥിക്കേണ്ടതായി വന്നു എന്ന് മറക്കരുത്. ആ പ്രാർത്ഥന ദൈവം കേട്ടോ എന്ന് നമുക്ക് നിശ്ചയമില്ല. പക്ഷെ ഒരു മനുഷ്യൻ അദ്ദേഹത്തെ വെടിവെച്ചുകൊന്നു. ആ ശല്യം ഒഴിവായതിൽ അദ്ദേഹത്തിന്റെ അനുയായികൾ ആശ്വസിക്കുകയും ചെയ്തു. അദ്ദേഹത്തിന്റെ സ്ഥാനത്ത് വേറെ ഗാന്ധിമാർ കടന്നുവരികയും നേതാക്കളായി വിജയം വരിക്കുകയും ചെയ്തു. അയൊനെസ്കോയുടെ സങ്കല്പം അവരിൽ സാക്ഷാത്കൃതമായി! അവർക്ക് വിജയിക്കാതിരിക്കുക സാധ്യമല്ല,' സാനുമാഷ് പിന്നെയും പറയുന്നു.

'എം. ഗോവിന്ദൻ ഏതോ ആറാമിന്ദ്രിയത്തിലൂടെ കാലത്തിന്റെ പ്രവണത, അറിഞ്ഞിരുന്നു. തലയില്ലാത്ത മനുഷ്യനാകാൻ അദ്ദേഹം ആഗ്രഹിച്ചില്ല. അദ്ദേഹത്തിന്റെ പക്ഷത്തിൽ തലയാണ് മനുഷ്യനെ മനുഷ്യനാക്കുന്നത്. തല എന്നത് ചിന്ത, ഭാവന, ധർമ്മബോധം മുതലായവയുടെ പ്രതീകമാണെന്ന് പ്രത്യേകം പറയേണ്ടതില്ലല്ലോ, അവയുടെ അഭാവത്തിൽ മനുഷ്യൻ ലോകത്ത് മറ്റൊരു ജന്തു മാത്രം.

ശരീരത്തിന്റെയും ഭൗതികതയുടേയും നേട്ടങ്ങളിൽ എത്രമാത്രം ഊറ്റം കൊള്ളുമ്പോഴും, അവൻ മനുഷ്യന്റെ അവസ്ഥയിലേക്ക് ഉയരുന്നില്ല. ഉയരണമെങ്കിൽ അനിർവചനീയമായ ഒരു ഗുണം അവനിൽ തിരിയിലെ ദീപനാളം പോലെ തെളിഞ്ഞുനിൽക്കുക തന്നെ വേണം. ആ ഗുണത്തിനെയാണ് നാം മനുഷ്യത്വം എന്ന് പറഞ്ഞു വരുന്നത്. മനുഷ്യനിലെ ധർമ്മവും ത്യാഗബോധവും എപ്പോഴും ജ്വലിച്ചുകൊണ്ടിരിക്കുന്ന ചൈതന്യവും അവനെ പ്രക്ഷോഭകാരിയാക്കുന്നു. ശ്രീബുദ്ധനെപ്പോലെ അവൻ സാത്വികാത്മാവായെന്നും വരാം. അനീതിക്കെതിരെ അചഞ്ചലമായ നിലപാട് കൈക്കൊള്ളുന്ന നിഷേധിയാണവൻ. റിബൽ (The Rebel) എന്ന പ്രൗഢമായ ആൽബേർട്ട് കാമു (ALBERT CAMU)

ഈ രീതിയിലുള്ള പ്രക്ഷോഭകാരിയുടെ ആഴം എന്തെന്ന് ദാർശനികമായ വിവരണത്തിലൂടെ വെളിപ്പെടുത്തുന്നു.

ഡയോജനീസിനെപ്പോലെ നട്ടുച്ചയ്ക്ക് റാന്തൽ വിളക്കുമായി ഓടിയില്ലെങ്കിലും മനുഷ്യനുണ്ടോ എന്ന് അദ്ദേഹത്തിന് അന്വേഷിക്കേണ്ടതായി വന്നു. ചമച്ചു കെട്ടിയ വേഷങ്ങൾ അവയുടേതായ അഭിനയങ്ങളും അവർ ജന്തുക്കൾ മാത്രം! മനുഷ്യൻ അവശേഷിക്കുന്നുണ്ടെങ്കിൽ, അവനെ കണ്ടെത്തേണ്ടത് അവയുടെ ഓടകളിലാണെന്ന് ഡയോജനീസ് അറിഞ്ഞിരുന്നു. എല്ലാ മഹാത്മാക്കളും യഥാർത്ഥ മനുഷ്യനെ തേടിയതും കണ്ടെത്തിയതും ഓടകളിലാണ്. ഓടകളിൽനിന്നേ മഹത്തായതെന്തും കണ്ടെത്തിയിട്ടുള്ളൂ. ശ്രീ ബുദ്ധൻ മനുഷ്യനെക്കാണാൻ ഓടകളിലേക്കിറങ്ങി. വിപ്ളവകാരിയായ ശ്രീനാരായണനും, അവരെ സംഘടിപ്പിക്കാനിറങ്ങിയത് ഓടകളിലേക്ക് തന്നെ. ഗോവിന്ദനും തന്റെ രാഷ്ട്രീയ പ്രവർത്തനം തുടങ്ങിയത് മദിരാശിയിലെ കുപ്പയാറിലെ കോളനികളിലും ഹോട്ടൽ തൊഴിലാളികളുടെ അഴുക്കുമുറികളിലുമായിരുന്നു. അതുകൊണ്ടൊന്നും തൃപ്തി പോരാതെ വന്നപ്പോഴാണ് മഹാഭൂരിപക്ഷം വരുന്ന സാധുക്കൾക്കുവേണ്ടി തൂലിക പടവാളാക്കാനൊരുമ്പെട്ടത്. എന്നാൽ ആർക്കുവേണ്ടി ഗോവിന്ദൻ തൂലികയ്ക്ക് തിരികൊളുത്തിയോ അവരിൽനിന്നും അത് മറച്ചുവെക്കാൻ ശത്രുക്കൾക്ക് കഴിഞ്ഞുവെന്നത് അക്കൂട്ടരുടെ വിജയം.

ഇവിടെയാണ്, ഗോവിന്ദൻ മഹത്തായ പരാജയത്തിന്റെ ഭാവിയിലെ പ്രവാചകനാകുന്നതും വിജയിക്കുന്നതും. എത്രകാലമാണ് സർ മടിയിൽ കനൽക്കട്ടകളൊളിപ്പിച്ചുവെക്കാൻ കഴിയുക? ചരിത്രം അതൊക്കെ തന്നെയല്ലേ നമ്മോട് പറഞ്ഞും കൊണ്ടിരിക്കുന്നത്. പടിഞ്ഞാറോട്ട് നോക്ക്, തല തിരിച്ച് തെക്കും വടക്കും നോക്ക്, ഉദയം

കിഴക്കുതന്നെയെന്നറിയും. ഗോവിന്ദൻ തന്റെസർപ്പം എന്ന കഥയിലും സംശയലേശമന്യേ വ്യക്തമാക്കുന്നത്, നാളത്തെ ഐശ്വര്യത്തിന്റെ സർവ്വോദയം കിഴക്കുതന്നെയാണെന്നാണ്.

സ്വം

ഒറ്റവാക്കിൽ പറഞ്ഞാൽ, എം. ഗോവിന്ദനാരെന്ന ചോദ്യത്തിന് ഒരു ഹ്യൂമനിസ്റ്റ് എന്നാണ് പലരും പറയുക. അല്ലെങ്കിൽ ഒരു റോയിസ്റ്റ്. മറ്റു ചിലർക്ക് ചിന്തകൻ. കഥയും, കവിതയും അതിന്റെ പിറകിലാണ് വരിക. എനിക്കു തോന്നുന്നത് സ്വതന്ത്രൻ എന്നു വിളിക്കാനാണ്. അതാണ് അദ്ദേഹത്തിന് ചേരുക.

ഗോവിന്ദന്റെ ഉയിര് ഊറ്റം കൊള്ളുന്നതും, ഗർജ്ജിക്കുന്നതും, താനൊരു സ്വതന്ത്രനാണെന്ന് പറയുമ്പോഴാണ്. പരിശുദ്ധമായൊഴുകുന്ന പഴയ ഗംഗപോലെ- ആ മനസ്സ് ഭൂതകാലത്തിന്റെ സ്മൃതിയോടുചേർന്ന് വർത്തമാനകാലത്തിന്റെ വെയിലും കുളിരും നിലാവുകളുമറിഞ്ഞ്, ഭാവിയിൽ തളിർക്കുന്ന, കുറിഞ്ഞിപ്പൂക്കളെ കിനാവ് കണ്ട് നഗരത്തിന്റെ നടുവിലൂടെയുള്ള ഗോവിന്ദന്റെ നടത്തം, എപ്പോഴും നട്ടെല്ലും തലയും ഉയർത്തിപ്പിടിച്ചും കൊണ്ടുള്ളതായിരിക്കുമെന്ന് പലരും പറയുന്നത് കേട്ടു. കുനിഞ്ഞ ശിരസ്സെന്ന് പറയുമ്പോൾ, ഗോവിന്ദന്റെ മുഖം കറുക്കാറുണ്ട്. അത് മനുഷ്യർക്കുള്ളതല്ലെന്നാണ് ഗോവിന്ദന്റെ പക്ഷം.

ഗോവിന്ദന്റെ സ്വത്വം രൂപപ്പെടുത്തുന്നതിൽ ആരാധനാലയങ്ങൾ, വഹിച്ച പങ്ക്, വലുതാണ്. അത് ദൈവവിശ്വാസം വളർത്താനല്ല ഉപകരിച്ചത്. ദൈവവും മനുഷ്യരും തമ്മിലുള്ള ദൂരം വർദ്ധിപ്പിക്കുവാനാണ്. ക്ഷേത്രങ്ങളിൽ കാണാറുള്ള അയിത്തവും, ശുദ്ധിയെന്നു ചൊല്ലാറുള്ള അശുദ്ധിയും അരുതായ്മയും വളംവെച്ചത് നിരീശ്വരവിശ്വാസത്തിലേക്കാണ്. ദൈവമുണ്ടോ എന്ന സംശയങ്ങൾക്കുള്ള ഉത്തരം തേടി വേദങ്ങളിലും ഉപനിഷത്തുകളിലും പരതിയതിൽ നിന്നും മനുഷ്യനോടുള്ള പ്രേമമാണ് കൂടിയത്. ദൈവത്തെ കണ്ടെത്തിയവൻ മനുഷ്യൻ. കൺമുമ്പിലുള്ള മനുഷ്യന്റെ പ്രശ്നം, ആപത്ക്കരമായവശേഷിക്കുമ്പോൾ

ദൈവത്തെ കാണലായിരുന്നില്ല ലക്ഷ്യം. മനുഷ്യരെ അകറ്റിനിർത്തുന്ന ആരാധനാ സമ്പ്രദായത്തെ മാനിക്കാൻ ഗോവിന്ദന് കഴിയുമായിരുന്നില്ല. ദൈവം ഗോവിന്ദന്റെ ഒരു വിഷയമേ അല്ലാതായി.

അവനവന്റെ ബുദ്ധിയേയും അതിന്റെ ഒളിയിൽ തെളിഞ്ഞ, ആദർശത്തെയുമാണ് ഗോവിന്ദൻ ആശ്രയിച്ചത്. ആൾക്കൂട്ടങ്ങൾക്കിടയിൽ വിമ്മിട്ടമാണനുഭവം. സംഘങ്ങൾക്കുപകരം ചങ്ങാതികളെയാണ് തേടിയത്. ഓരോരുത്തരെയും ഓരോ വെളിച്ചത്തുണ്ടായ്ക്കാണണമെന്നാണ് ഗോവിന്ദൻ കൊതിച്ചത്. അതിനുവേണ്ടി തന്റെ സമയം വല്ലാതെ ചെലവഴിച്ചു. ഗോവിന്ദന്റെ ആ സമയത്തിന് അക്കൂട്ടരൊക്കെ വേണ്ടത്ര ഗൗരവം കാട്ടിയോ? സ്വന്തമായ് ചിന്തിക്കുവാനും, നടന്നെത്തുവാനും പറഞ്ഞ ഗോവിന്ദനിൽനിന്നും ചിലർ, അധികാരത്തിലേക്കും, പ്രശസ്തിയിലേക്കും, പ്രലോഭനങ്ങളിലേക്കുമായ് നടന്നു! പക്ഷേ, ഗോവിന്ദൻ നിരാശനായതേ ഇല്ല. ഒരു തോണിക്കാരനെപ്പോലെ തന്റെ തുഴയും തോണിയുമായ്, തന്നെത്തേടി എത്തുന്നവർക്ക്, വഴികാട്ടിയായ്-തോതിനൊത്ത്, വളവും വെള്ളവും വെളിച്ചവും നൽകിക്കൊണ്ടിരുന്നു. അത് ആ കരങ്ങളനങ്ങുവോളം തുടർന്നുകൊണ്ടിരുന്നു.

സംഘടനകൊണ്ട് ശക്തരാവുക എന്നു പറഞ്ഞ നാരായണഗുരുവിനെ കേരളത്തിന്റെ ആധുനികപ്രവാചകനാണെന്നു പറഞ്ഞു. കണ്ണാടിയിൽ കാണുന്ന തത്വം തന്നെയാണ് എം. ഗോവിന്ദന്റെ ദൈവ സങ്കല്പമെന്നാണെന്റെ പക്ഷം. പിതാവെന്ന പോലെ കേരളത്തിനൊരു ഗുരുമതി. അത് നാരായണ ഗുരുവാണെന്നും ഗോവിന്ദൻ കരുതിയിരിക്കണം.

മലയാളത്തിനൊരു അച്ഛനുണ്ടായത് എഴുത്തച്ഛൻ. ഗുരു നാരായണ ഗുരു. ആശാനുമുണ്ട് ഒന്ന്, അതു കുമാരനാശാൻ. ഹാസ്യകലാകളിയരങ്ങിന്റെ നാഥനായ കവി കുഞ്ചനെയാണേറെ ഇഷ്ട്ടം. കുഞ്ചൻ വെറും ഒരു തുള്ളൽ കളിക്കാരനാണോ? അല്ലേ അല്ല.

'ദീപസ്തംഭം മഹാശ്ചര്യം തനിക്കും കിട്ടണം പണം,' എന്ന മുദ്രാവാക്യവുമായി നടന്ന കൊട്ടാരം പറ്റികളിൽ നിന്നകന്ന്, തനിക്കു പറയാനുള്ളതു പറഞ്ഞു തീർത്ത കവിയാണ് കുഞ്ചൻ നമ്പ്യാർ. ക്ഷേത്രമായാലും കൊട്ടാരമായാലും കവി കവിതന്നെ ആയിരിക്കണമെന്നാണ് വ്യാസനും വാല്മീകിയും കാളിദാസനും തുഞ്ചനും കുഞ്ചനും നമുക്കു കാട്ടിത്തന്നിട്ടുള്ളത്. ആ കവി പരമ്പരയിൽ കുഞ്ചന്റെ സ്ഥാനമുറപ്പിക്കുന്ന അഭിദർശനങ്ങളാണ് കാവ്യത്തിന്റെ മുഖ്യധാര. എന്നിങ്ങനെ ഗോവിന്ദന്റെ അരങ്ങേറ്റം എന്ന തലക്കെട്ടോടുകൂടി കവി കെ. അയ്യപ്പപണിക്കർ, എം. ഗോവിന്ദൻ സ്മരണിക എന്ന ഗ്രന്ഥത്തിൽ പറയുന്നുണ്ട്.

കുഞ്ചൻ നമ്പ്യാർ താരതമ്യേന കലാപകാരിയായ ഒരു കലാകാരനായിരുന്നു. അഥവാ തന്റെ കലാപം കലയാക്കിമാറ്റിയ പ്രതിഭാശാലി. ഇത്തരം കലാകാരന്മാർ നമുക്കേറെയില്ല. പല കൊട്ടാരങ്ങളിലും, അമ്പലങ്ങളിലും, നമ്പ്യാർ കയറിയിറങ്ങി. ഒരു താവളത്തിലും നമ്പ്യാരെ തളച്ചിടാനായില്ല. ക്ഷേത്രപ്രവേശനം ഒരവകാശമായിത്തീരുന്നതിന് എത്രയോ മുമ്പ്, അവരുടെ കലാരൂപങ്ങൾക്കു ക്ഷേത്രപ്രവേശനം നൽകിയെന്നതാണ്, കുഞ്ചന്റെ കലാപത്തിന്റെ നേട്ടം. ഇതിനു രാജനിയോഗം ഉണ്ടായിരുന്നില്ല. കൂത്തിൽനിന്നും മാറ്റിയപ്പോൾ, തനിക്കു തന്റേതായ കളിവേണമെന്നു നമ്പ്യാർക്കു ബോദ്ധ്യപ്പെടുകയും, ആ കളി അതേവരെ അമ്പലം തീണ്ടാത്ത ഒന്നാവുകയും വേണമെന്ന് ശാഠ്യം തോന്നുകയും ചെയ്തു. ഇതുചെയ്തതു ബോധപൂർവ്വമോ, അല്ലയോ എന്ന് വിശകലനം ചെയ്യുന്നതിൽ അർത്ഥമില്ല. നമ്പ്യാരതു ചെയ്തു. നാട്ടുകാർ അതുകണ്ട് ആസ്വദിച്ചു. പറയന്റെ കല മറവനും കാട്ടിക്കൊടുത്തു. ഭൂദേവനുമാത്രമല്ല; സാക്ഷാൽ ദേവനും. അയ്യപ്പപണിക്കർ തുടരുന്നു. ഇനിയുള്ള വരികളാണ് മുഖ്യം. കലയിൽ കലാപമുണ്ട്, രാഷ്ട്രീയവും. വീണ്ടും പണിക്കർ പറയുന്നത് കേൾക്കുക.

'റാഡിക്കൽ ഹ്യൂമനിസത്തിന്റെ കലാപപരമായ ആവിഷ്കരണം, ഗോവിന്ദന്റെ അരങ്ങേറ്റത്തിൽ നാം കാണുന്നു. അത് അതിലെ കഥയുടെ സന്ദേശം മാത്രമല്ല. ഓരോ വരിയിലും ഖണ്ഡികയിലും കൂടി ഉരുത്തിരിയുന്ന കലാബോധത്തിന്റെ നേട്ടമാണത്. ആറു ഖണ്ഡങ്ങളിൽ അവതരിക്കപ്പെടുന്ന ഒരു ആഖ്യാനമാണീ കവിത.'

ഒന്ന്: ചാക്യാരോടു പിണങ്ങി കലക്കത്തു തറവാട്ടിൽ കുഞ്ചൻ കയറി ച്ചെല്ലുന്നു. ആദ്യം അമ്മ കുറ്റപ്പെടുത്തുന്നു. പിന്നെ കൊണ്ടാടുന്നു.

രണ്ട്: കൂത്തിനുകൊട്ടുന്ന തൊഴിലുവിട്ട് തുള്ളൽക്കഥയാടുന്ന പുതിയ കലയിലേക്ക് അമ്മയും മകനും നീങ്ങുന്നു. ഓട്ടൻതുള്ളൽകഥയുടെ സങ്കൽപ്പം വിരിയുന്നു. നോക്കുക, ഒരു അമ്മയും മകനും.

മൂന്ന്: ഗുരുവായൂരിൽ തൊഴാൻ പോകുന്നു. കല്ല്യാണസൗഗന്ധിക ക്കഥാരചനയുടെ തുടക്കം.

നാല്: ശ്രീകൃഷ്ണചരിതം രചിച്ച കുഞ്ചനോട്, വെണ്ണ കവർന്നവന്റെ അപേക്ഷ- പറയന്റെ തുള്ളൽപോലെ പുതിയ കലാവിശേഷം അരങ്ങേറുക. പറയന്റെ കലയ്ക്ക് അമ്പലത്തിൽ പ്രവേശമാകട്ടെ.

അഞ്ച്: നമ്പ്യാർ, തുള്ളൽ പാടിയാടുന്നു. - പണ്ട് അമ്മ ചൊല്ലിക്കേട്ട കല്ലാണസൗഗന്ധിക കഥ. ഇപ്പോൾ ഉണ്ണിക്കണ്ണനു കാണാൻ.

ആറ്: കലക്കത്തു വീട്ടിൽ മേളത്തുടക്കം. കളിയരങ്ങിന്നൊളിയൊരുക്കം.

തുള്ളൽ പ്രസ്ഥാനത്തിന്റെ പിറവി, കല്ല്യാണ സൗഗന്ധികം തുള്ളലിന്റെ രചന, അമ്മയുമൊത്ത് തറവാട്ടിൽ അരങ്ങേറ്റം-എന്നിവയെല്ലാം-കഥാവസ്തുവായി അവതരിപ്പിക്കുന്നതോടൊപ്പം-കുഞ്ചന്റെയും തന്റെയും കാവ്യാദർശം വെളിവാക്കുകയാണ്, ഗോവിന്ദൻ ചെയ്യുന്നത്. ഇവിടെ ഗോവിന്ദന്റെ കവിതയും ഗദ്യവും നാടകവും ഒന്നിക്കുന്നു. ഈ ദർശനവിശേഷം ഒരപൂർവ്വ സിദ്ധിയാണ്. സ്വന്തമല്ലാത്ത ആദർശങ്ങളുടെ പേരുപറഞ്ഞ്, ആത്മാവും സർഗ്ഗവാസനയും മറ്റുള്ളവർക്ക് അടിയറ വെക്കുകയും അങ്ങനെ ജീവിതവിജയം നേടുകയും ചെയ്ത അനേകം സമകാലികരിൽ നിന്ന്, തനിക്കുള്ള വ്യത്യാസം എന്തെന്ന് കാവ്യസൃഷ്ടിയിലൂടെ ബോധ്യപ്പെടുത്തുവാനാണ് ഗോവിന്ദന്റെ ശ്രമം. ദീപസ്തംഭം മഹാശ്ചര്യം, തനിക്കും കിട്ടണം പണം എന്ന മുദ്രാവാക്യവുമായി നടന്ന കൊട്ടാരം പറ്റികളിൽ നിന്നകന്ന്, തനിക്കു പറയാനുള്ളതു പറഞ്ഞുതീർത്ത കവിയാണു കുഞ്ചൻനമ്പ്യാർ, എന്ന അയ്യപ്പപ്പണിക്കരുടെ വാക്കുകൾ, ഗോവിന്ദനും പറയാനുള്ളതായിരുന്നുവെന്ന് മനസ്സിലാക്കുന്നതിലൂടെ, നമ്പ്യാർ കുരുന്നിലേ തന്റെ കലയിൽ കലാപം വിതച്ചുവെന്നും ഗോവിന്ദൻ പറയാതെ പറയുകയായിരുന്നു.

സ്വതന്ത്രമായ് കുശുകുശുപ്പ പ്രസ്ഥാനങ്ങൾക്കു ചെവികൊടുക്കുവാനും അതിനെതിരെ പ്രതിഷേധിക്കുവാനും ഗോവിന്ദന് നേരവും മനസ്സുമുണ്ടായിരുന്നില്ലെന്നതാണ് സത്യം. കഥയും കവിതയും ഉപന്യാസങ്ങളും, നാടകങ്ങളും വേറല്ല, ഗോവിന്ദന്. കലയിൽ കലാപമുണ്ടായ് വരുന്നതും മനപൂർവ്വമല്ല. മനുഷ്യരോട് പറയുവാനുള്ളത്, അതേൽക്കുംവിധം പറയുകയായിരുന്നു ഗോവിന്ദൻ. ധീഷണാശാലികളായ എഴുത്തുകാർക്കൊക്കെ ഈ ഗുണവിശേഷങ്ങൾ കാണാം.

അമൃതായൊഴുകുന്ന ഗംഗ, അതിൽ പൈശാചികമായ ഇടപെടലുകൾ, അതിനെതിരെയുള്ള കലാപം. പ്രകൃതിയെക്കുറിച്ചുള്ള തനത് സങ്കൽപ്പം. ഇത്തരം നിരീക്ഷണങ്ങൾ ഗവേഷണങ്ങളാക്കി വികസിപ്പിക്കുവാനുള്ള അവസരമായിരുന്നു, ഗോവിന്ദന് നെഹ്റു ഫെലോഷിപ്പിലൂടെ സാദ്ധ്യമായത്. അതൊരു സമ്മാനമായിരുന്നില്ല. ഗവേഷണം നടത്തുവാനുള്ള വേതനമായിരുന്നു. ഏറ്റവും മികച്ച ബുദ്ധിജീവികൾക്ക് മാത്രം ലഭിക്കുന്ന ഒന്ന്. അത്യുന്നത നിലവാരത്തിലുള്ള വേതനം. ഇതിനുമുമ്പ് നമ്മുടെ മുൻ രാഷ്ട്രപതിയായിരുന്ന കെ. ആർ നാരായണനെന്ന ഒരു മലയാളിക്കും അത് ലഭിച്ചിട്ടുണ്ട് കേരളത്തിൽ.

ശ്രീ. കെ.ആർ. നാരായണൻ നേടിയ ബിരുദങ്ങളും പഠിച്ച യൂണിവേഴ്സിറ്റികളും നമുക്കറിയാം. നാരായണന്റെ സൗഹൃദവലയങ്ങളെക്കുറിച്ചും. എന്നാൽ, അരുതായ്മകളോട് മുഖം നോക്കാതെ പ്രതികരിക്കുന്ന ഗോവിന്ദന് അത് ലഭിച്ചപ്പോൾ പലരും ഞെട്ടുകയായിരുന്നു. ഗോവിന്ദൻ നേടിയ വിദ്യാഭ്യാസയോഗ്യത, ഒൻപതാം ക്ലാസ്സായിരുന്നു. ഗംഗയെക്കുറിച്ച്, ഗോവിന്ദൻ പറയുന്നതിങ്ങനെ. ഗംഗ എനിക്ക് ഒരു പ്രതീകവും ഭാരതത്തിന്റെ ഭൂതകാലത്തെകുറിച്ചുള്ള സ്മരണയുമായിരുന്നു. വർത്തമാനകാലത്തേക്കും, ഭാവിയുടെ വിശാലസാഗരത്തിലേക്കും ഒഴുകികൊണ്ടിരിക്കുന്ന ഭൂതകാലത്തിന്റെ സ്മരണ. ഉത്തര ഭാരതത്തെ മാത്രമല്ല ദക്ഷിണഭാരതത്തെയും അഗാധമായി സ്പർശിച്ചിട്ടുള്ള ഒരു ആദിസങ്കൽപ്പം. അത് ഗോവിന്ദനെ എന്നും പ്രചോദിപ്പിച്ചിട്ടുണ്ടെന്ന്, ഗോവിന്ദന്റെ പ്രിയ സുഹൃത്ത് പ്രൊ. ജി കുമാരപ്പിള്ള ഗോവിന്ദന്റെ സ്മരണകളിൽ പറയുന്നു.

ദക്ഷിണഭാരതത്തിലെ സാഹിത്യത്തിലും, ഇതരകലകളിലും ഉൾക്കൊണ്ടിട്ടുള്ള ഗംഗാസങ്കൽപ്പമാണ് ഗോവിന്ദന്റെ ഗവേഷണ വിഷയം. ഭാരതത്തിന്റെ സംസ്കാര സംഗമത്തിന്റെ അടിത്തട്ടിലേക്ക്, അന്വേഷിച്ചിറങ്ങുന്ന ഒരു സാമൂഹ്യശാസ്ത്രമാണത്. ഗംഗാനദിയെക്കുറിച്ച് ദക്ഷിണഭാരതത്തിൽ ഉണ്ടായിട്ടുള്ള സാഹിത്യപരാമർശങ്ങളും, കലാവിഷ്കാരങ്ങളും ശേഖരിച്ച്, തെലുങ്ക്, കന്നട, മലയാളം സാഹിത്യകാരൻമാരുമായി ഇവയെക്കുറിച്ച് ചർച്ച ചെയ്തു. നമ്മുടെ ജീവിതസങ്കൽപ്പത്തിൽ ഗംഗാനദിയ്ക്കുള്ള സ്ഥാനം വെളിപ്പെടുത്തുക എന്നതാണ് പദ്ധതിയുടെ സാരാംശം. ഇന്ന് ഗംഗ ദേശീയനദിയായി പ്രഖ്യാപിച്ചതിന്റെ പിന്നിൽ ഗോവിന്ദന്റെ ഈ ചിന്തകളുമുണ്ട്.

ഭൗതികതലത്തിൽ ഗംഗയെയും കാവേരിയെയും യോജിപ്പിക്കുവാനുള്ള പദ്ധതികൾ ആവിഷ്കൃതമായതിന്റെ പിന്നിൽ ഗോവിന്ദന്റെ ഗവേഷണത്തിന്റെ പ്രസക്തി വിലപ്പെട്ടതാണെന്ന കാര്യവും നമുക്ക് ഓർമിക്കാം.

എത്രയും ചെറിയ സംശയങ്ങൾക്കുപോലും ഗോവിന്ദൻ വളരെ ഗൗരവമായ് ആലോചനയോടയേ മറുപടി നൽകൂ. സംസാരത്തിനിടയിൽ, ചിലപ്പോ പെട്ടെന്ന് ക്ഷീണം നടിച്ച്, തന്റെ ചാരുകസേരയിൽ പോയി ഇത്തിരി നേരം കണ്ണടച്ചിരിക്കും. അതൊരു കുട്ടിക്കിഴിക്കലാണെന്ന് അനുഭവമുള്ളവർക്കേ മനസ്സിലാവൂ. ഗോവിന്ദൻ തന്റെ ചിന്തകളിലത്രയും ഭൗതികമായ കാഴ്ചപ്പാടുകളോടെയായിരിക്കും മറുപടി തരിക. സംഭാഷണങ്ങൾ തുടങ്ങിയാൽ ചിലപ്പോൾ, പിറ്റേന്ന് സൂര്യോദയം

കാണുമ്പഴേ, വെളിപാടു നിർത്തും. "ഇനി ബാലകൃഷ്ണന് ഇന്ന് ജോലിക്ക് പോകണോ?" എന്നതാവും അടുത്ത ചോദ്യം. അത്തരം സംഭാഷണങ്ങൾക്കിടയിൽ ഒരു നാൾ ഞാനൊരു ചോദ്യം ഗോവിന്ദന്റെ മുമ്പിലിട്ടു. യേശുവിനെക്കുറിച്ചായിരുന്നു, യേശുവിന്റെ ജനനത്തെക്കുറിച്ച് തന്നെ.

മറ്റൊരു ദിവസം മറ്റൊരു സംഭാഷണത്തിനിടയിൽ, ഗോവിന്ദനിങ്ങനെ മറുപടിയും തന്നു. 'യേശു മഹാനായ വിപ്ലവകാരിയായിരുന്നു. അമ്മയായ മറിയത്തിന് ഒരു ചർച്ചിലായിരുന്നു ജോലി. അന്നത്തെ പാതിരിമാർ ദൈവത്തിന്റെ അവതാരം പോലെ, ആദരണീയരായിരുന്നു!' എനിക്കുത്തരം കിട്ടി.

ഗോവിന്ദനെ ഏറെ ആകർഷിച്ചിരുന്നതും ദുഃഖിപ്പിച്ചതും കൃഷിക്കാരുടെ ദുരിതങ്ങളായിരുന്നു. ഗോവിന്ദൻ ആദ്യമായി എഴുതി പ്രസിദ്ധീകരിച്ച കവിതയുടെ പേരുപോലും കൃഷിക്കാരൻ എന്നതായിരുന്നു. അതുപോലെ ആദ്യമായി എഴുതിയ കഥയുടെ പേർ രണ്ട് ധീരവനിതകൾ. അന്ന് ആ പതിനാലാം വയസ്സിൽ ഒരു നാടകം എഴുതി (പ്രസിദ്ധീകരിച്ചില്ല). അതൊരു ഇംഗ്ലീഷ് നാടകത്തെ മാതൃകയാക്കി എഴുതിയതായിരുന്നു കാരണം.

കർഷകരെക്കുറിച്ച് ഇത്രയും ചെറിയ വയസ്സിൽ എന്തേ ഗോവിന്ദന്റെ മനസ്സ് വിങ്ങിയത്? ഉത്തരം തിരുവള്ളുവരുടെ തിരുക്കുറൾ, എന്ന ഗ്രന്ഥത്തിലുണ്ട്. ഗോവിന്ദന് ഏറെ ഇഷ്ടമുള്ള ഗ്രന്ഥമാണ് തിരുക്കുറൾ.

ഉഴുതുണ്ടു വാഴ്‌വോരേ വാഴ്‌വോർ മറ്റെല്ലാരും
തൊഴുതുണ്ടു പിൻചെല്ലുവോർ

'വിതച്ചും വിളയെടുത്തും അധ്വാനിച്ചും ഉണ്ണുന്നവരേ സത്യത്തിൽ മാന്യമായി ജീവിക്കുന്നുള്ളൂ. മറ്റുള്ളവർ അവനെ, തൊഴുത്-ഉണ്ട്, ജീവിക്കുന്നു. മനുഷ്യജീവിതത്തിന്റെ അടിത്തറയും, കെട്ടുറപ്പും, കൃഷിയും കർഷകനുമാണ്. അതറിയുന്ന നാട്ടും, നാട്ടുഭരണാധികളുമുള്ളിടം ജയിക്കും. അതില്ലാത്തവർക്ക് അഹോകഷ്ടം.' എന്നാണ് വള്ളുവരുടെ പക്ഷം. പതിനാലാം വയസ്സിൽ ഗോവിന്ദൻ തിരുക്കുറൾ വായിച്ചിരുന്നുവോ? അതല്ലാ മണ്ണിന്റെയും മനുഷ്യന്റെയും ലഹരി, ഗോവിന്ദനെ അങ്ങിനെ ചിന്തിപ്പിച്ചതായിരിക്കില്ലേ? മാനവികതയെക്കുറിച്ച്, തിരുവള്ളുവർ പറയുന്നതിങ്ങിനെ,

'തുമ്പങ്ങൾ വരികിലും ചെയ്ക തുണിവോടെ,
നല്ലിച്ചം ഫലിക്കുന്ന കർമ്മം'

(മനുഷ്യനായി ജനിച്ച ഓരോരുത്തനും മനുഷ്യനായി ജീവിച്ചുകൊണ്ട് മനുഷ്യനുവേണ്ടി കർമ്മം ചെയ്തുകൊണ്ട് തുനിവോടെ ജീവിക്കണം).

ഗോവിന്ദന്റെ ജീവിതം തിരുവള്ളുവരുടെ തത്വങ്ങളുമായി ഏറെ ഇണങ്ങിയിട്ടുള്ളതായ് കാണാവുന്നതുമാണ്.

നാനാജാതിയിലും മതത്തിലുംപെട്ട സാധുജീവികളാണ് ഗോവിന്ദന്റെ തൃക്കണ്ണാപുരത്തും, കൂരടപ്രദേശങ്ങളിലും അന്ന് കാണാനുണ്ടായിരുന്നത്. അവരുടെ അടിമജീവിത സമ്പ്രദായത്തിൽ ബാലനായ ഗോവിന്ദന്, അമർഷമുണ്ടായിരുന്നു. അന്നേ നാക്കില്ലാത്തവരുടെ നാക്കായ്, ശബ്ദമായ്, താൻ പൊരുതിക്കൊണ്ടിരിക്കുമെന്ന്, അദ്ദേഹം പ്രതിജ്ഞ ചെയ്തിരിക്കാനാണ് സാദ്ധ്യത. അതല്ലായിരുന്നെങ്കിൽ, നാട്ടുനടപ്പുപ്രകാരം, അത്തരം പ്രവർത്തനങ്ങൾക്കുള്ള പ്രതിഫലം പദവികളായി ഗോവിന്ദൻ സ്വീകരിച്ചേനെ. ധൃതിനിറഞ്ഞതായിരുന്നു ആ ജീവിതം. ഹാരീസ് റോഡിലെ വീട്ടിൽ മഹാപ്രതിഭകളായ ചങ്ങാതിമാരുടെ വരവും, കാണലും, അവർക്കൊക്കെ കത്തയക്കലും പ്രതിസന്ധിഘട്ടത്തിൽ, പലതിനും മദ്ധ്യസ്ഥത വഹിക്കൽ. അതിന്റെ ഇടയിലാണ് ഈ കാണുന്ന സകലകലാ സംഭാവനകളെന്നും നമ്മളോർക്കണം.

പതിനാല് വയസ്സാകുമ്പോഴേക്കും ഗോവിന്ദൻ ഒരു ജീവിതത്തിനു വേണ്ടുന്ന അറിവും തിരിച്ചറിവും ജ്ഞാനവും കൈക്കലാക്കിക്കഴിഞ്ഞു. പിന്നെ പ്രവർത്തനമായിരുന്നു ബാക്കി. അത്രയും ലോകത്തൊട്ടാകെ പരത്തണമെങ്കിൽ ഒന്നേ ആയുധമായി ശേഷിക്കുന്നുള്ളു, 'തൂലികാകർമ്മം.' അതാണക്ഷരങ്ങളിലൂടെ, ആശയങ്ങളിലൂടെ, ആകാശത്തിനുമേലെയും, കീഴെയും, അന്വേഷിച്ചുകൊണ്ടിരുന്നതും, അറിഞ്ഞതും, പറഞ്ഞതുമൊക്ക!

പതിനാലാം വയസ്സിലെഴുതിയ കഥകൾ, കവിതകൾ തൂലികാനാമത്തിലാണറിയപ്പെട്ടിരുന്നത്. ശ്രീമതി ബി. എ. മദിരാശി എന്നായിരുന്നു അത്. ഇടശ്ശേരി ഗോവിന്ദൻ നായർ എന്ന കവിയെ ഗോവിന്ദന്റെ സൃഷ്ടികൾ ആകർഷിക്കുകയായിരുന്നു. ഇടശ്ശേരി ഗോവിന്ദന്, അനുമോദനങ്ങളയച്ചു, പ്രോത്സാഹനങ്ങൾ പിന്നെയും നൽകി. തന്റെ ഉപന്യാസത്തിൽ ഇടശ്ശേരി നിനവിൽ വരുമ്പോൾ എന്ന് ഗോവിന്ദൻ സ്മരിക്കുന്നുണ്ട്.

സ്വാതന്ത്ര്യസമരം, അന്നത്തെ പലരെയുംപോലെ, ഗോവിന്ദനേയും ആകർഷിക്കുകയായിരുന്നു. രാഷ്ട്രീയമായി ഗാന്ധിതത്വങ്ങൾ പഠിക്കാൻ ഗോവിന്ദന് സാധിച്ചത് ജയപ്രകാശ് നാരായണന്റെ സോഷ്യലിസം എന്തിന് എന്ന പുസ്തകത്തിൽക്കൂടിയാണ്. ഇടശ്ശേരിയാണ് ആ പുസ്തകം ഗോവിന്ദന് നൽകിയത്. ഗോവിന്ദനിൽ ആദ്യമായ് രൂപപ്പെട്ട രാഷ്ട്രീയബോധം സോഷ്യലിസമാണെന്നാണ്

മനസ്സിലാക്കേണ്ടത്. ആശയങ്ങളേക്കാൾ ആവേശമായിരുന്നു അന്നത്തെ ഗോവിന്ദനിൽ കാണുക. സോഷ്യലിസത്തിനുമേലുള്ള ആവേശത്തിൽ ഗോവിന്ദൻ ഗാന്ധിജിയുടെ പല തത്ത്വങ്ങളും ഉപേക്ഷിക്കേണ്ടതിനെക്കുറിച്ച് പ്രസംഗിക്കുകയുണ്ടായി. പക്ഷെ ഗോവിന്ദന് ഒരിക്കലും ഒരു നല്ല പ്രാസംഗികനാവാൻ കഴിഞ്ഞതേ ഇല്ല. സംസാരരീതി തന്നെയാണ് പ്രസംഗവും പ്രവർത്തനത്തിലാണ് ഊന്നം. ഗാന്ധിയുടെ സത്യവും ഫലേച്ഛ കൂടാതെയുള്ള കർമ്മവും ഗോവിന്ദന്റെ ജീവിതത്തിലുടനീളം കാണാവുന്നതാണ്.

മണ്ണിന് മണ്ണിന്റേതായ മണവും ഗുണവുമുണ്ട്, രാഷ്ട്രീയത്തിനും. 'തനത്' എന്നാണ് ഗോവിന്ദനതിന് പേരിട്ടത്. മലയാളത്തിന് 'തനത്' എന്ന പേർ സമ്മാനിച്ചതും മറ്റാരുമല്ലെന്നറിയുക. മദിരാശിയിൽവെച്ച് കാവാലം നാരായണപ്പണിക്കരുടെ ചില നാടകങ്ങൾ കാണാൻ മാക്സ് മുള്ളർ ഭവനിൽ പോയപ്പോൾ ശ്രീ കാവാലം ഗോവിന്ദനെക്കുറിച്ച് ഇങ്ങനെ പറഞ്ഞു.

'തനത് നാടകവേദിയെന്ന് ഞങ്ങൾ പേരിട്ടത് എം. ഗോവിന്ദൻ പറഞ്ഞിട്ടാണ്. തനത് എന്ന വാക്ക് എന്റേതല്ല ഗോവിന്ദന്റേതാണ്.' ദ്രാവിഡ ഭാഷയും, ദ്രാവിഡ രാഷ്ട്രീയമാനവും, ബോധവും. മറുവാക്കുകളില്ലാത്ത, മറ്റർത്ഥതലങ്ങളുമുണ്ടതിൽ. ഇന്നാവാക്കില്ലാത്ത പരസ്യങ്ങൾ പോലും കുറഞ്ഞിരിക്കുന്നു. എല്ലാ മൂല്യവത്തായ പദങ്ങളും ഇന്ന് വിപണി കൈയ്യടക്കുകയാണ്. പുതിയവ ഇനി നമ്മൾ തേടേണ്ടിയിരിക്കുന്നു. ഇത്തരം തനത് മൊഴികളുടെ ഒരു ചേരുവ ഗോവിന്ദന്റെ കവിതകളിൽ തിളങ്ങുന്നുണ്ട്. ഗോവിന്ദൻ സ്മരണികയിൽ ഗുരുനിത്യ ചൈതന്യയതി അതിനെക്കുറിച്ചും വാചാലനാകുന്നു. 'എന്നെ എന്തെഴുതണം എങ്ങിനെ എഴുതണമെന്ന് പഠിപ്പിച്ചത്, ഗോവിന്ദനാണ്' എന്ന്, ഭക്ത്യാദരവുകളോടെ സ്മരിക്കുന്നുമുണ്ട് നിത്യചൈതന്യയതി.

മാനവോദയം

ഭാരതത്തിന്റെ ഋഷി പാരമ്പര്യത്തിനെവിടെയാണ് പിഴച്ചത്? കാളിയനെന്ന ജാതിക്ക് ആയിരം തലകൾ. കക്ഷി രാഷ്ട്രീയക്കാരതിന്റെ ഓരോ തലകളും ഋവലാക്കുന്നു. തെരഞ്ഞെടുപ്പടുത്താൽ, അവ ഓരോന്നും വിഷം ചീറ്റുന്നതും കാണാം. നേതാക്കന്മാരുടെ കൈയ്യിൽ കൊച്ചുവടികളും, മകുടികളും കാണാം. പാട്ടിനൊത്താടുന്ന കുരങ്ങന്മാരായ് അടിമകളായ് ജാതികൾ, ഓർക്കാപ്പുറത്ത് വിഷം ചീറ്റുന്നതും കാണാം. പലരുടെയും കഴുത്ത് ചില നേതാക്കന്മാരുടെ കക്ഷത്തായിരിക്കും. ഇന്നും ഇരുപത്തിഒന്നാം നൂറ്റാണ്ടിലും നമ്മൾ കാണുന്നു, ജാതി രാഷ്ട്രീയവും, ജാതിയാധിപത്യവും!

മോചനം അകലെയാണോ? ഇങ്ങനെ ഭാരതത്തിലെ എല്ലാ ചിന്തകന്മാരും തലപുകഞ്ഞാലോചിരിന്നിട്ടുണ്ട്. ഫലപ്രദമായ പ്രവർത്തനങ്ങളുണ്ടായിട്ടുള്ളത് നാരായണഗുരുവിലാണ്. മതേതരത്വം എന്ന നിലപാടിന് വിരുദ്ധമായി മതാധിപത്യം എന്ന മതമറിയാതെയുള്ള, ആധിപത്യങ്ങൾക്കിടയിൽപ്പെട്ട് ഞെരുങ്ങുകയാണ് ഭാരതം. നമുക്ക് നാരായണഗുരുവിനെ സ്മരിക്കാം.

വിളക്കുക്കൊളുത്തുമ്പോഴാണല്ലോ വെളിച്ചം! ആദ്യം അകദീപം പ്രകാശിപ്പിക്കുക! അകദീപങ്ങളില്ലാത്ത അനുയായികൾ, ഇരുട്ടിൽ തപ്പിത്തടയുന്നു പ്രകാശത്തിനായി!

ചടങ്ങെന്നതിലുപരി നാരായണഗുരുവിന് അർഹിക്കുന്ന വെളിച്ചം ലഭിക്കുന്നുണ്ടോ? നദി മേലോട്ടൊഴുക്കി പുതിയൊരു അദ്വൈതം സൃഷ്ടിക്കുകയല്ലേ എവിടെയും? ഇത്തരം മുന്നറിവുകൾ, ഗോവിന്ദനെ കുറച്ചൊന്നുമല്ല ക്ഷോഭിപ്പിച്ചിരുന്നത്. നേരിട്ടറിവുകളുമുണ്ട് ഗോവിന്ദന്. എന്നാൽ ആ കാര്യങ്ങളത്രയും തന്റെ യൗവനത്തിൽ തന്നെ,

നിരീക്ഷിച്ചെഴുതിയിട്ടുമുണ്ട്. തനത് ശൈലിയിൽ തന്നെ. അത് ഗോവിന്ദന്റെ ഉപന്യാസങ്ങളിലും കാണാം.

തന്റെ ആലോചനകളും ആകുലതകളും ആവലാതികളായി, ചിന്തകൾ കൂട്ടകൂട്ടുമ്പോൾ, തന്റെ സമാന ചിന്തകളുമായ് ഒരുമഹാനദി ബംഗാളിൽ നിന്നും ഒഴുകി എത്തുകയായിരുന്നിരിക്കാം; എം. എൻ. റോയ് എന്ന ആദ്യ കമ്മ്യൂണിസ്റ്റുകാരനിൽക്കൂടി. ആധികാരികമായി ഇന്ത്യയിൽ ആരെക്കാളും മുകളിലായ് ഗോവിന്ദൻ മാർക്സിസം പഠിച്ചിരുന്നു. അതിലെ പ്രായോഗികമായ അപകടങ്ങളിൽ കടുത്തത്, സ്വാതന്ത്ര്യമില്ലായ്മയാണെന്ന ഒറ്റക്കാരണം തന്നെയാവണം ഗോവിന്ദനെ ചൊടിപ്പിച്ചത്. മാത്രവുമല്ല മുന്നിലുള്ള പച്ചപ്പുകൾ മാത്രം നോക്കി മേഞ്ഞുനടക്കുന്ന കുഞ്ഞാടുകൾ ഭാവിയിൽ തെളിയുന്ന മരുഭൂമിയിൽ നിന്നെന്നുതിന്നും, എന്ന പരിഭ്രാന്തിയും ഗോവിന്ദനെ കമ്മ്യൂണിസത്തിൽ നിന്നും മുന്നോട്ട് കാണാൻ നിർബന്ധിതനാക്കി.

തന്നെ താനാക്കാൻ വേണ്ടുന്നതെന്തൊക്കെയാണെന്ന ചിന്തയും അതു തേടിയറിഞ്ഞ് പഠിച്ച് തൊട്ടടുത്തതെന്തെന്ന അന്വേഷണവും ശീലമാക്കി ഇതിഹാസങ്ങളും പുരാണങ്ങളും വേദാന്തകൃതികളും പഠിച്ച്, ദൈവം, ആത്മാവ്, പരമാത്മാവ്, ധർമ്മം, അധർമ്മം, അഹിംസ, ഹിംസ, സത്യം, ത്യാഗം എന്നിങ്ങനെ ഓരോന്നിനും ഗോവിന്ദൻ തന്റേതായ മാറ്റിത്തീർക്കലുകളും പുതുമയും പടച്ചു. ഒന്നിൽ മാത്രമാണ് ഗോവിന്ദന് അഭിപ്രായവിത്യാസമില്ലാതിരുന്നതെന്ന് തോന്നി, സ്നേഹം; മിത്രവും ശത്രുവും ഒരു ക്രൂരജന്തു പോലും അത് അർഹിക്കുന്നുണ്ട്. ഗോവിന്ദൻ പലപ്പോഴും പറഞ്ഞിട്ടുണ്ട് സ്വാതന്ത്ര്യമാണ് പ്രാണൻ. എന്നാൽ സ്നേഹത്തിനു മുമ്പിൽ ആ പ്രാണനെയും ത്യജിക്കാം. ഇവിടെ ഒരു ത്യാഗത്തിന്റെ കഥയോർത്തുപോകുകയാണ്. എം. ഗോവിന്ദന്റെ മണിയോർഡറും മറ്റു കഥകളും എന്ന സമാഹരത്തിലാണത്.

ഉയിർപ്പ്, എന്നാണ് കഥയുടെ പേര്. അതിലെ മുത്തു എന്ന സിദ്ധൻ ശ്മശാന കാവൽക്കാരനാണ്. അവിടെയെത്തുന്ന ശവങ്ങളൊക്കെ കുഴിച്ചുമൂടുന്നത് മുത്തുവാണ്. ഓരോ ദിവസവും എത്രപേരെത്തുമെന്ന വെളിപാടുണ്ട് മുത്തുവിന്. അന്ന് മാത്രം ആരും വന്നിരുന്നില്ല. ഇരുട്ടുമ്പോൾ ഒരു ബാലനേയും തോളിലേറ്റി അവന്റെമ്മ നിലവിളികളോടെയെത്തുന്നു. സ്വാമിൻ രക്ഷിക്കണേ ഇവനൊരു മകനാണെനിക്കുള്ളത്. ഇവനെന്റെ പ്രാണൻ, മകനെ സിദ്ധനായ മുത്തുവിന്റെ മുമ്പിൽ കിടത്തി, ദൈവത്തിന്റെ മുമ്പിലെന്നപോലെ!

ബാലനെ കിടത്തേണ്ടുന്ന കുഴിയിൽ സിദ്ധൻ മലർന്നുകിടന്നു. തന്റെ

ശരീരത്തിലൂടെ പൂമരങ്ങൾ വളർന്നു വരണമെന്ന മോഹത്താൽ ആദ്യമേ വിത്തുകളും പാകിയിരുന്നു. ഒടുവിൽ ബാലൻ അമ്മയുടെ കൈവിരലിൽ പിടിച്ച് നീങ്ങുന്നു. സിദ്ധൻ ഇരുകൈകളും കൊണ്ട് തന്റെ നെഞ്ചിലേക്ക് മണ്ണ് ഉതുകുന്നു! ഇരുകൈകളും ഇരു സർപ്പഫണം പോലെ ഭൂമിയെ ആശിർവദിച്ചും കൊണ്ടങ്ങനെ..! നാളെ തന്റെ ശരീരങ്ങളിലൂടെ മുളച്ച് പൊങ്ങി പൂമരങ്ങളായിത്തീരുന്ന കണി, മനസ്സിന്റെ കിനാവുകൾ നെയ്തെടുത്തും കൊണ്ട് മുത്തു സമാധിയാകുന്നു. ഇതാണ് ഉയിർപ്പ് എന്ന കഥയുടെ പൊരുൾ. ഇവിടെ അടിവരയിട്ട് പറയാനാഗ്രഹിക്കുന്നത്, മുത്തുവിന്റെ കഥ സ്വന്തം കഥയായ് കാണാൻ ആത്മാർത്ഥമായ് കൊതിച്ച മനുഷ്യനായിരുന്നു ഗോവിന്ദൻ എന്നാണ്. ഗോവിന്ദന്റെ മടക്കയാത്രയും അങ്ങിനെത്തന്നെയായിരുന്നു.

1989 ജനുവരി മാസം നിങ്ങൾ കുറ്റിപ്പുറത്ത് ഉണ്ടാവണമെന്ന് വീണ്ടും വീണ്ടും ഗോവിന്ദന്റെ കൽപ്പന. ജനുവരി 26നായിരുന്നു മകൻ മാനവേന്ദ്രനാഥിന്റെ കല്ല്യാണം നിശ്ചയിച്ചിരുന്നത്. ജനുവരി 22ന് വൈകുന്നേരമാണ് ഗോവിന്ദൻ മൃതിയടഞ്ഞത്. ശേഷം ചിന്തനീയം!

ഇനി മണിയോർഡർ എന്ന കഥയെടുത്താലോ, മനുഷ്യനെന്ന ഒരത്ഭുത പ്രതിഭാസത്തിന്റേതാണത്, സ്നേഹത്തിന്റെയും സേവനത്തിന്റെയും കഥ. ഒരു കുഗ്രാമത്തിലേക്ക് മണിയോർഡറുമായി വരുന്ന പോസ്റ്റ്മാൻ ചോയി മൂപ്പൻ ആ ഗ്രാമത്തിന്റെ അച്ചുതണ്ടായിത്തീരുകയാണ്. ചോയി മൂപ്പന്റെ വാർദ്ധക്യകാല മരണത്തിനുമുമ്പുള്ള ജീവിതത്തെ നാട്ടുകാർ സ്വന്തം വീട്ടുകാരണവരേക്കാൾ നോവോടെ കാണുകയും പറയുകയും ആ ഗ്രാമം ഇന്നുള്ള മാറ്റത്തിന്റെ കാരണക്കാരനായ്, ചോയി മൂപ്പനെ അനുസ്മരിക്കുന്നതുമാണ് കഥ. ഇറ്റിറ്റുവീഴുന്ന സ്നേഹത്തിന്റെ മഞ്ഞുതുള്ളികൾ. ആ സ്നേഹത്താൽ നാം അലിയുന്നു, നനയുന്നു.

അതൊരു ചെറുസിനിമയാക്കിയപ്പോൾ അതിൽ നെടുമുടി വേണുവിനായിരുന്നു ചോയി മൂപ്പന്റെ വേഷം. അതയാൾ മുമ്പേ ആഗ്രഹിച്ചതായിരുന്നത്രെ. മണിയോർഡറിന്റെ കഥ സ്ക്രീനിലാക്കാൻ അനുവാദത്തിനുവേണ്ടി ശ്രീ. പി.എൻ. മേനോൻ, ഗോവിന്ദന്റെ വീട്ടിൽ വന്ന് കാത്തിരുന്നതിന്റെ ഓർമ്മ മനസ്സിൽ മായാതെ നിൽക്കുന്നുണ്ട്. ഇന്ത്യാടുഡേയിലുള്ള, പി.കെ. ശ്രീനിവാസൻ ഇടപെട്ടിട്ടാണത് സാദ്ധ്യമായത്. ശ്രീനിവാസൻ സദാ വീട്ടിൽ വരാറുള്ളതാണ്.

'ഞാൻ സിനിമയ്ക്ക് വേണ്ടിയല്ല കഥയെഴുതിയത്,' എന്നാണ് ഗോവിന്ദൻ മേനോനോട് പറഞ്ഞത്. മറ്റൊരു കഥയായ സർപ്പം

സിനിമയാക്കുവാൻ അനുവാദം തരണമെന്നും പറഞ്ഞെത്തിയ പ്രസിദ്ധ സിനിമാ സംവിധായകൻ കെ.എസ്. സേതു മാധവനോട് നിങ്ങൾക്ക് അരങ്ങേറ്റമാണ് സ്ക്രീനിൽ ശോഭിക്കുക, സർപ്പം വല്ലാതെ ചിലവും പണികളുമുള്ളതാണ്, എന്നു പറഞ്ഞു. കുമാർ സാഹ്നി എന്ന ഹിന്ദി ചലചിത്രകാരന് സർപ്പം വാക്കാൽ അനുവദിച്ചിട്ടുണ്ടെന്നും ഗോവിന്ദൻ പറഞ്ഞു.

നോക്കുകുത്തി എന്ന കവിത ജാതീയതയുടേയും അനാചാരങ്ങളുടേയും ചെറുത്തുനിൽപ്പിന്റേതാണ്. ഒരു തലയോടിന്റെ വേരു തേടലാണത്. കവിത കഥയായ് നീളുകയാണ്, പിന്നീടത് സിനിമയുമായി. ലോകത്തിലെ ആദ്യത്തെ നവീന കവിതകളാൽ ഉണ്ടായ ഒരു സിനിമ!

'പട്ടാമ്പി പുഴക്കരയിൽ
പാട്ടു പന്തൽ പടിക്കരികിൽ
പത്തു നൂറു കരിമ്പനകൾ
പാർത്തു നിൽക്കും വരമ്പരികിൽ
ഉയരത്തിലുയരത്തിൽ
ഒരു കമ്പിൽ തലയോട്.'

ഇതെങ്ങിനെ അവിടെ വന്നു? അത് ഗോവിന്ദന്റെ ബാല്യത്തിൽ ഉറക്കം കെടുത്തിയിരുന്ന അനുഭവമായിരുന്നത്രെ! അതൊന്നിറക്കി വെച്ചപ്പോഴെ ഞാൻ ശാന്തനായുള്ളൂ എന്നും ഗോവിന്ദൻ പറഞ്ഞു.

ആ തലയോടിന്റെ അന്വേഷണം ആരംഭിക്കുന്നതോടെ നാട്ടുമ്പുറത്തെ മാന്യന്മാരുടേയും മങ്കമാരുടേയും ഉള്ളുലയാൻ തുടങ്ങുന്നതാണ് കവിത. ഒരു കുറവനായ് വന്നെത്തുന്ന കടമ്മനിട്ട രാമ കൃഷ്ണൻ പാടുന്നതിനൊത്ത് നോക്കു കുത്തിയെന്ന സിനിമയും വളരുന്നു. നാടൻ കലകളുടെ ഒരു വിത്തു പൊതിയായി ആ സിനിമ നമ്മളെ അത്ഭുതപ്പെടുത്തുന്നുണ്ട്. ഒരൊറ്റ സംഭാഷണമില്ലാതെ മുഴുക്കെയും കവിതയായാണ് സിനിമ അവസാനിക്കുന്നത്. സിനിമാ ചരിത്രത്തിലും അതൊരു ചരിത്രമായി മുഴച്ചു നിൽക്കുന്നുണ്ട്. (നോക്കുകുത്തിയെന്ന ആ ചിത്രത്തിന്റെ സിനിമാ പ്രിന്റ് ദൂരദർശനിൽ നിന്നും കാണാനില്ല. മങ്കട രവിവർമ്മയാണ് അതിന്റെ സംവിധായകൻ. പലവട്ടം ശ്രമിച്ചു, മറുപടിയില്ല. എന്താവാം സംഭവിച്ചത്). കവിത കഥയായ് സിനിമയായ് നാടൻ കാഴ്ചകളായ് നീളുന്നത് നാടൻ കലകളിലൂടെയുമാണ്. കലയുടെ ഔഷധഗുണമാണതിലേറെയും പരക്കുന്നത്.

എല്ലാ രഹസ്യങ്ങളും ഊറ്റിയെടുക്കാൻ പറ്റുന്നവരാണ് മലങ്കുറവൻമാർ. അവിടെ വന്നെത്തിയ മുരുകനെന്ന കുറവൻ മഷി നോക്കി കഥ പറയാമെന്നേറ്റു. കഥയേറിയാൽ നാട്ടുകാരും!

'മഷി നോക്കി കൃഷി ചൊല്ലാം
കളമെഴുതി കഥ പറയാം
അടിഞ്ഞമർന്ന പഴമകളെ
അടിവേരിൽ പിഴുതെടുക്കാം.'

അതു കേട്ട് താച്ചു മേനോൻ ചോദിക്കുന്നുണ്ട്.

'കമ്പില്ലുള്ള തലയോടിൻ
മുമ്പുരാണമെന്താവോ?'

മേനോന്റെ ചോദ്യത്തിനുത്തരങ്ങളായ് കവിത പിന്നെ കഥയായ് വിരിയുകയാണ്.

'തുടിയടിച്ചു മുരുകയ്യൻ
തുണക്കാരി മുടിയഴിച്ചു
ഉറയുരിഞ്ഞ വാളുപോലെ
ഉര വിളങ്ങി ഒലി മുഴങ്ങി
....
മൂന്നല്ലോ ലോകങ്ങൾ
മൂന്നല്ലോ കാലങ്ങൾ
ഇരവന്റെ തിരുവേലിൽ
ഇരണ്ടല്ല മുന മൂന്ന്!
....
ഇരുപത്തി നാലുകാരൻ
ഇല്ലത്തെ അക്കിരാമൻ
അഴകിലവൻ അലരമ്പൽ
അറിവിലാഴ്വാം ചേരി!'

നായകൻ അക്കിരാമനാണ്. നായികയായ് വരുന്നത് ചിരുതേയി. അമ്പലത്തിലെ കഴകക്കാരിയാണ്. പൂ പറിക്കലും കോർക്കലും; പിന്നെ അക്കി അമ്പലത്തിൽ വന്ന രാമന്റെ കണ്ണിൽപ്പെട്ടുന്നു. പ്രേമത്തിനായ് കേഴുന്നു, നിരസിക്കുന്നു. ഒടുവിൽ നായകനെ തടവറയിലാക്കുന്ന മേൽക്കോയ്മകൾ തന്നെ കഥ!

വിടനല്ല വിഡ്ഢിയല്ല
വീരനുമല്ലക്കിരാമൻ
വിപ്രനായാൽ പ്രേമമെന്ന

സിദ്ധിയെന്തേ പാടില്ലേ
പാരിനതിൻ പതിവില്ലേ
'തെച്ചിമാല തേവർക്ക്-മുല്ല മാല വേളിക്ക്'

അവരുടെ പ്രേമം ദൈവികമായി, മാല ചാർത്തലായി, പക്ഷേ അവർ തനിച്ചായിരുന്നു.

തെറ്റുത്തു വെച്ച തെച്ചി മാല
വിരുത്തമാക്കി അക്കിരാമൻ
കുനിഞ്ഞു നിൽക്കും പെൺ കിടാവിൻ
കഴുത്തിൽ ചാർത്തി മന്ത്രിച്ചാൻ

അന്നവിടെ കണ്ടിരുന്ന തലയോട്ടി ആരുടേതാണ്? ഭ്രാന്തനായിതീർത്ത അക്കിരാമന്റേതാണോ...? കഴകക്കാരിയായ ചിരുതേയിയുടേതാവുമോ? ഒരു ചെറു കഥ പറഞ്ഞ് ചരിത്രം പറഞ്ഞ്, കഥ തീർക്കുകയല്ല, ഗോവിന്ദന്റെ ഓരോ കലാ സൃഷ്ടിയിലും കാണുന്നത്. പ്രപഞ്ചത്തിന്റെ നിഴൽപ്പാടുകളുള്ള ഓരോ കണ്ണാടി നമുക്ക് നേരെ കാട്ടിത്തരികയാണ്. അതിൽ കാണുന്ന നമ്മുടെ അന്തരംഗങ്ങൾ കണ്ട് നമ്മളെ തന്നെ ഞെട്ടിപ്പിക്കുകയാണ് ഗോവിന്ദൻ.

ഇവിടെ ഗുരു നിത്യ ചൈതന്യയതി പറയുന്നതിലെ ചിലതു മാത്രം ഒന്നയവിറക്കാം.

എം. ഗോവിന്ദൻ ഡോക്ടർ ഗോവിന്ദനല്ല. പ്രൊഫസർ ഗോവിന്ദനല്ല. ഫ്രോയിഡിന്റെ കൈ മുത്തിയിട്ടില്ല. യുങ്ങിന്റെ ആനിമയേയും ആനിമസ്സിനേയും വിലയിരുത്താൻ നോക്കിയിട്ടില്ല. യതി അവസാനിപ്പിക്കുന്നതിങ്ങനെ...

ഗോവിന്ദനെപ്പോലെയുള്ള ഒരാളെ ആരെന്നു വിലയിരുത്താൻ ആരാണ് ശ്രമിക്കുക. പല മാദ്ധ്യമങ്ങളിൽക്കൂടി പല മാതിരി അദ്ദേഹം നമ്മെ തന്നെ കാണിച്ചു തന്നിരിക്കുന്നു. സാധാരണ അർത്ഥത്തിൽ ഗോവിന്ദൻ ആന്ത്രപ്പോളജിസ്റ്റായിരുന്നില്ല. ഒരു മനശാസ്ത്രജ്ഞനായിരുന്നില്ല. ഒരു രാഷ്ട്ര തന്ത്രജ്ഞനായിരുന്നില്ല. സാമൂഹിക ശാസ്ത്രജ്ഞനായിരുന്നില്ല. എന്നാൽ ഏതു സർവ്വകലാശാലയിലെ പണ്ഡിതാഗ്രേസരനും ചെന്നെത്താൻ കഴിയാത്ത ആഴം വരെ പോയി. (യതി തുടരുന്നു)

അദ്ദേഹം സാധാരണക്കാരന്റെ മനശാസ്ത്രജ്ഞനും സാമൂഹിക ശാസ്ത്രജ്ഞനും രാഷ്ട്രതന്ത്രജ്ഞനും ഒക്കെ ആയിരുന്നു. എന്നു മാത്രമല്ല, താൻ തുടങ്ങിവെച്ചതു തുടർന്നു കൊണ്ടു പോകുവാൻ ജന ജീവിതത്തിൽ, ഒരു പ്രേരണയായിത്തീരുകയും ചെയ്തു. *A little leaven leavens the whole lump.* (Galatians 5:9) എന്നു യേശു പറയുന്നതു പോലെ

ഗോവിന്ദൻ സമഷ്ടി മനസ്സിലുള്ള പുളിപ്പാണ്. ആ പുളിപ്പുകൊണ്ട് എല്ലാ മനസ്സും ഗോവിന്ദന്റെ ജീവിത ലക്ഷ്യത്തെ പൂർണ്ണതയുള്ളതാക്കാൻ ശ്രമിക്കും. ഗോവിന്ദനാണ് നമ്മുടെ മങ്ങലേൽക്കാത്ത മനസ്സാക്ഷി. എന്നേക്കാൾ എനിക്കു സത്യമായി ഉള്ളിലിരിക്കുന്ന എം. ഗോവിന്ദൻ സ്തുതി വചനങ്ങളിൽ പ്രീതനാവുന്നവനല്ല. അതുകൊണ്ട് ഞാൻ ആ ഹൃദയ ചോരനെ നോക്കി മന്ദഹസിക്കുന്നതേയുള്ളൂ....

യതിയുടെ വാക്കുകൾക്ക് വിശദീകരണമില്ല. സത്യത്തെ കാണാനുള്ള ഗോവിന്ദന്റെ അകക്കണ്ണുകളെ തിരിച്ചറിഞ്ഞ ഒരാളുടെ കൈയ്യൊപ്പു മാത്രമാണല്ലോ അത്. യതിയും എത്രയോ തവണ (77-ആ ഹാരീസ് റോഡിൽ) ഗോവിന്ദനെ തേടിയെത്തിയവരിൽ ഒരാൾ മാത്രമാണ്.

ഗോവിന്ദൻ ജപമാലയും മന്ത്രോച്ചാരണവും നടത്തിയിട്ടില്ല. എന്നാൽ അത്തരക്കാരെയും സ്നേഹിക്കുന്ന, സ്വീകരിക്കുന്ന അവരുടെ അറിവിനെ ആദരിക്കുന്ന ഒരു വലിയ ഹൃദയവും തലച്ചോറും നേടിയെടുത്തവനായിരുന്നു. മനുഷ്യനെയാണന്വേഷിച്ചത്. മണ്ണ് ഉഴുതുമറിക്കുന്ന കർഷകനെയും പാറവെട്ടി പാതയൊരുക്കുന്ന തൊഴിലാളിയെയും നമിക്കുന്നു. അവിടെയാണ് ദൈവമുള്ളത്. ടാഗോറിന്റെ ഗീതാഞ്ജലിയും പറയുന്നു. അതിനായിരുന്നല്ലോ നോബൽ സമ്മാനം കൊടുത്ത് ലോകം ടാഗോറിനെ ആദരിച്ചത്.

ആത്മീയതയുടെ പ്രതീകമാണ് ടാഗോർ. അദ്ധ്വാനത്തിന്റെ മഹനീയതയിൽ ദൈവത്തെക്കാണാൻ ആഹ്വാനം ചെയ്യുന്നു. ടാഗോർ തെളിഞ്ഞ ഹൃദയങ്ങളുടെ ഒരു മഹാസമുദ്രം കൂടിയാണ്. കണ്ണിൽക്കാണുന്ന മനുഷ്യസത്യങ്ങളെ മറച്ചുവെക്കുന്ന മറ്റൊരു വേദവും സ്വീകാര്യമായിരുന്നില്ല ഗോവിന്ദനും. അതുകൊണ്ടു തന്നെ തന്റെ സംശയങ്ങൾക്കുള്ള മറുപടി മാത്രമായി വേദപുസ്തകങ്ങളും ഉപനിഷത്തുക്കളും ഗാന്ധിസവും കമ്മ്യൂണിസവും പഠിച്ചു. പുതിയൊരു മരുന്ന് കാലത്തിനാവശ്യമാണെന്ന് കണ്ട് മുമ്പേ ചില കണക്കുകൾ കൂട്ടി. അതാണ് **കമ്മ്യൂണിസത്തിൽ നിന്നും മുന്നോട്ട്**. (അത് ഇടതുപക്ഷത്തോടുള്ള ആഹ്വാനത്തിന്റെ ഹേതുവും പൊരുളും)

കമ്മ്യൂണിസത്തെ മാത്രമല്ലല്ലോ ഗോവിന്ദൻ വിമർശിച്ചത്. ഗാന്ധിസത്തെയും, സോഷ്യലിസത്തിന്റെ പ്രസക്തിയെക്കുറിച്ചും പറഞ്ഞിരുന്നല്ലോ. മതേതരത്വത്തിന്റെ കാപട്യങ്ങൾ എത്ര പണ്ടേ ഗോവിന്ദൻ പറഞ്ഞുവെച്ചു! ദൈവങ്ങൾ അമ്പലത്തിൽ മാത്രമായൊതുങ്ങുന്നതല്ലെന്നും, തൂണിലും തുരുമ്പിലുമുള്ള ദൈവം അവിടെയുമുണ്ട് എന്നാൽ അതിൽക്കൂടി അവിടെ നിന്നും ഒരു മനസ്സിന് ശാന്തി

ലഭിക്കുമെങ്കിലതാവാം. നിന്ദിക്കരുത്, പക്ഷെ ആ ദൈവാരാധനയുടെ മറവിൽ മറ്റൊരു മനസ്സിനെ വ്രണപ്പെടുത്തുകയുമരുത്. അത് അക്രമവും അസ്സ്വാതന്ത്ര്യവുമാണ്. അതവരുടെ ചുറ്റുവട്ടത്തിലും ഹൃദയത്തിലും മാത്ര മൊതുങ്ങണം. അല്ലാത്തതിനെ ചോദ്യം ചെയ്യണം. അനാചാരങ്ങൾ പെരുകി വരുന്നതിനെയും തിരുത്തണം.

ഇവിടെയും ഒരു കഥ ഗോവിന്ദൻ നേരിട്ട് പറഞ്ഞതും പിന്നെ പലരിൽ നിന്നും അറിഞ്ഞതുമായത് വെളിപ്പെടുത്താം. 1970കളിലാണെ ന്നാണ് ഓർമ്മ. ഒരു നബിദിന ആഘോഷമായിരുന്നു അന്ന്. ഹാരീസ് റോഡിൽ ഇസ്ലാമിക വിശ്വാസികളാണ് വ്യാപാരികൾ ഏറെയും. അന്ന് റോഡാകെ തോരണങ്ങൾ കാണും. വർണ്ണക്കടലാസുകളും പച്ചക്കൊ ടികളും. സാധാരണ ഗോവിന്ദന്റെ വീട്ടുടർസിൽ അവരത് കെട്ടുമായി രുന്നില്ല. എന്നാൽ അത്തവണ എല്ലാവരും ഉറങ്ങുമ്പോൾ അവരത് ചെയ്തു. ഗോവിന്ദൻ എഴുന്നേറ്റു നോക്കുമ്പോഴതാ തോരണങ്ങളുടെ പൂരം! വിമ്മിട്ടമായി ഗോവിന്ദന്. ഒരനുവാദമെങ്കിലും ആവശ്യപ്പെടാതെയാണ വരത് ചെയ്തത്.

താഴത്തുള്ള മുസ്ലീം സഹോദരന്മാരോട് അത് ഒഴിവാക്കണമെ ന്നാവശ്യപ്പെട്ടു. അവർ ഗോവിന്ദനെ നിരസിച്ചു. ഗോവിന്ദൻ അവർ നോക്കിനിൽകെ, ഒരു വലിയ കത്തിയുമായ് വന്ന്, ഓരോന്നായി അറുത്തു തുടങ്ങി. താഴെ നിന്നും കല്ലേറുകളും തുടങ്ങി. അപ്പോഴാണ് എല്ലാവരെയും ഞെട്ടിച്ചുകൊണ്ട് നാലഞ്ച് പോലീസ് വണ്ടി വീട്ടിന്റെ മുമ്പിൽ അലറിവിളിച്ചുംകൊണ്ടെത്തുന്നത്.

ഗോവിന്ദൻ ആർക്കോ ഒന്ന് ഫോൺ കറക്കിയതാണ് കാര്യം. ആക്ര മികൾ ഭയന്നോടി. അവർ പിന്നെ ഗോവിന്ദനെ ഭയത്തോടെയാണ് കാണുക. ഇയാളാരപ്പാ എന്ന മട്ടിൽ.

വീടിന്റെ നേരെതിരിലാണ് കോമളേശ്വരം കോവിൽ. ശിവക്ഷേത്ര മാണ്. തമിഴ് ബ്രാഹ്മണന്മാരാണതിന്റെ ചുറ്റിലും. അയ്യപ്പന്മാർ മാലയിടു ന്നതും, ശരണം വിളികളും പൂജകളും പതിവ്. മകര വിളക്കിന്റെ അയ്യപ്പൻ പൂജയും പതിവാണ്. ഇത്തവണ അവർക്കൊക്കെയും ഗോവിന്ദനോട് ഏറെ ബഹുമാനമായിരുന്നു. കാരണം നബിദിനത്തിന്റെ സംഭവം തന്നെ. (ജാതി സ്പർദ്ധ തന്നെ) ഗോവിന്ദൻ നമ്മുടെ ആളാണെന്ന കൗതുകവും കൂടി, ഹൈന്ദവർക്കൊക്കെ സ്നേഹമായി. 1973ലാണ് സംഭവം.

അത്തവണ ഞാൻ അതിന് സാക്ഷിയായിരുന്നു. ഞാനന്ന് മാല യിട്ടിരുന്നു, മലകയറുവാൻ. ശബരിമലയിലെ ജ്യോതിയെ കുറിച്ച്

നേരിട്ടറിയണം. തിരുവാഭരണത്തിനു മുകളിൽ ചുറ്റിപ്പറക്കുന്ന പരുന്തിനെക്കുറിച്ചും. പല സംശയങ്ങളും ക്ഷണിച്ചുണ്ടാക്കി മനസ്സിൽ. കൃഷ്ണൻ എന്ന ഒരു സുഹൃത്ത് നിർബന്ധിക്കുകയും ചെയ്തു, മാലയിടാൻ. പിന്നെ മലയാളികൾ ഒത്തുകൂടുന്നതും രസം. അതിലധികം അയ്യപ്പൻ എന്ന വിപ്ലവകാരിയുടെ ജാതി, മതം, ധനം, ഉദ്യോഗം പോലുള്ള വേർതിരിവുകളില്ലാത്ത സമത്വബോധവും. അന്നവിടെ ഇതൊന്നും തീണ്ടിയിരുന്നില്ല. മകര ജ്യോതിയുടെ രഹസ്യം കണ്ടെത്താൻ വേറെ മാർഗ്ഗമില്ലാത്തതിനാലാണത്. അയ്യപ്പ സേവാ സംഘം തോരണം കെട്ടുമ്പോൾ അന്ന് ഞാനും സഹകരിച്ചു. അന്ന് ഒരു ഡോക്ടറമ്മയുടെ വീടായ് മാത്രമേ ആ വീട് ഞാനറിയുമായിരുന്നുള്ളൂ. ഗോവിന്ദനെ കേട്ടിട്ടില്ല.

റോഡാകെ സേവാസംഘം കുരുത്തോലകളും, പനയോലകളും, വാഴകളുമായി അലങ്കരിച്ചു. പാതിരാത്രി ആരോ ഗോവിന്ദന്റെ, വീടിന്റെ ടർസിൽ കയറി തോരണം കെട്ടി. ബഹളം ഗോവിന്ദൻ അറിഞ്ഞിരുന്നു. ശബ്ദമുണ്ടാക്കുകയും ചെയ്തു. അന്നൊക്കെ ഡോക്ടർ പത്മാവതിയമ്മ ക്ഷേത്രങ്ങളിൽ പോകുമായിരുന്നു. ചിലപ്പോൾ ആ ധൈര്യവും, അക്കൂട്ടരെ ഉത്സാഹപ്പെടുത്തിക്കാണും. പിറ്റേന്ന് രാവിലെ ഗോവിന്ദൻ കോമരംപോലെ തുള്ളി. താഴെ അയ്യപ്പൻ വിളക്കിന്റെ കോലാഹലം. ഗോവിന്ദൻ ഭാര്യയോടുപറഞ്ഞു 'ഞാനിപ്പോൾ ഇതറുക്കും. പക്ഷേ ഗോവിന്ദനെ ഞെട്ടിച്ചുകൊണ്ട് ഭക്തയായ പത്മാവതിയമ്മ അകത്തുപോയി വലിയൊരു കത്തിയുമായി വന്ന് ക്ഷേത്രത്തിലോട്ട് നോക്കി **'സ്വാമിയേ ശരണമയ്യപ്പാ'** എന്ന് മൂന്ന് തവണ വിളിച്ചു. ആളുകളെല്ലാം നോക്കികൊണ്ടിരിക്കെ അവരത് ഒന്നൊന്നായി അറുത്തുമാറ്റി. മതേതരത്വത്തിന്റെ പൊരുളറിഞ്ഞുകൂടാത്ത ആ സംഘക്കാർ ഗോവിന്ദനെ ശപിച്ചു. അയ്യപ്പൻ അയാൾക്ക് കടുത്ത ശിക്ഷ നൽകുമെന്നും പറഞ്ഞു.

ഗോവിന്ദനെ അറിഞ്ഞിട്ടുള്ളവരാരും മറന്നുപോകാത്ത ഒരു കഥ കൂടി ഉണ്ട് ഗോവിന്ദന്റെ ഉപന്യാസത്തിൽ. ഏകലോകത്തിന്റെ നീലപ്പടം എന്നാണ് തലക്കെട്ട്. കഥ ഇങ്ങനെ. ഒന്നാം ലോക യുദ്ധത്തിൽ താറുമാറായ ലോകത്തിന്റെ ഭാവി ചർച്ച ചെയ്യപ്പെടുന്നതാണ് വേദി. സകല ചിന്തകരും ശാസ്ത്രജ്ഞരുമുണ്ട്. അവരുടെ മുമ്പിലുള്ളതോ, കീറിപ്പറഞ്ഞ ഭൂപടം. ഏകലോകത്തെക്കുറിച്ചുള്ള ചർച്ച വഴിമുട്ടി നിന്നു. കാരണം, മേശപ്പുറത്തുള്ള ഭൂപടം കീറിപ്പറിഞ്ഞിരിക്കുന്നു. ഒട്ടിക്കുവാൻ ഒരു നിവർത്തിയുമില്ല. അപ്പോഴാണ് അതിലൊരാളുടെ മകൻ ആ ഭൂപടവുമെടുത്ത് പുറത്തേക്ക് ഓടിയത്. തടഞ്ഞില്ല, കാരണം അവരത് ഉപേക്ഷിച്ചതായിരുന്നല്ലോ. അത്ഭുതം മറ്റൊന്നായിരുന്നു, ആ ഭൂപടം

പുതിയതുപോലെ ഭംഗിയാക്കിക്കൊണ്ട് ആ ചെറിയ കുട്ടി അവിടെ വന്നപ്പോഴാണുണ്ടായത്. ഇതെങ്ങനെ സംഭവിച്ചു? ഏകസ്വരത്തിൽ അവരന്വേഷിച്ചു, കുട്ടി ലാഘവത്തോടെ പറഞ്ഞു, വളരെ ലളിതമാണത്, ഭൂപടത്തിന്റെ പിൻപുറത്ത് ഒരു മനുഷ്യന്റെ ചിത്രമുണ്ടായിരുന്നു. ആ മനുഷ്യനെ നോക്കി ഞാൻ ഇത് ഒട്ടിച്ചെടുത്തു. സ്വയം മറന്ന ശാസ്ത്രജ്ഞർ പകച്ചു നിന്നു. മനുഷ്യൻ, മനുഷ്യൻ എന്നുച്ചരിച്ചുകൊണ്ട്.

സ്വാതന്ത്ര്യം തന്നെ പ്രാണൻ

സ്വാതന്ത്ര്യമില്ലാത്തിടത്ത് മാനവികത വളരുമോ? ജനാധിപത്യത്തെക്കുറിച്ച് പ്രസംഗിക്കുന്ന എത്ര കക്ഷികൾ സ്വാതന്ത്ര്യം അനുയായികൾക്കനുവദിക്കുന്നുണ്ട്. സാധാരണക്കാരും തൻ കാര്യങ്ങൾ വരുമ്പോൾ സ്വാതന്ത്ര്യത്തെ പടിയ്ക്കുപ്പുറത്തല്ലേ നിർത്തുന്നത്? വീട്ടിലും നാട്ടിലും ഓഫീസിലും സ്വാതന്ത്ര്യം വാരിക്കോരിച്ചെലവഴിക്കുന്നവരെത്ര പേർ? സ്വാതന്ത്ര്യത്തെ വേരും പൂവുമറിഞ്ഞ് ചെലവഴിച്ചാലേ നാടും വീടും കീർത്തിനേടൂ. നല്ലതെന്തും ദുഷിച്ചാൽ അറുവഷള്. സ്വാതന്ത്ര്യവും അങ്ങിനെ അത് സ്വീകരിക്കുവാനുള്ള പരുവവും നന്നെ കുറവ് ഭാരതീയരിൽ.

ജാതി-മതം-വർഗ്ഗീയത, കൊല്ലലും, ചാവലും, സ്ത്രീകളുടെ അപകട മരണങ്ങളും ആത്മഹത്യകളും; അത്രയും സ്വാതന്ത്ര്യത്തിന്റെ ബോധമില്ലായ്മയിൽ വരുന്ന വിപത്തുകൾ. എം. ഗോവിന്ദന്റെ ഉപന്യാസങ്ങൾ പഠിക്കുന്നതോടെ സ്വാതന്ത്ര്യത്തിന്റെ ബോധവത്ക്കരണവും കൂടി നാമറിയുന്നുണ്ട്. ചിന്തകളെ നാമായ് സ്വയം ഉൽപ്പാദിപ്പിക്കുന്നു, അത് കറന്നെടുക്കാൻ പ്രാപ്തമാക്കുന്ന പശുവിന്റെ അകിടുപോലെയാണത് ചുരത്തുക.

> 'സ്വാതന്ത്ര്യം തന്നെ അമൃതം
> സ്വാതന്ത്ര്യം തന്നെ ജീവിതം
> പാരതന്ത്ര്യം മാനികൾക്ക്
> മൃതിയേക്കാൾ ഭയാനകം'

ഗോവിന്ദനെക്കുറിച്ച് പറഞ്ഞാൽ ആശാനെക്കുറിച്ചും പറയേണ്ടതായി വരും. ഗോവിന്ദന്റെ കവി കുമാരനാശാനാണ്. സ്നേഹവും സ്വാതന്ത്ര്യവും ഒരു നാണയത്തിന്റെ ഇരുപുറങ്ങൾ തന്നെ. ആശാന്റെ, മേൽ

കാണിച്ച മന്ത്രങ്ങൾ നിത്യവും ജപിച്ചാൽ സ്വാതന്ത്ര്യത്തിന്റെ ശക്തി നാമറിയാതെ നമ്മിലേക്ക് വരുമെന്നാണ് വിശ്വസിക്കേണ്ടത്. അത് വ്യക്തിയുടെ വെളിച്ചത്തിലാവണം.

സ്വാതന്ത്ര്യമനുഭവിച്ചവർക്കേ അന്യർക്കും അത് നൽകുവാനൊക്കു. 1975-ൽ ഇന്ദിരാഗാന്ധി നമ്മെ അടിയന്തിരാവസ്ഥ കൊണ്ട് പൊള്ളിച്ചപ്പോഴേ സ്വാതന്ത്ര്യബോധം നമ്മെ കുലുക്കിയുള്ളൂ. 'വാക്കോ നിന്റെ കഴുത്തോ?' ഗോവിന്ദനെഴുതി. 'കഴുത്തെന്തിന് വാക്ക്,' എത്ര പേർക്കതിനു കഴിഞ്ഞു? സംഗതി അടിയന്തിരാവസ്ഥയല്ലേ എന്നിട്ടും?

സ്വാതന്ത്ര്യമെന്നത് പാടത്തും, പരിസരത്തും, കാടുകളിലും, വളരുന്ന ഔഷധച്ചെടികൾപോലെയത്രേ. കുയിൽ, കുഞ്ഞുങ്ങളെ വളർത്താൻ കാക്കകളെ ആശ്രയിക്കുന്നു. പല രാജ്യങ്ങളും സംഘടനകളും നമ്മളും അതിന്റെ ദൃഷ്യം അനുഭവിക്കുന്നു. നമ്മുടെ പിതാമഹരിലും, പല ജാതികൾ. ജ്ഞാന വൃക്ഷമായ ആൽമരങ്ങളാണ് മനുഷ്യന് ചേരുക. കൊമ്പിൽ നിന്നും വേരിറങ്ങുന്നതാണതിന്റെ മഹിമ. നമുക്ക് ആറാം ഇന്ദ്രിയമെന്നും പറയാം. അതുള്ളവർ ചരിത്രത്തിൽ ഇടം നേടുന്നു. ഒരു തരം യുദ്ധം തന്നെയാണീ കളപറിച്ചെറിയൽ. വിഷക്കായ്കളില്ലാതാക്കൽ. ഗോവിന്ദനും അത്തരം ഒരു യുദ്ധത്തിൽ തന്നെയാണ് ഏർപ്പെട്ടിരുന്നത്. അടിവേരുകൾ തേടിയറിയുന്ന ഒരു യുദ്ധം. സാംസ്കാരികമായ വിപ്ലവം. അനീതികളോടേറ്റുമുട്ടൽ. ആൾക്കൂട്ടം തരുന്ന ശിക്ഷ ഏറ്റുവാങ്ങൽ.

ഭാരതത്തിൽ അത് ആദ്യം തിരിച്ചറിഞ്ഞത് ശ്രീനാരായണനായിരുന്നു. കൊട്ടും വിഷമില്ലായ്മ ചെയ്യാനുള്ള യുദ്ധം ആരംഭിച്ചതും മറ്റാരുമല്ല. ഗാന്ധിജിയും, വിവേകാനന്ദനും, ടാഗോറും നാരായണഗുരുവിനെ തേടിയെത്തി. ഇന്ത്യൻ ജാതിവ്യവസ്ഥയെക്കുറിച്ചുള്ള കണ്ണാടി കാണാൻ സെക്കുലറിസത്തെക്കുറിച്ചുള്ള ബാലപാഠം രചിക്കാൻ. കേരളം ഭ്രാന്താലയമാണെന്ന് ചങ്കുറ്റത്തോടെ പറയാനേ വിവേകാനന്ദന് കഴിഞ്ഞുള്ളൂ. കീഴാളന്മാരുടേതായ ഒരു ശിവനെ പ്രതിഷ്ഠിച്ചെടുക്കാൻ ശ്രീനാരായണനു കഴിഞ്ഞു. ആ നാരായണൻ അവർകളെ കാണാൻ കണ്ണാടിയും ശ്രീകോവിലിൽ വെച്ചു. ആ നാരായണനെയാണ് എം. ഗോവിന്ദൻ കേരളത്തിന്റെ മഹാവിപ്ലവകാരിയായ് കണ്ടിരുന്നത്. വേറൊരു ഗുരുവിനെയും അംഗീകരിച്ചില്ല.

ശ്രീനാരായണൻ പുഴയിൽ നിന്നൊരു കല്ലെടുത്ത് ശിവനെന്നു പറഞ്ഞപ്പോൾ അതംഗീകരിക്കുവാൻ കേരളത്തിൽ ആളുണ്ടായതിന്റെ പിന്നിൽ ഒരു രഹസ്യവും കൂടിയുണ്ട്. ആദ്യം നാടിനെ അറിഞ്ഞു. നാടിന്റെ വേര്, ജീർണ്ണിച്ച ജാതിയും വൈറസ്സായ് തീരുന്ന

മതങ്ങളുമാണതെന്നറിഞ്ഞു, അവരേവരും ഭയപ്പെടുന്ന ദൈവത്തെ തള്ളാതെ മാറ്റിപ്പണിയുകയാണ് തന്ത്രം. അതിന് ധ്യാനവും, തപസ്സും സിദ്ധിയും ആദ്ധ്യാത്മികമായ പൂർണ്ണതയും സഹായമായി. സംഘടിച്ച് ശക്തരാവുക എന്ന ഗുരുവചനം മണ്ണറിഞ്ഞു മനുഷ്യരൊന്നായി അറിഞ്ഞു. ഗുരുവിന് പിറകെ വന്നവർ അതിൽ, ജാതിയും പണവും ജാതകവും പൂഴ്ത്തി ഭാഗംവെപ്പ് നടത്തി. ഇതേവരെയുണ്ടായ എല്ലാ പ്രവാചകന്മാർക്കും സംഭവിച്ച പരാജയം ഗുരുവിനും നേർന്നു. ഗോവിന്ദനുമാത്രം ഇളവെന്തിന്?

ഒന്നറുത്താൽ പലതായ് വരുന്ന സസ്യങ്ങൾ പോലെ ജാതിയും അനാചാരങ്ങളും പെരുകുന്നത് കണ്ടുകൊണ്ടാണ് ഗോവിന്ദൻ വളരുന്നത്. ആത്മിയവാദികളായി വരുന്ന സ്വാമിമാരും പെരുകുന്നു. നാരായണഗുരു കുടത്തിലടച്ചുപൂട്ടാൻ ശ്രമിച്ച ജാതികളെ അതിലെ ജീർണ്ണതകളെ പുതിയവർ പ്രിയമോടെഴുന്നള്ളിക്കുന്നതും നമ്മൾ കാണുന്നു. തൂലിക പടവാളായിക്കരുതിയ ഗോവിന്ദൻ ജാതിയില്ലാതെ സംഘങ്ങളില്ലാതെ ആഴത്തിലുള്ള വെട്ടുവെട്ടി. അതിന്റെ മുറിവുകൾ പുതിയതായ് വരുന്ന മതങ്ങളും ജാതികളുമായ കക്ഷിരാഷ്ട്രീയക്കാർക്കും വ്രണം വരുത്തി. അവർ ഗോവിന്ദനെതിരെ ഗറില്ലാപോരാട്ടം പോലെയോരോ അടവ് പയറ്റി. അതിലൊരു വിഷം പുരട്ടിയ ശരം മാത്രമാണ് **അമേരിക്കൻ ചാരൻ,** എന്നത്. അത് ആരുടെ പടപ്പായിരുന്നു? ഗോവിന്ദന് ഇങ്ങിനെയൊന്നും ചെയ്യാതിരിക്കുവാൻ സാദ്ധ്യമായിരുന്നില്ല. പരദൂഷിതർക്ക് മറ്റൊരടവും തലയിൽ ഉദിച്ചിരുന്നില്ല. അഹോ കഷ്ടം.

1955 ലാണല്ലോ ഇന്ത്യാഗവൺമെന്റ് അയിത്തോച്ചാടന നിയമം പാസാക്കിയത്. എന്നാൽ 1936-ൽ തന്നെ തിരുവിതാംകൂർ രാജ ഭരണം ക്ഷേത്രങ്ങൾ എല്ലാ ജാതികൾക്കുമായ് തുറന്നുകൊടുത്തു. 1946-ൽ കൊച്ചിയും. ഇതിനെല്ലാം കാരണമായതിന്റെ പിന്നിൽ ആത്മീയാചാര്യന്മാരായ നാരായണഗുരുവും ചട്ടമ്പിസ്വാമികളും അയ്യങ്കാളിയും വാഗ്ഭടാനന്ദനുമൊക്കെയാണെന്ന കാര്യവും വിസ്മരിക്കാൻ വയ്യ.

സോഷ്യലിസം, ഉദയത്തിനു മുൻപേ അസ്തമിച്ച സ്വപ്നമാണ്. ഗാന്ധിജിയെ വധിച്ചവനെ ആരാധിക്കുന്നവർ തന്നെ ഗാന്ധി സോഷ്യലിസവും ലേബലാക്കി. ഇങ്ങിനെ ആയിത്തീരുന്ന അവസ്ഥയെ പണ്ടേ ഗോവിന്ദൻ പരിഹസിച്ചു. താനൊരു നേതാവായി പരിഹാസപാത്രമായിത്തീരരുതെന്ന് നിശ്ചയിക്കാൻ ഇതും കാരണം തന്നെ ഗോവിന്ദന്. ഭാവികാലം പരസ്യത്തിന്റേതാണെന്ന് ഗോവിന്ദൻ എഴുതിയിട്ടുണ്ട്. ഒരാൾക്കിത്ര കിലോ പരസ്യം. 'എങ്ങും പോണ്ട. ഇരുന്നിടത്ത്കിട്ടും.'

തിന്നുക. ദൈവാധികാരങ്ങൾ നിറഞ്ഞ അമ്പലങ്ങളിലും കാവുകളിലും ആചാരങ്ങളിലും അനുഷ്ഠാനങ്ങളിലും ജാതികളും മതങ്ങളും തന്നെയാണ് നിറഞ്ഞിരിക്കുന്നത്. പുതിയ മനുഷ്യർ ആത്മവീര്യം കുറഞ്ഞ് ചേമ്പിൻ തണ്ടൊടിയുന്നതു പോലെ ഒടിഞ്ഞു വീഴുന്നു. മുമ്പ് ആട്ടിയോടിച്ചിരുന്ന സർവ്വാചാരാങ്ങളും ഇടത് വലത് എന്ന പക്ഷങ്ങളില്ലാതെ വാരിപ്പുണരുകതന്നെയാണ്.

ജാതി കാണിക്കുന്നതിലാണ് ഇന്നത്തെ നാഗരികത. കൊച്ചു കുട്ടികളുടെ പേരിലും ജാതി വാൽ ഏച്ചു കെട്ടുന്നു. ഇന്നെല്ലാ പാർട്ടികളും അവിയലുകളാണ്. എല്ലാ ഗ്രൂപ്പുകളിലുമുണ്ട് കോൺഗ്രസ്സും, കമ്യൂണിസവും ലീഗും മറ്റു കക്ഷികളും.

കമ്യൂണിസവും ഭാവിയിലൊരു മതം പോലെയായിത്തീരുമെന്ന് നാല്പതുകളിൽ തന്നെ പറഞ്ഞിരുന്നു ഗോവിന്ദൻ. അഴിമതി, അധികാരം, വർഗ്ഗീയത എന്നീ ദുർഭൂതങ്ങൾ പണ്ടെങ്ങും കാണാത്തത്ര തീവ്രമായ് ഭാരതത്തെ തിന്നുതീർക്കുമെന്നും പറഞ്ഞു. എല്ലാ പക്ഷങ്ങളിലും അതിനെതിരെ തന്റെ സുഹൃത്തുക്കളെ സംഘടിപ്പിച്ച് ബൃഹത്തായ സംവാദങ്ങളും യോഗങ്ങളും കൂടിയാലോചനകളും നടത്തിയിട്ടുണ്ട്, അമ്പത്-അറുപതുകളിൽ.

ഗോവിന്ദൻ സംഘടിപ്പിച്ചിരുന്ന സുഹൃദ് സദസ്സുകൾ നിരവധി ആയിരുന്നു. അതിനുവേണ്ടി സമീക്ഷാ ചർച്ചാവേദി നവോത്ഥാന സമിതി പോലുള്ള ചെറു സംഘങ്ങളുണ്ടാക്കി. കോഴിക്കോട്, തൃശ്ശൂർ, എറണാകുളം, കോട്ടയം, വടകര മുതലായ നഗരങ്ങളിലാണ് ഏറെയും. മാറ്റത്തിനുവേണ്ടിയുള്ള തീവ്രയജ്ഞങ്ങളായിരുന്നു അത്. **'കേരളത്തിനെന്താണ് തകരാറ്,'** എന്നതാണൊരു വിഷയം. ഈ വിഷയത്തിൽ നിത്യചൈതന്യയതിയെ കൊണ്ട് ഒരു ലേഖനവും എഴുതിച്ചിട്ടുണ്ട് ഗോവിന്ദൻ.

വ്യത്യസ്തമായ ആളുകളെ പങ്കെടുപ്പിച്ചുകൊണ്ട് വ്യത്യസ്ത രീതിയിലുള്ള സെമിനാറുകളാണ് ഗോവിന്ദന്റെ രീതി. യുക്തിചിന്തകരായ സഹോദരൻ അയ്യപ്പൻ, എം. സി. ജോസഫ്, ക്രിസ്തീയ പുരോഹിതന്മാർ എന്നിവരോടൊപ്പം വിദ്യാർത്ഥികളെയും പങ്കെടുപ്പിക്കും. മുതിർന്നവരുടെ ആദർശങ്ങൾ പങ്കുവെക്കുകയും അത് വിദ്യാർത്ഥികളുടെ ചിന്തയെ ഉണർത്തുകയും ചെയ്യും എന്നതായിരുന്നു അതിനുപിന്നിലെ താല്പര്യം. കൂട്ടത്തിൽ വി. ടി. ഭട്ടതിരിപ്പാടിനെപ്പോലുള്ളവരുമുണ്ട്. തിരുവനന്തപുരത്ത് നടന്ന സാഹിത്യ ശിബിരം അതിനൊരു മാതൃകയായിരുന്നു.

അന്ന് സി.ജെ. തോമസ് അവതരിപ്പിച്ച പ്രബന്ധം സാഹിത്യകാരനും രാഷ്ട്രീയവും എന്ന വിഷയമായിരുന്നു. അധികാരങ്ങളിൽ നിന്നും ഒന്നും നേടാനാഗ്രഹിക്കാത്തവരുടെ ഒരു പ്രവർത്തനമായിരുന്നു അത്. രാഷ്ട്രീയക്കാരുടെ കൈയ്യിൽ രാഷ്ട്രത്തിന്റെ ഭാവി ഭദ്രമാണെന്ന് വിശ്വസിക്കാൻ ന്യായമില്ലെന്നായിരുന്നു ഗോവിന്ദന്റെ നിഗമനം.

ക്ലിഷ്ട മാനസരായ രാഷ്ട്രീയക്കാർ താറുമാറാക്കിയ ലോകത്തെ മനുഷ്യ ഹൃദയജ്ഞരായ സാഹിത്യകാരന്മാർക്ക് നേരെയാക്കാൻ കഴിയുമെന്നൊരു വിശ്വാസത്തിലായിരുന്നു സി. ജെ. തോമസ്. എന്നാൽ അന്ന് പങ്കെടുത്തിരുന്ന സാഹിത്യകാരന്മാരിൽ നിന്നും നിരാശയായിരുന്നു ഫലമെന്ന് തെളിഞ്ഞപ്പോൾ ആ പ്രമേയം പിൻവലിച്ചു. പി. കെ. ബാലകൃഷ്ണൻ, സി.എൻ. ശ്രീകണ്ഠൻ നായർ എന്നിവരൊക്കെ സംഘാടകരിൽപെടുന്നു. വേറെയും മഹാവ്യക്തികൾ പലർ!

ചുറ്റുപാടുകളുടെ നേർക്ക് ആരോഗ്യകരമായി പ്രതികരിക്കാനും ദിശാബോധം നൽകാനും ബുദ്ധിജീവികൾക്ക് ബാധ്യതയുണ്ടെന്ന് എം. ഗോവിന്ദൻ വിശ്വസിച്ചിരുന്നു. അതനുസരിച്ചാണ് തന്റെ ജീവിതം രാജ്യസേവനത്തിനായ് അദ്ദേഹം ഉഴിഞ്ഞുവെച്ചത്. ബുദ്ധിജീവികൾ എന്ന പദം ബുദ്ധി ജീവികളുടെ ബാദ്ധ്യത എന്തെന്ന് പണ്ടേ മഹാഭാരതത്തിൽ രേഖപ്പെടുത്തിയിട്ടുണ്ട്. രാജ്യപുരോഗതിക്ക് അത് പ്രയോജനപ്പെടുത്താറുണ്ട്. മൃതസഞ്ജീവനി പോലെയാണ് അത്തരം ചിന്തകൾ. സമൂഹത്തിൽ തെളിവറ്റ ചിന്തകളും പ്രചോദകങ്ങളായ ആദർശങ്ങളും വേരുപിടിപ്പിച്ച് വളർത്താനുള്ള പരിശ്രമം രാജ്യസേവനമല്ലെങ്കിൽ പിന്നെന്താണ്? ആ യജ്ഞത്തിൽ മറ്റുള്ളവരെ പങ്കുകൊള്ളിക്കാൻ അദ്ദേഹം എപ്പോഴും ഉദ്യമിച്ചുപോന്നു. സമാനചിന്താഗതിക്കാരായ സുഹൃത്തുക്കളുടെ എതിരഭിപ്രായങ്ങളെ, ക്ഷണിക്കാനും സ്വാഗതം ചെയ്യാനും, അദ്ദേഹത്തിന് സങ്കോചമുണ്ടായിരുന്നില്ല.

ബുദ്ധിജീവി എന്നതിന് വിശാലമായ ഒരർത്ഥമാണ് എം. ഗോവിന്ദൻ കല്പിച്ചിരുന്നത്. ഏറെ ബുദ്ധിയുള്ളതുകൊണ്ടോ, ആ ബുദ്ധി സമർത്ഥമായി ഉപയോഗിക്കുന്നതുകൊണ്ടോ, ഒരാൾ ബുദ്ധിജീവി ആകണമെന്നില്ല. ബുദ്ധി എന്ന സിദ്ധിവിശേഷം, 'മാനവരാശിക്കുവേണ്ടി സമർപ്പിക്കാൻ സന്നദ്ധതയുള്ളവർ മാത്രമാണ് ബുദ്ധിജീവികൾ. 'ആ സന്നദ്ധതയിൽ ത്യാഗമനഃസ്ഥിതി കലരാതെ നിവൃത്തിയില്ല. അവർ നേടുന്നവരല്ല, നഷ്ടപ്പെടുന്നവരാണവർ. അധികാരം ഒരു തരത്തിലും അവരെ പ്രലോഭിപ്പിക്കുകയില്ല. എഴുത്തുകാരെ മുൻനിർത്തി 'അയൊനെസ്കോ' കുറിച്ചുവെച്ചിട്ടുള്ള ഈ വാക്കുകൾ അവരുടെ പൊതുമനോഭാവത്തെയാണ്

പ്രതിഫലിപ്പിക്കുന്നത്. (എം. കെ. സാനുമാഷിന്റെ എം. ഗോവിന്ദൻ, എന്ന പുസ്തകത്തിൽ നിന്ന്)

എഴുത്തുകാർ ഭരണാധികാരികളാവുകയില്ല. അവർ ഭരിക്കപ്പെടാനൊട്ടു നിന്നുകൊടുക്കുകയുമില്ല എന്ന് സാനുമാഷ് വീണ്ടും.

1963-ൽ കോട്ടയത്തുവെച്ച് ജനാധിപത്യവേദിയുടെ ആഭിമുഖ്യത്തിൽ മൂന്നു ദിവസത്തെ സെമിനാർ സംഘടിപ്പിച്ചത് എടുത്തുപറയേണ്ടതു തന്നെയാണ്. (1963 ഡിസംബർ 27, 28, 29, എന്നീ തീയതികളിൽ) ഗോവിന്ദന്റെ ആസൂത്രണത്തിൽ എ. എൻ. നമ്പ്യാർ, സി. എൻ. ശ്രീകണ്ഠൻ നായർ, പ്രൊ. ജി. കുമാരൻപ്പിള്ള എന്നിവരാണ് സഹായികൾ. മൂന്നുപ്രമേയങ്ങളാണതിൽ ചർച്ചയ്ക്ക് വെച്ചിരുന്നത്. അഴിമതി-അധികാരം-വർഗ്ഗീയത ഇവ മൂന്നും ഭാരതത്തെ ഇന്നെങ്ങിനെ ചുട്ടുതിന്നുന്നുണ്ട്? (63, ലാണേ സംഭവം)

ഇടതുപക്ഷമായിരുന്നല്ലൊ, സാധാരണക്കാരുടെ തണൽ. ഈ മുക്കൂട്ടു തലയുള്ള ദുർഭൂതങ്ങളില്ലാത്ത, നേതാക്കന്മാരെത്ര പേരുണ്ട്? ഇതിന്റെ അടുത്തവർഷമാണെന്നോർമ്മ. തമിഴ്നാട്ടിലെ കാണപ്പെട്ടും ദൈവമായിരുന്ന തലൈവൻ കെ. കാമരാജും, സാക്ഷാൽ രാജഗോപാല ആചാരിയും ചേർന്ന്, മദിരാശിയിലെ മെരീനാ കടൽക്കരയിൽ, ഒരു മീറ്റിംഗ് സംഘടിപ്പിച്ചു. അതിൽ കാമരാജ്, വീടിനു തീപിടിച്ചപോലെ, പുലമ്പുന്നൊരു പ്രസംഗം 'ഊഴൽ,' എന്നായിരുന്നു കരച്ചിൽ. ഊഴലെന്നാൽ അഴിമതി. കൈക്കൂലിയും, കെടുകാര്യസ്ഥതയും, തമിഴ്നാട് ഗവൺമെന്റിനെ ആദ്യമായാണ് തുറന്നുകാട്ടിയത്. ഈ സംഭവത്തിന് ഞാൻ നേരിട്ട്, സാക്ഷിയായിരുന്നു.

ജാതിയെക്കുറിച്ച്, പെരിയോർ, ഇ. വി. കെ. രാമസ്വാമി പ്രസംഗിക്കുന്നതും, പല തവണ കേട്ടിട്ടുണ്ട്. അവരുടേതൊന്നും, ഇന്നത്തേപ്പോലുള്ള പ്രസംഗങ്ങളായിരുന്നില്ല. ആവലാതികളും, വേവലാതികളും, സംശയങ്ങൾ പങ്കുവെക്കലുകളുമായിരുന്നു. ഗോവിന്ദനും ഒരു പ്രാസംഗികനായിരുന്നില്ല. മനസ്സ് പ്രവർത്തനത്തിലായിരുന്നു. ഉറക്കത്തിൽപ്പോലും, പുലമ്പാറുണ്ട്, ഗോവിന്ദൻ. ലോകത്തെവിടെയെങ്കിലുമുള്ള ചില സംഭവങ്ങളുടെ പേരിലും പൊട്ടിത്തെറിക്കും.

ലോകത്തുള്ള സർവ്വദു:ഖങ്ങൾക്കും ഒറ്റമൂലി, മാർക്സിസമാണെന്ന് വിശ്വസിക്കുന്നവനല്ല ഗോവിന്ദൻ. അന്വേഷണമാണ് ജീവിതം. ലക്ഷ്യം പോലെ മാർഗ്ഗവും തെളിഞ്ഞതായിരിക്കണം. എന്റെ ജീവിതം തന്നെ എന്റെ സന്ദേശം എന്ന് പറഞ്ഞ ഗാന്ധിജിയെപ്പോലെ ഊറ്റത്തോടെ

പറയുവാനുള്ള ധീരത ഗോവിന്ദനുണ്ടായിരുന്നു. ഗോവിന്ദനെ വിമർശിക്കുന്നവർക്കെത്രപേർക്കതിനാവും?

മാർക്സ് ലക്ഷ്യമല്ല, മാർഗ്ഗത്തിന്റെ പാതയിലെ ഒരു ചൂണ്ടുപലകയാണ്. യേശുപോലും അങ്ങിനെയാണ്. റോയിയോ-ഗോവിന്ദനോ, അവസാനവാക്കല്ല. ഓരോ വഴിവിളക്കുകളാണ്, താനും. മാർക്സിനെക്കുറിച്ചെഴുതിയ ഗോവിന്ദന്റെകുറിപ്പ്, മാർക്സിനെ എന്തുമാത്രം സ്നേഹിക്കുന്നുണ്ടെന്നതിന്റെ തെളിവാണ്. എന്നാൽ, പിഴച്ചത് മാർക്സിനല്ല. അനുയായികൾക്കാണ്. ആ ധാരണ തെറ്റാകുന്നതെങ്ങിനെ? തളം കെട്ടി നില്ക്കുന്ന വെള്ളം ഏറെയൊന്നും പരിശുദ്ധമല്ല. രാഷ്ട്രം അധികാര കേന്ദ്രമാവുമ്പോൾ, നേതാക്കന്മാരത്രയും അധികാരികളായ് മാറും. അനുയായികളെ അടിമയാക്കി നിർത്തും. ഇന്നത് കാണാനത്ര ദൂരെയൊന്നും പോകേണ്ടതില്ല.

സ്വാതന്ത്ര്യത്തിൽ, മനസ്സുറച്ചാൽ, യുദ്ധത്തിനെതിരുനില്ക്കാതെ വയ്യ. ആണവക്കരാർ ഒപ്പിടുന്നതിനെ ഇടതുപക്ഷം എതിർക്കുന്നതിലൊരു പുതുമയുമില്ല. പ്രജകളുടെ സർവ്വസ്വാതന്ത്ര്യവും അടിച്ചമർത്തിയ പാരമ്പര്യമാണവരുടേത്. തങ്ങൾക്ക് അണുബോംബുണ്ടാക്കാനുള്ള സ്വാതന്ത്ര്യം നഷ്ടപ്പെടുത്തരുതെന്നേയുള്ളു അവർക്ക്. (അത്തരം, ഒരു ഒപ്പിടൽ, ആത്മാഭിമാനത്തിന് നിരക്കുന്നതല്ല.) ആരെ വിശ്വസിച്ചാലും, അമേരിക്കയെ അരുതെന്നേ അനുഭവങ്ങളും പറയൂ. സൂര്യനസ്തമിക്കാത്ത ബ്രിട്ടീഷ് സാമ്രാജ്യമെവിടെ? ഇനിയും എത്രനാൾ അമേരിക്കയ്ക്ക് മറ്റുള്ളവരെ ഭീഷണിപ്പെടുത്തി ജീവിക്കുവാനാകും? അവരുടെ ഭാവിയും തുലാസിലല്ലേ? നാശം വിദൂരവുമല്ല.

സത്യത്തിലും ധർമ്മത്തിലും ഗാന്ധിജിയുടെ സാധുരാജ്യമായ് കഴിഞ്ഞിരുന്ന നമുക്കെതിരെ- 'ഇന്ത്യ ചീനാ, ഭായി ഭായി,' എന്ന് ഉദ്ഘോഷിച്ചുകൊണ്ടിരുന്ന നമ്മുടെ നേർക്ക്, ആദ്യമായ് യുദ്ധപീരങ്കികൾ നിരന്നത് കമ്മ്യൂണിസ്റ്റ് ചൈനയുടേതായിരുന്നില്ലേ? ബലം കുറഞ്ഞവരുടെ നേർക്കായിരുന്നു കമ്മ്യൂണിസത്തിന്റെ തോക്ക്. ഇന്ത്യയുടെ തനതായ രാഷ്ട്ര സങ്കല്പങ്ങളെ എന്തു വിലകൊടുത്തും നമ്മൾ കാക്കണം.

ആയുധങ്ങളെന്തിന്? പണ്ട്, പ്രാണഭയത്തിന്റെ പേരിൽ ചെറിയൊരു മടക്കുകത്തി ആളുകൾ കൈയിൽ കരുതുമായിരുന്നു. ഇന്നതിന്റെ ആവശ്യമേ ഇല്ല. ഇന്ന് തോക്കുമായ് സഞ്ചരിക്കുന്നത് ഗുണ്ടകളാണല്ലോ. അല്ലാതെ ചില രാഷ്ട്രീയ നേതാക്കളും! അവർ അവരുടെ സന്ദേശമാണ് വെളിപ്പെടുത്തുന്നത്. ഇവിടെ സ്നേഹവും സ്വാതന്ത്ര്യവും ധാർമ്മികതയും വളർത്തുന്നതും തളർത്തുന്നതുമാര്? ഇത്തരം രാഷ്ട്രീയ

അവിശ്വാസങ്ങളായിരുന്നു ഗോവിന്ദന്. അറിവിൽ ഊന്നിനില്ക്കുന്ന ധാർമ്മിക രാഷ്ട്രത്തിനും, രാഷ്ട്രീയത്തിനുമാണ് യുവതലമുറ മുന്നേറേണ്ടിയിരുന്നത്. ഇനിയും അതാവാം. തോക്കുചൂണ്ടി വരുന്ന നേതാവിന്റെ നേരെ വിരൽ ചൂണ്ടാൻ ഏതു പൗരനാണ് ധൈര്യമുണ്ടാവുക? തോക്കും ചാട്ടവാറും ഭയക്കാത്ത കുഞ്ഞാടുകൾ വേണം. ചോദ്യം ചോദിക്കാനുള്ള അവകാശങ്ങളും നേടണം. തലയ്ക്കുള്ളിൽ സ്വാതന്ത്ര്യമുദിച്ചാലേ അത് വരൂ. അതാണ് ഗാന്ധിജി കാട്ടിത്തന്നത്.

കാലങ്ങൾ മൂന്ന്; ഭൂതവും, വർത്തമാനവും, ഭാവിയും. അറിവിന്റെ ആകാശത്തിൽ അവ മൂന്നും ഒന്നായി കാണാൻ ഇന്ന് എളുപ്പമാണ്. വലിയൊരു ക്യാൻവാസിൽ നമ്മളൊന്നൊന്നായി പഠിച്ചറിയുക! അതിനാണ് ഗോവിന്ദൻ പണ്ടേ ശ്രമിച്ചത്, വെളിച്ചത്തിന്. 'വെളിച്ചം വെളിച്ചം,' എന്നുച്ചരിച്ചും കൊണ്ടാണല്ലോ ഗോയ്ഥേ, മരണമറിഞ്ഞത്? ഗോയ്ഥേ ഗോവിന്ദന്റെ പ്രിയപ്പെട്ട കവി. സ്വാതന്ത്ര്യം തന്നെയാണ് വെളിച്ചം. വെളിച്ചം തന്നെയാണമൃത്. അമൃതാകുന്നതോ അറിവ്. അറിവിനേക്കാൾ വലുതായത് ദൈവമാണെങ്കിൽ ദൈവമെന്ന ഭേദം തന്നെ അറിവായ് വരും. അതിൽ നന്മയും കലരുമ്പോഴത് ശിവമയം, സ്നേഹമയം. സത്യം ശിവം സുന്ദരം.

സ്വരൂപം

മാറുന്നവനേ മനുഷ്യനാവൂ എന്നതാണ് ഗോവിന്ദന്റെ മന്ത്രം. ഇത് മുമ്പും പറഞ്ഞതാണ്. മാറ്റങ്ങൾ പുറത്തല്ല അകത്താണ് രൂപപ്പെടേണ്ടത്. ഒരാൾ മാരകമായൊരു ബോംബ് കണ്ടെത്തുന്നതും മറ്റൊരാൾ ചാവേർ ബോംബായി പൊട്ടിത്തീരുന്നതും മാറ്റം തന്നെയാണ്. മൂന്നാമതൊരാൾ ആ ബോംബുമായ് തന്റെ ശത്രുവിനെ ഉന്നം വെക്കുന്നതും മാറ്റം തന്നെ. എന്നാൽ ആ മാറ്റമല്ല നാം ഉദ്ദേശിക്കുന്നത്.

മാറ്റത്തിന്റെ മണവും ഗുണവും വിത്തുമറിഞ്ഞ് വിതയൊരുക്കേണ്ടുന്നതിന്റെ ഉത്തരവാദിത്തം ഓരോ വ്യക്തിയിലും താനേ വന്നു ചേരുന്നതാണ്. സ്വാതന്ത്ര്യം ഓരോ ജീവിയുടേയും ജന്മാവകാശമാണ്. ആദ്യത്തെ ചലനവും കുഞ്ഞിന്റെ കരച്ചിലും ചിരിയും മുട്ടു കുത്തുന്നതും നടത്തവും ചാട്ടവും എല്ലാം അവന്റെ വ്യക്തി സ്വാതന്ത്ര്യമാണ്. അറിയാനുള്ള അറിയിക്കുവാനുള്ള സ്വാതന്ത്ര്യവും അത് നിഷേധിക്കുമ്പോഴുണ്ടാകുന്ന അക്രമങ്ങൾ, വിദ്യാലയങ്ങളിലും കാണാം. നമ്മൾ എന്താണവർക്കു നൽകുന്ന വിദ്യയും സന്ദേശവും? ഇരുട്ടുകൊണ്ടെത്രനാൾ ഓട്ടയടക്കും? ഇത്തരം വർത്തമാനകാല യാഥാർത്ഥ്യങ്ങളേ ഗോവിന്ദനും പറഞ്ഞിട്ടുള്ളു. ഗോവിന്ദൻ പറഞ്ഞതു തന്നെ കാണുക.

വ്യക്തി സ്വാതന്ത്ര്യം എന്നങ്ങു പറയുമ്പോഴേക്കും എതിർവാദക്കാർക്കുടനെ അരിശമായി. അതവരുടെ മാത്രം കുറ്റമല്ല. കഴിഞ്ഞ ചരിത്രത്തിന്റെ മൊത്തത്തിലുള്ള കൈതെറ്റും കൂടിയാണ്. മനുഷ്യനെ മനുഷ്യനായി ജീവിക്കാൻ സാധിക്കില്ലെന്ന വിശ്വാസം ഊറിപ്പിടിച്ച ഹൃദയങ്ങളാണിന്നു കൂടുതലുള്ളത്. അവനൊരു രക്ഷകർത്താവ് വേണം; നേതാവ് വേണം; എല്ലാറ്റിലും നിർദ്ദേശവും നിയമവും നൽകുവാൻ ചില

ശക്തികൾ വേണം; വീണ്ടും പഴയ മത ചിന്തയുടെ പുതിയ പ്രേതങ്ങൾ രംഗത്തെത്തുന്നു.

ഞാനും എന്റെ ഭർത്താവും ഒരു തട്ടാനും ജീവിച്ചാൽ മതി എന്നു പറയുകയുണ്ടായി പോൽ പണ്ട് ഒരു കൊതിച്ചിപ്പെണ്ണ്. അതല്ല വ്യക്തി സ്വാതന്ത്ര്യം. ഓരോ വ്യക്തിയുടേയും വളർച്ചയിലൂടെ മാത്രമേ പൂർ വളർച്ച സാധിക്കുകയുള്ളൂ എന്ന വാസ്തവികതയാണ്, വ്യക്തി സ്വാതന്ത്ര്യത്തിന്റെ ഉള്ളടക്കം. മറിച്ച് വ്യാഖ്യാനിക്കുമ്പോൾ കിഴക്കാംതൂക്കായ ദുർവ്യാഖ്യാനമാണ് ലഭിക്കുന്നത്.

മനുഷ്യനെപറ്റിയുള്ള സമഗ്രബോധമുണ്ടായാലേ വ്യക്തിസ്വാതന്ത്ര്യത്തിന്റെ സാമാന്യബോധമുണ്ടാവുകയുള്ളൂ. സായിപ്പിന്റെ ബട്‌ലർ പൂച്ചയെ വിശദീകരിച്ചതിങ്ങനെയാണ്; നാലു കാലും ഒരു വാലും മ്യാം മ്യാം സർ. ഇതേ തോതിൽ രണ്ട് കയ്യും, വലിയ വയറും, എന്നു വ്യാഖ്യാനിക്കുന്നവർക്ക് ഈ സമഗ്രബോധമില്ല.

മനുഷ്യന്റെ ആശങ്കയേയും അന്വേഷണ ഔത്സുക്യത്തേയും സംതൃപ്തമാക്കാൻ ഒന്നിനും കഴിഞ്ഞിട്ടില്ല. വേദപുസ്തകം പോലും അതാണുൽഘോഷിക്കുന്നത്. ആദാമും ഹവ്വയും ദൈവശാസനത്തിനെതിരായി പെരുമാറി. അവരുടെ ജിജ്ഞാസയെ ചെകുത്താനെന്നു വിളിച്ചതുകൊണ്ട് ആദാമും ഹവ്വയും അവഹേളിതരാകുന്നില്ല. ദൈവം അവരോടു പറഞ്ഞു. ഒരു പ്രത്യേക മരത്തിലെ പഴം ഭക്ഷിക്കരുതെന്ന്. എന്തേ അങ്ങിനെ കൽപ്പിക്കാൻ? അവർക്ക് അതിന്റെ ഗുട്ടൻസ് മനസ്സിലാക്കണമെന്നൊരു കൊതി. ഒടുവിൽ അവരതു ചെയ്തു. ആ അപരാധം നിമിത്തം അവർ ദൈവസന്നിധിയിൽ നിന്നു നിഷ്കാസിതരായി. ചിന്താസ്വാതന്ത്ര്യത്തിനും പ്രവർത്തന സ്വാതന്ത്ര്യത്തിനും വേണ്ടി ആദിമനുഷ്യൻ സ്വർഗ്ഗത്തെപ്പോലും പുല്ലാക്കിത്തള്ളിയ കഥ ആവേശകരം തന്നെ.

അത് തിന്നരുത്.

ഏത്?

അറിവിന്റെ ഫലം.

ആദാമിനോട് ആദിയിൽ ജഗദീശ്വരൻ അങ്ങനെ അരുളിച്ചെയ്തു. പിൽക്കാലത്ത് അധികാരത്തിൽ വന്ന എല്ലാവരും അത് ആവർത്തിക്കുകയും ചെയ്യുന്നു. ആസ്തികന്മാരും നാസ്തികൻമാരും ഈ വിഷയത്തിൽ ദൈവശാസനം അനുസരിക്കുന്നു. കൂടുതൽ അറിവ് കൂടുതൽ സ്വാതന്ത്ര്യത്തിലേക്കു നയിക്കുമെന്നാണ് അവരുടെ ഭീതി. കൂടുതൽ സ്വാതന്ത്ര്യം

തങ്ങളുടെ സ്വാതന്ത്ര്യത്തെ (അടിമത്തം വെച്ചു പുലർത്താനുള്ള സ്വാതന്ത്ര്യത്തെ) അപകടത്തിൽ ചാടിക്കുമെന്നും.

അവർക്കറിയാം. അറിവിന്റെ ഫലം തിന്നതു നിമിത്തം ആദ്യം സംഭവിച്ച അപകടത്തെക്കുറിച്ചും നമുക്കു അന്വേഷിക്കാം. സ്വാതന്ത്ര്യത്തിന്റെ ഉല്പത്തികേന്ദ്രം അവിടെ കണ്ടെത്താൻ സാധിക്കും. വേദഗ്രന്ഥത്തിലെ ഉല്പത്തി അത് വ്യക്തമാക്കുന്നുണ്ട്.

സ്വാതന്ത്ര്യം ഭയപ്പെടാനുള്ള ഒന്നായിത്തീർന്നിരിക്കയാണിന്ന്. സാധാരണ മനുഷ്യനാവശ്യമുള്ള എന്തു കാര്യം വരുമ്പോഴും 'അരുത്,' അത് സ്വാതന്ത്ര്യത്തെ അപകടത്തിലാക്കും, എന്നു വിലക്കുന്ന ഏർപ്പാടു നന്നല്ല. അത് സ്വാതന്ത്ര്യത്തിന്റെ തന്നെ വില കുറയ്ക്കുന്നു. ഭാഷാ സംസ്ഥാനം സ്വാതന്ത്ര്യത്തിനെതിരാണ്. എപ്പോൾ? സ്വാതന്ത്ര്യം കിട്ടിയപ്പോൾ. അതുവരെ സ്വാതന്ത്ര്യത്തിനത്യാവശ്യമായിരുന്നു. വിദേശഭാഷയുടെ ആധിപത്യത്തെയും അക്രമത്തെയുംകുറിച്ച് എത്രയെത്ര പ്രസംഗങ്ങൾ അക്കാലത്ത് കേട്ടില്ല? അതേ നാവുകൾ ഇന്ന് മറിച്ചുരിയാടുമ്പോൾ വല്ലാത്തൊരു വൈരുദ്ധ്യം തോന്നുന്നില്ലേ? അവിടെയും ജാമ്യത്തിൽ നിർത്തേണ്ടത് ആരെയാണ്? സ്വാതന്ത്ര്യം അത്ര ദുർബലമായ ഒന്നാണോ?

സ്വാതന്ത്ര്യത്തിന്റെ അവസ്ഥ ഇത്ര ദയനീയമായതെങ്ങനെ? ഇന്നത് ഭരണാധികാരികളുടെ ഏതു നിഷ്ഠൂര നടപടിയേയും ന്യായീകരിക്കുന്നതിനും ജനങ്ങളുടെ അനുഭാവമാർജിക്കുന്നതിനുമുള്ള കരുവായിരിക്കുന്നു. പ്രസംഗത്തിലും വാക്കിലും മാത്രമേ അതുള്ളൂ എന്തുകൊണ്ട്?

എന്തുപറ്റി? സ്വാതന്ത്ര്യം നമ്മുടെ കാലാവസ്ഥയ്ക്ക് പറ്റിയതല്ലേ? നമുക്കതു വേണ്ടപോലെ ഉപയോഗിക്കാനറിയില്ലേ? എവിടെയോ ഒരു പന്തികേടുണ്ട് തീർച്ച. ഒന്നുകിൽ സ്വാതന്ത്ര്യത്തിന് അല്ലെങ്കിൽ അതിന്റെ കുത്തവകാശം എടുത്തവർക്ക്. അതിനാവശ്യമെന്നു കരുതിയിരുന്ന മുൻസ്ഥിതികളെല്ലാം സ്വാതന്ത്ര്യം വന്നപ്പോൾ വേണ്ടെന്നാകാൻ എന്താണ് കാരണം? ആലോചിക്കേണ്ട കാര്യമാണ്.

ചെറിയൊരു കുറിപ്പുകൂടി നൽകിക്കൊണ്ട് ഗോവിന്ദന്റെ വാക്കുകൾ നിർത്താം.

സ്വാതന്ത്ര്യത്തിന്റെ പുതിയ ചക്രവാളങ്ങളെ തേടി മുന്നോട്ട്. അതാവട്ടെ നമ്മുടെ ജീവിത തത്വശാസ്ത്രം. പഴയ ആശയസംഹിതകൾ അന്വേഷണത്തിന് മാർഗ്ഗദർശകമായി ഭവിക്കുമെങ്കിൽ നല്ലത്. കഴിയുമെങ്കിൽ അവയുടെ സഹായത്തോടുകൂടി. വേണ്ടി വന്നാൽ അവയെ

വലിച്ചെറിഞ്ഞ് പുതിയ ജീവിതവീക്ഷണത്തിന്റെ വെളിച്ചത്തിലൂടെ നമുക്ക് മുന്നോട്ടാഞ്ഞു വലിഞ്ഞു നടക്കുകയേ നിവൃത്തിയുള്ളൂ. തന്റെ വികാസത്തിനു പ്രതികൂലമായ പരിത:സ്ഥിതികളെ മാറ്റിയും അഴിച്ചു കൂട്ടിയും പുതിയ ചുറ്റുപാടുകൾ നിർമ്മിച്ചു പുരോയാനം സമാരംഭിക്കുക. ഇത:പര്യന്തമുള്ള മനുഷ്യചരിത്രം അതാണു നിർദ്ദേശിക്കുന്നത്. ആ പാഠം ഇനിയും പ്രയോജനപ്പെടാതിരിക്കയില്ല.

ഗോവിന്ദന്റെ സ്വാതന്ത്ര്യ സങ്കല്പത്തെ ഇത്ര ചെറിയ തോതിലൊന്നും പറഞ്ഞു തീർക്കാനാവത്തതാണെന്ന് ഗോവിന്ദനെ അറിയാവുന്നവർക്കറിവുള്ളതല്ലേ? എങ്കിലും ഗോവിന്ദന്റെ വരികളിലായി അതൊന്നു വായിക്കാം; 'സ്വാതന്ത്ര്യവും സ്നേഹവും ഒരുനാണയത്തിന്റെ ഇരുപുറങ്ങൾ പോലെ ചോരയിലും ശ്വാസനാളത്തിലും ലയിച്ചിരിക്കുന്നതാണത്.'

എന്തുകൊണ്ടാണ് ഗോവിന്ദന് ജാതികളെക്കുറിച്ച് വർഗ്ഗീയതകളെക്കുറിച്ച്, യുദ്ധത്തെക്കുറിച്ച്, സംഘം ചേർന്നുള്ള ആക്രമണങ്ങളെക്കുറിച്ചെല്ലാം ഇത്രമാത്രം വൈരാഗ്യമെന്നു ചിന്തിക്കുന്നവരുണ്ടെങ്കിൽ ഇപ്പറഞ്ഞതൊക്കെയാണ് അതിനുത്തരം. ഏതൊരു ഹൃദയത്തിൽ ശുദ്ധിയും സ്നേഹവും സ്വാതന്ത്ര്യവുമുണ്ടോ, ആ ഹൃദയത്തിൽ ദൈവമുണ്ടെന്നു പറയുന്നതിനു പകരം മനുഷ്യനുണ്ടെന്നു ഗോവിന്ദൻ പറയും. മനുഷ്യനെ ദൈവത്തിന്റെ ചുമലിലേറ്റി ഇരുത്തിക്കാണാനാണ് ഗോവിന്ദൻ ആഗ്രഹിച്ചിരുന്നത്. നരനെ നാരായണനാക്കുക, മാധവനെ മാനവനാക്കുക.

ഏതെങ്കിലും ഒരു ഗുരുവിനെ ഗോവിന്ദൻ ഗുരുവെന്ന് വിളിക്കുമായിരുന്നെങ്കിൽ അത് ശ്രീ നാരായണ ഗുരുവിനെ ആയിരിക്കാനാണ് സാദ്ധ്യത. എന്നാൽ ആ ഗുരുവിനെ ഗോവിന്ദൻ മതേതരത്വത്തിന്റെ പിതാവായിട്ടാണ് കണ്ടിരിക്കുക, ഗുരുവായിട്ടല്ല. ബ്രഹ്മബോധമറിഞ്ഞാൽ ഗുരുവും ശിഷ്യനുമല്ല. ഇത് വേദത്തിലും കാണും.

മണ്ണിന് മണ്ണിന്റേതായ രാഷ്ട്രീയവും കലയും സംസ്കാരവും വേണമെന്നാണ് ഗോവിന്ദന്റെ മതം. തനത് എന്ന വാക്ക് ഗോവിന്ദന് ആ വഴിയിലൂടെ ലഭിച്ചതാവാം. സ്വാതന്ത്ര്യത്തിന്റെ പുതിയ ചക്രവാളങ്ങളെത്തേടി മുന്നോട്ട്. അതാവട്ടെ നമ്മുടെ ജീവിത തത്വശാസ്ത്രം. പഴയ ആശയസംഹിതകൾ അന്വേഷണത്തിനു മാർഗ്ഗദർശകമായി ഭവിക്കുമെങ്കിൽ നല്ലത്. കഴിയുമെങ്കിൽ അവയുടെ സഹായത്തോടുകൂടി. വേണ്ടി വന്നാൽ അവയെ വലിച്ചെറിഞ്ഞ്, പുതിയ വെളിച്ചത്തിലൂടെ നമുക്ക് മുന്നോട്ടാഞ്ഞു വലിഞ്ഞു നടക്കുകയേ ഗത്യന്തരമുള്ളൂ. തന്റെ വികാസത്തിനു പ്രതികൂലമായ പരിതസ്ഥിതികളെ മാറ്റിയും അഴിച്ചുകൂട്ടിയും

പുതിയ ചുറ്റുപാടുകൾ നിർമ്മിച്ച പുരോയാനം സമാരംഭിക്കുക. ഇത് മുമ്പൊരിക്കൽ പറഞ്ഞതാവർത്തിക്കുകയാണിവിടെ. ഈ ആവർത്തനങ്ങളിൽ ഒരു മനുഷ്യായുസ്സിന്റെ കാലാവധി തികയുമ്പോഴും പുതുമ നഷ്ടപ്പെടുന്നില്ലെങ്കിൽ നമ്മളെന്തു മനസ്സിലാക്കണം സർ?

സ്വാതന്ത്ര്യം എന്ന മൂല്യത്തെ വിശാലമായ മാനവീക വീക്ഷണത്തിന്റെ അടിസ്ഥാനത്തിൽ ഉയർത്തിപ്പിടിച്ച ഗോവിന്ദൻ. സ്വതന്ത്ര ചിന്തകരുടെയും എഴുത്തുകാരുടെയും തീർത്ഥാടക സ്ഥലമായി എം. ഗോവിന്ദന്റെ മദിരാശിയിലെ വീടു മാറ്റിയതിന്റെ പൊരുൾ, ആ മനുഷ്യന്റെ ജ്ഞാന- കർമ്മ -യത്നങ്ങളുടെ സവിശേഷത തന്നെയായിരിക്കണമല്ലോ. ഇന്ന് ഇത്തരമൊരു തീർത്ഥാടന കേന്ദ്രവും ചിന്തകരെ ഉൽപ്പാദിപ്പിക്കുന്ന ഹൃദയ വിശാലതകളും പാഠശാലകളും എവിടെയാണ് തേടുക? എഴുത്തുകാരെ ഉണ്ടാക്കുകയെന്നത് എഴുത്തുകാരന്റെ കടമയാണെന്നു വിശ്വസിക്കുന്നവരെത്ര പേർ കാണും?

പ്രകൃതിയുടെ വിധിക്കു വിട്ടു കൊടുത്തിരിക്കയാണാ പണി, നമ്മുടെ സാഹിത്യാചാര്യന്മാരേറെയും, ഗോവിന്ദന്റെ ഭാഷയിൽ പറഞ്ഞാൽ- ഞാനും എന്റെ ഭാര്യയും ഒരു തട്ടാനും, ഇപ്പോൾ ഒരു മൊബൈൽ ഫോണും മതി എന്നതുപോലെ ഇക്കൂട്ടരുടെ ആരംഭകാലത്ത് ഇവരെ പ്രോൽസാഹിപ്പിക്കുവാനും വഴി നടത്തുവാനും ആരെല്ലാമോ ഉണ്ടായിരുന്നെന്ന വിചാരങ്ങൾ പോലും അവർ പാടേ മറന്നിരിക്കുന്നു. ഗോവിന്ദനേപ്പോലുള്ളവരുടെ വിടവ് ഇത്തരം ചിന്തകളിൽ, നമ്മെ കൂരിരുട്ടിന്റെ വക്കത്തേക്കാണ് നയിക്കുന്നത്.

ഗോവിന്ദൻ തന്നെ സമീപിക്കുന്ന ഓരോരുത്തരെയും മാറ്റുരച്ചു നോക്കി അവരിലെ മാനുഷിക മൂല്യം തിരിച്ചറിഞ്ഞ്, സാമൂഹ്യ നവനിർമ്മിതിയിൽ അവനെ, അവളെ എങ്ങനെ പ്രയോജനപ്പെടുത്താമെന്ന് ആഴത്തിലറിഞ്ഞ് വഴിതിരിച്ചു വിട്ടു. ഇന്ന് വഴികളും സാഹിത്യകാരന്മാരും അധികരിച്ചു. എന്നാലേറെയും നനഞ്ഞ പടക്കങ്ങൾ പോലെ,! പലതും ഒച്ചയും തെളിച്ചവുമില്ലാതെ പാളിപ്പോവുകയാണ്.

പ്രത്യയശാസ്ത്രങ്ങളെന്തു തന്നെ ആയിരുന്നാലും അതിലടങ്ങിയിരിക്കുന്ന നന്മ തിരിച്ചറിയപ്പെടുകയും അത് പ്രയോഗിക തലത്തിൽ വഴി പിഴച്ചുപോകുന്നതിലെ തിന്മ ചൂണ്ടിക്കാട്ടുകയും അതിലന്ധമായി ഈയാംപാറ്റകളെപ്പോലെ വീണു ചാവരുതെന്നപേക്ഷിക്കുകയുമായിരുന്നു ഗോവിന്ദൻ. തന്റെ ജീവിതം മുഴുക്കെ അദ്ദേഹം ഇങ്ങിനെയും എഴുതി.

'അന്ധമായ അനുസരണം ആവശ്യപ്പെടുന്ന ഒരു തത്വസഞ്ചയമാവാൻ പാടില്ലാത്ത മാർക്സിസം അതായി കലാശിച്ചത്, ചരിത്രത്തിലെ

ക്രൂരമായ നേരമ്പോക്കാണ്.' എന്നാൽ തുടക്കം മുതൽ അവസാനം വരെയും അദ്ദേഹം ഇടതുപക്ഷ ചിന്താഗതിക്കാരനായിത്തന്നെയാണ് ജീവിച്ചത്. വാർത്താ വിതരണ വകുപ്പിൽ നിന്ന് 1959-ൽ ജോലി രാജി വെച്ചത് ഇടതു സർക്കാരിൽ തെറ്റിദ്ധാരണ കൂട്ടി. മുഴുവൻ സമയവും സാംസ്കാരിക പ്രവർത്തനങ്ങളിൽ ചെലവഴിക്കാനായിരുന്നു അത്. ആയതിനാൽ തന്നെ ഗോവിന്ദൻ നവമാനവവാദദർശനത്തിന്റെ രണ്ടാമനായി ഭാരതത്തിലറിയപ്പെടാൻ അത് കാരണവുമായി. പഴയ ട്രേഡ് യൂണിയൻ പ്രവർത്തനങ്ങളും ബഹു വ്യക്തി സമ്പർക്കങ്ങളും അദ്ദേഹത്തിന് മുതൽക്കൂട്ടായി. തന്റെ ചിന്തകളെയും പുതുതായ് നാമ്പെടുക്കുന്ന ആശയങ്ങളെയും പുറത്തെത്തിക്കാൻ ഗോവിന്ദൻ തന്റെ നവസാഹിതി, ഗോപുരം, സമീക്ഷ പോലുള്ള മാസികകളുമുപയോഗിച്ചിരുന്നു. പലരും പിന്നീടറിയപ്പെടാൻ കാരണമായ പല അപൂർവ്വ സൃഷ്ടികളും ഗോവിന്ദന്റെ പത്രാധിപത്യത്തിൽ അന്ന് വെളിച്ചം കണ്ടതാണ്. കടമ്മനിട്ട പോലും ഒരുദാഹരണമാണ്. നമ്മുടെ വൈക്കം മുഹമ്മദ് ബഷീർ തന്റെ ചോരയും നീരും മാംസവും പുരണ്ട പാത്തുമ്മയുടെ ആട്, ഗോവിന്ദന്റെ സമീക്ഷയിലേക്കാണല്ലോ കൊടുത്തത്.

'താൻ ഒരിക്കലും ഒരു നേതാവാകരുത്, മന്ത്രിയോ ഗവർണ്ണറോ ആകരുത്. മഹത്തായ ബഹുമതികളും താനാഗ്രഹിക്കുന്നില്ല. തനിക്കൊരു സാദാ ഗോവിന്ദനായങ്ങനെ കഴിയണം,' ഇങ്ങിനെയൊക്കെയേ ഗോവിന്ദന് ആഗ്രഹമുണ്ടായിരുന്നുള്ളൂ. അയൊനെസ്കോയുടെ നാടകത്തെപ്പോലെ നേതാവായിരിക്കാനുള്ള യോഗ്യത എന്ത്? എന്ന ചോദ്യത്തിന് തലയില്ലാതിരിക്കുക എന്നാണതിന്റെ ഉത്തരം. അതിൽ ഗോവിന്ദൻ വിശ്വസിക്കുന്നു, തലയാണ് മനുഷ്യനെ മനുഷ്യനാക്കുന്നത് എന്ന്. ഹൃദയമാണവനെ ദൈവികതയിലേക്കുയർത്തുന്നത്. പൂവിന് തേനും മണവും പോലെ. അവനിൽ സ്നേഹവും ത്യാഗവും ഉണ്ടായിരിക്കണം. ശിവമയമെന്നത് നന്മയാണ്. അകത്തെ ജീവനിൽ പ്രകാശിക്കേണ്ടതാണ് നന്മ.

അനീതികൾക്കെതിരെ പ്രതികരിക്കേണ്ടത് ഓരോ ആണിനും പെണ്ണിനും ഉണ്ടായിരിക്കേണ്ട ഗുണവിശേഷമാണ്. അത്തരം പ്രക്ഷോഭവാസനകൾ ചൈതന്യവത്താണ്. ആ ജ്വാലയാണതിന്റെ ശക്തി. അത്തരം ജ്വാലകളുള്ളതിനാലാണ് നമ്മൾ ബുദ്ധനെയും ഗാന്ധിജിയെയുമൊക്കെ വാഴ്ത്തുന്നത്. എന്നാൽ ഗോവിന്ദന് ഈ സവിശേഷത ജന്മനാ ഉണ്ട്. ഒരു ഇൻലൻഡ് പോസ്റ്റ് പെട്ടിയിലിടാൻ പറയുമ്പോൾ പോലും തരം നോക്കി പ്രത്യുപകാരങ്ങൾ ചെയ്യും. അതിന് ഞാൻ പലപ്പോഴും സാക്ഷിയാണ്.

ചിലപ്പോൾ ഒരു മുഖ്യ പുസ്തകമായിരിക്കും പ്രതിഫലം. ഒരിക്കൽ എന്റെ ഒരു സുഹൃത്ത്, പേര് രവി. (ക്രൂണ്ണുപറമ്പുകാരൻ) എന്നെ കാണുവാനായ് ചെന്നൈയിലേക്ക് വന്നു. പക്ഷേ ഗോവിന്ദൻ അയാളെ മുമ്പിലിരുത്തി. ഇയാൾ എങ്ങിനെയുള്ളവനെന്ന് തിരിച്ചറിയുകയായിരുന്നു. അത് ഗോവിന്ദന്റെ ഒരു ശീലമാണ്. സ്നേഹിതന്മാരിൽക്കൂടി ആളെ വിലയിരുത്തുക. രവി ഗോവിന്ദന്റെ ഉപന്യാസമെന്ന ആ വലിയ ഗ്രന്ഥത്തിലേക്ക് ഇടയ്ക്കിടെ നോക്കിയിരുന്നു. ഗോവിന്ദനതു ശ്രദ്ധിച്ചു.

സംസാരം കഴിഞ്ഞ് രവി യാത്രയാകുമ്പോൾ (കാശില്ലാത്തവനുമാണ് രവി.) ഗോവിന്ദൻ ആ ബൃഹത് ഗ്രന്ഥം രവിക്കുകൊടുത്തു. ആ വീട്ടിൽ ആ പുസ്തകം ഒന്നേ ഉണ്ടായിരുന്നുള്ളൂ. മാറ്റങ്ങൾക്കു വേണ്ടി അതിലങ്ങിങ്ങായ് അടയാളപ്പെടുത്തിയിട്ടുമുണ്ട്. സത്യത്തിൽ എനിക്കാ പുസ്തകം നോക്കാനുള്ള അവസരം ഉണ്ടായിരുന്നില്ല. എനിക്ക് സങ്കടമാണ് തോന്നിയത്. രവി ആ പുസ്തകം ഒരു ബൈബിൾ പോലെ കൊണ്ടു നടക്കുന്നു.

മറ്റൊരവസരം എന്റെ ഒരു തമിഴ് സുഹൃത്ത്, (രാജൻ) എന്നെ കാണാനായ് വരുന്നു. രാജനേയും ഗോവിന്ദൻ സ്നേഹിതനാക്കി മാറ്റി. പിന്നീട് പല പുസ്തകങ്ങളും രാജനുമായി വാങ്ങുകയും കൊടുക്കുകയും പതിവായി. പെരിയാർ, ഇ. വി. കെ. രാമസ്വാമിയുടെ അനുയായി കൂടിയായിരുന്നു രാജൻ. തന്നെ കാണാൻ വരുന്ന സകലരെയും ഗോവിന്ദൻ വിളിച്ചുകൊണ്ടു വന്ന് പരിചയപ്പെടുത്തും. ഞാനൊഴിഞ്ഞു മാറുമ്പോഴൊക്കെ ഉപദേശിക്കാറുമുണ്ട്. ഇത് എന്റെ 'സ്നേഹിതൻ ബാലകൃഷ്ണൻ,' എന്നാണതിന്റെ മുഖവുര. പലപ്പോഴും ഞാൻ സ്വയം ഉരുകിയിട്ടുണ്ട്.

പത്രത്തിൽ കണ്ടു പരിചയിച്ച ആരാധ്യരോടും ഇങ്ങിനെ ഗോവിന്ദൻ പറയുമ്പോൾ അതിഥി ഗോവിന്ദനോടുള്ള സ്നേഹ ബഹുമാനങ്ങളിങ്ങോട്ടു തരുന്നു. ഇങ്ങിനെ പരിചയപ്പെട്ട ഒരാൾ മങ്കട രവിവർമ്മയെന്ന രവിയേട്ടനാണ്. പിന്നെ ആർട്ടിസ്റ്റ് ഉണ്ണികൃഷ്ണൻ, ഡോ. എം. ഗംഗാധരൻ, മാധവൻ അയ്യപ്പത്ത്, തുണ്ടത്തിൽ കൃഷ്ണ പ്രസാദ്, എ. പി. കുഞ്ഞിക്കണ്ണൻ (മയ്യഴിയിലെ മലയാള കലാഗ്രാമം സ്ഥാപകൻ) ഇങ്ങനെ എണ്ണിയാൽ ഒടുങ്ങാത്തത്ര പേരുകൾ. ഗോവിന്ദന്റെ മാനുഷികത വ്യക്തമാക്കുന്ന ഒരു സംഭവം ഓർത്തുപോകുന്നു.

അന്നെനിക്ക് ലീവായിരുന്നു. ഞങ്ങൾ നേർക്കുനേരിരുന്ന് സംസാരിക്കുകയാണ്. ഗോവിന്ദന്റെ ചരിത്രം പറച്ചിൽ നീളുന്നതിനിടെ ഡോ. എം. ഗംഗാധരൻ സാറും മാധവൻ അയ്യപ്പത്തും അങ്ങോട്ടു കയറി.

ഞാനാദ്യമായാണ് അവരെ കാണുന്നത്. ആരെങ്കിലും വന്നാൽ ഞാനൊരു പൂച്ചയെപ്പോലെ അകത്തോട്ട് വലിയാറാണ് പതിവ്. **"നമുക്കൊരു ചായ കുടിച്ചാലോ,"** എന്നോടെന്ന ഭാവേന ഗോവിന്ദൻ പറഞ്ഞു. ഞാൻ ചിരിച്ചു. അടുക്കളയിലോട്ടു നടക്കുമ്പോ എം. ഗംഗാധരൻ **"സാർ, എനിക്ക് മധുരം വേണ്ടാട്ടൊ,"** എന്നു പറഞ്ഞു ഞാൻ സമ്മതം മൂളി. ഒരഞ്ചുമിനിറ്റു വൈകിയില്ല, ഇരുവരും അടുക്കളയിലേക്ക്! അവരെന്നോട് അടുക്കളയിൽ നിന്ന് മാറി നിൽക്കാൻ അപേക്ഷിച്ചു. കാര്യമറിയാതെ ഞാനമ്പരന്നു. **"ഈ ചായ മാത്രം ഞങ്ങളെ ഉണ്ടാക്കാനനുവദിക്കൂ,"** അവരിലൊരാൾ പറഞ്ഞു. പിന്നീടാണറിഞ്ഞത് എന്നെ ഒരു പാചകക്കാരനായ് അവർ കരുതിയോ എന്ന സംശയം ഗോവിന്ദനുണ്ടായി. **"അതെന്റെ സ്നേഹിതനാണ്, വേലക്കാരനല്ല"** ഗോവിന്ദൻ മുഖത്തടിച്ചതുപോലെ പറഞ്ഞുവത്രെ

സ്വന്തം മകളുടെ ഭർത്താവായ മദനേട്ടനോടും പറഞ്ഞു, "അയാളെന്റെ സ്നേഹിതനാണ്." "എന്നോടു കാട്ടുന്നത്രയും സ്നേഹബഹുമാനങ്ങൾ അയാളോടും വേണം". അത് മദനേട്ടൻ തന്നെയാണൊരിക്കൽ പറഞ്ഞത്. മദനേട്ടൻ സ്വന്തം അനുജനോടെന്നപോലെ അന്നൊക്കെ പലതരം രുചിയുള്ള ഭക്ഷണങ്ങൾ ഉണ്ടാക്കി ഞാൻ വരുന്നതും കാത്ത് വിളമ്പിത്തന്നിട്ടുണ്ട്. "എനിക്കീ വയസ്സിൽ ഒരനുജനെ തന്നു. എന്റച്ഛൻ," എന്ന് ഗോവിന്ദന്റെ മകളായ ഡോ. കല്യാണിയും പറഞ്ഞു. എങ്ങിനെ എല്ലാമോ വെറും ഒരാളായ് വന്നു കയറിയ ഞാൻ ഗോവിന്ദന്റെ ഒരു മകനോടുള്ള സർവ്വ സ്നേഹവും അനുഭവിച്ചു. ഉത്തരവാദി ഞാനായിരുന്നില്ല. ഗോവിന്ദന്റെ സ്നേഹത്തിന്റെ ചൂടിൽ ഞാൻ വാടിപ്പോവുകയായിരുന്നു. ആരോടൊക്കെയോ ഗോവിന്ദൻ പറഞ്ഞുപോലും, "ഇയാൾ എന്റെ അവസാനത്തെ കാവൽക്കാരൻ." എനിക്കിപ്പോഴും അതിന്റെ പൊരുൾ മനസ്സിലായിട്ടില്ല.

ഗോവിന്ദന്റെ ഹൃദയ സ്പന്ദനങ്ങൾ... കത്തുകളിലൂടെയും!

"വറ്റുക കണ്ണുനീരേ
ഇത്തിരി നേരം വിട്ട്
വാക്കിന്മേൽ പിടഞ്ഞു
വീണർത്ഥവും കലക്കാതെ."

കത്തും കവിതയും കഥകളെഴുതുമ്പോൾ പോലും ഗോവിന്ദൻ കരയുമായിരുന്നു. മഹാബലവാനെന്ന് ലോകത്തെക്കൊണ്ട് പറയിപ്പിച്ചിരുന്ന ഗോവിന്ദൻ കത്തെഴുതുമ്പോൾ കണ്ണുനീർ വീഴുന്നത് കണ്ടു.

ഒരു കഥകളിയുടെ നവരസഭാവങ്ങൾ ആ മുഖത്ത് മിന്നിത്തിളങ്ങുന്നതും കാണാം. എഴുത്തു പലകയുടെ മേൽ ഒരട്ടി ഇൻലൻഡുകൾ ആദ്യമേ അടുക്കിവെച്ചിരിക്കും. ആദ്യം തന്റെ മേൽവിലാസവും ഫോൺ നമ്പറും പിന്നെ എഴുതുന്ന ആളുമായി ആത്മാവുകൾ തമ്മിലൊരു മൗനവാചാലത.

വിരലുകൾക്കിടയിലൂടെ പെന്ന്, ഇഴഞ്ഞു നീങ്ങുന്നതായി കാണാം. മുഖത്ത് ശോകവും കോപവും സ്നേഹവും ആശങ്കയും പിന്നെ വിവിധ ഭാവങ്ങൾ. നർമ്മ രസമുള്ള കത്താണെങ്കിൽ ആസ്വദിച്ച് ചിരിക്കും. പൊട്ടുന്നനെയങ്ങ് കരയും. അങ്ങിനെ കരച്ചിൽ അടക്കാൻ കഴിയാത്ത ഒരവസരം കുറിച്ചുവെച്ചതായിരിക്കാം മുകളിൽ കാണുന്ന വരികൾ. അതിന് ഗോവിന്ദന്റെ ഹൃദയ സ്പന്ദനങ്ങൾ തിരിച്ചറിയുവാനുള്ള കരുത്തുമുണ്ട്.

കെ. ജി. രഘുരാമന്റെ പേരിലയച്ച ഗോവിന്ദന്റെ ഒരു കത്ത്. പണ്ട് രഘു കാണാതെ ഞാൻ അത് തൊട്ടിട്ടുണ്ട്. ഗോവിന്ദനുമായി വല്ലാതെ

അടുത്തപ്പോൾ ഇണക്കവും പിണക്കവും സംഭവിച്ചിട്ടുണ്ട്. ഹാരിസ് റോഡിൽ നിന്നും നാട്ടിലേക്ക് പോയാൽ മൂന്നാം ദിവസം തന്നെ കത്തുകൾ വരും. ചിലപ്പൊ നിത്യവും ഓരോ കത്ത് ഓരോ കാരണം പറഞ്ഞ്. കത്തെഴുത്ത് ഗോവിന്ദന്റെ ബലവും ബലഹീനതയുമാണ്.

ഗോവിന്ദന്റെ അക്ഷരങ്ങൾക്ക് ജീവനും ആശയങ്ങൾക്ക് ആളെ ആവാഹിക്കുവാനുള്ള ശേഷിയുമുണ്ട്. കത്ത് കൈയ്യിൽ കിട്ടിയാൽ അത് സ്പന്ദിക്കുന്നതായ് തോന്നും. ഗോവിന്ദനയച്ച ഒരു കത്ത് നെഞ്ചിൽ തന്നെ വെച്ച് നേരം വെളിപ്പിച്ചെടുത്ത ദിവസങ്ങളുമുണ്ട്. നേരിലിടപെടുമ്പോൾ സൗമ്യമായ പെരുമാറ്റങ്ങളൊന്നുമായിരിക്കില്ല. നമ്മിലെവിടെയെങ്കിലും വെറുപ്പോ വിദ്വേഷമോ ഇഷ്ടമില്ലായ്മയോ തോന്നിയാൽ അത് പ്രകടിപ്പിക്കുവാനുള്ള അവസരങ്ങൾ താനെ ഉരുത്തിരിഞ്ഞുവരും. ഗോവിന്ദനില്ലാത്ത അവസരത്തിലാണെങ്കിൽ ഹിമാലയം പോലുള്ള ഒരാളോടാണല്ലോ താനിങ്ങനെ സംസാരിച്ചതെന്ന് തോന്നും. അടക്കാൻ കഴിയാത്ത കുറ്റബോധം.

സന്ദർശകരായി ഒതുങ്ങുന്ന പലർക്കും ആ ഹൃദയം മുഴുക്കെ കാണാനുള്ള അവസരങ്ങൾ കുറവ്. സ്വയം ചിന്താധാരണകളില്ലാത്തവർക്കും സ്വതന്ത്രമല്ലാത്ത ചിന്തകൾക്കടിമപ്പെട്ടവർക്കും തെറ്റിദ്ധാരണകളും വരും. അത്തരം തെറ്റിദ്ധാരണയുടെ കഥ ഒരു കത്തിലൂടെ ഗോവിന്ദൻ വെളിപ്പെടുത്തുന്നതു കാണുക. എം. ഗോവിന്ദൻ എന്ന സാനുമാഷിന്റെ പുസ്തകത്തിൽ നിന്നും എടുത്തതാണ്.

1-08-80

98, HARIS ROAD, MADRAS-60002,

പ്രിയ സുഹൃത്തേ,

കത്ത്, വളരെ സന്തോഷമായി. താങ്കളെപ്പോലുള്ള സുഹൃത്തുക്കളെ ഞാൻ കൂടെക്കൂടെ ഓർക്കാറുണ്ട്. ഈയിടെ പ്രത്യേകിച്ചും. ആ ഘട്ടത്തിൽ ഇങ്ങിനെ ഒരെഴുത്ത് കിട്ടുമ്പോൾ സന്തോഷം തെല്ലാവാനിടയില്ലല്ലൊ. 'Poetry and Renaissance,' ഒരു കോപ്പി അയക്കുന്നു. അതെന്നെ സാമ്പത്തികമായി കുഴപ്പത്തിലാക്കി. നഷ്ടമെന്നു തിട്ടപ്പെടുത്തിയാൽ പോര, നഷ്ടവും അദ്ധ്വാനവും. എന്നാൽ ഇങ്ങിനെ ഒന്നിറക്കിയതിൽ എനിക്കു ചാരിതാർത്ഥ്യമുണ്ട്. അതാണല്ലോ വലുത്.

കവിതാ പുസ്തകങ്ങൾ ചിലത് (നാലഞ്ചെണ്ണം) അച്ചടിക്കാനുള്ളത്, കാശു മുടക്കി ചെയ്യേണ്ടിയിരിക്കുന്നു. മേനകയും സർപ്പവും (കഥ) ഇക്കൊല്ലം വേണമെന്നുണ്ട്, പറ്റിയേക്കും. ഗദ്യ സാധനങ്ങളെല്ലാം ജി. കുമാരപ്പിള്ള പരിശോധിക്കുന്നു. ആരാണ് പ്രസിദ്ധപ്പെടുത്തുക

എന്നറിയില്ല. കവിതാ പുസ്തകങ്ങൾ ഗംഗാധരനിൽ നിന്നു വാങ്ങിയെന്നറിഞ്ഞു. വലിയൊരു ശല്യമാവില്ലെങ്കിൽ സാമ്പത്തിക കഴിവും ഉത്സാഹവുമുള്ള ചിലർ കൂടി വാങ്ങാൻ വരികയാണെങ്കിൽ നന്നായിരിക്കും.

ഇതിനിടെ അല്പം അസുഖമായിരുന്നു. കുറച്ച് ആശുപത്രിയിലും. വലിയ കുഴപ്പമില്ല. സൂക്ഷിച്ച പിഴയ്ക്കാം കുറച്ചു കൂടെ. തൊട്ടുപുഴ തോമസ് മാത്യു എവിടെ? എന്തു ചെയ്യുന്നു? നാം പരിചയപ്പെടാനിടയാക്കിയ ആ അദ്ധ്യാപകനാരാണ്? എന്റെ നന്ദി അറിയിക്കുക.

സമീക്ഷ വീണ്ടും കൊണ്ടു വരുന്നതിനു ശ്രമിക്കുന്നു. ഒരു മൂന്നു കൊല്ലം മുടങ്ങാതെ നടത്തിക്കൊണ്ടു പോകുവാനുള്ള മുതൽ ശേഖരിക്കണം. അടിത്തറയില്ലാതെ പറ്റില്ല. പ്രത്യേകിച്ചും ഇന്ന് എല്ലാറ്റിനും വിലയും കൂടുതൽ. സമീക്ഷയെക്കുറിച്ച് ആളുകൾക്ക് വളരെ നല്ല ഓർമ്മയാണ്. ഈയിടെ കേരളത്തിൽ വന്നപ്പോൾ സ്നേഹിതന്മാരുമായി ആലോചിച്ചു. ഒക്ടോബറാകുമ്പോഴേക്ക് ഒരു പൂർണ്ണ ചിത്രമുണ്ടാക്കണം. ഈയിടെയായി കുറെ ചെറു കവിതകളെഴുതി. ഇനിയും ചിലതൊക്കെ എഴുതിക്കൂടെന്നില്ല. 'Poetry and Renaissance,' പലർക്കും റിസർച്ചിനുപകരിക്കുന്നു. ഇന്ത്യയിൽ അതു നല്ലതു തന്നെ. 1981 - ൽ അവസാനം ഒരു ഇംഗ്ലീഷ് സമീക്ഷയുമിറക്കണമെന്നുണ്ട്. മലയാളമൊന്നു പച്ച പിടിച്ച പിൽപ്പാട് കൂടുതൽ സംഗതികൾ അറിയിക്കാം. ഇടയ്ക്കെഴുതുക, ഞാനിപ്പോൾ കുറേ ദിവസം നാട്ടിലുമാണ്. വൈകിയാലും മറുപടി കിട്ടും. അദ്ധ്യാപകരാരാണെന്ന് നേരത്തെ അറിയാം. ജീവിതമെങ്ങിനെ, ആരൊക്കെ?

മറുപടി

ഒപ്പ്

ആദ്യ കത്ത് ഒരു സാധാരണക്കാരനായ അദ്ധ്യാപകനുമായുള്ള ബന്ധത്തിന്റെ തുടക്കമാണെങ്കിൽ ആ ബന്ധത്തിന്റെ ആഴം കുറച്ചു കൂടി വളരുന്നതോടെ തന്റെ പേരിലുള്ള തെറ്റായ ധാരണ തിരുത്താനും കത്തിൽക്കൂടിയാണ് ശ്രമം.

22-06-81 -ൽ എഴുതുന്ന കത്തിലെ അവസാന ഭാഗമാണിത്.

അവർ എഴുതിച്ചേർത്ത എന്റെ രാജി വിവരം തെറ്റാണ്. കമ്യൂണിസ്റ്റ് ഭരണത്തോടു വിയോജിച്ചല്ല ഞാൻ രാജിവെച്ചത്. 1959 ജൂലൈ 31-നു കേന്ദ്രം ഇടപെട്ട് ഇ. എം. എസ് മന്ത്രി സഭ പിരിച്ചു വിട്ടു. 1959 - സെപ്റ്റംബർ 21-നാണ് ഞാൻ രാജിവെച്ചത്. (ഇതു പറഞ്ഞുകൊണ്ട് കമ്മ്യൂണിസ്റ്റ് കാർ ഗോവിന്ദനെ ശകാരിക്കുന്നു.)

സി. പി ശ്രീധരനോ മറ്റോ ഏതോ ബുക്കിൽ തെറ്റായി എഴുതിവെച്ചിട്ടുണ്ട്. പലരും അത് പകർത്തുന്നു. ഇതൊക്കെവെച്ച് ഒന്ന്

എഴുതണമെന്നുണ്ട്. അല്പം നേരമ്പോക്കായി. കൃഷിപ്പണിയൊക്കെ കഴിഞ്ഞിരിക്കുമെന്ന് കരുതുന്നു. അല്ലെങ്കിൽ അത് കഴിയുകയില്ലല്ലോ. തുടരുകയേയുള്ളൂ.

ആരോഗ്യം ചിലപ്പോൾ പിശക്, ചിലപ്പോൾ വലിയ പ്രശ്നമില്ല. ഇപ്പോൾ രണ്ടാമത്തെ നിലയിൽ. മരുന്ന് എപ്പോഴും കഴിച്ചുകൊണ്ടേയിരിക്കണം. കാര്യമായി ചിലതൊക്കെ എഴുതണമെന്ന തോന്നൽ. എന്തു കൊണ്ടോ അല്ല. പ്രാരാബ്ധങ്ങൾക്കിടയിലും എഴുതാനുത്സാഹമുണ്ട്. അതിൽ കൂടുതൽ സന്തുഷ്ടതയെന്ത് എന്നെപ്പോലൊരാൾക്ക്! വിവരങ്ങൾക്ക് മറുപടി.

ഇനി മൂന്നാമത്തെ കത്ത്.

16-12-80

പ്രിയ സുഹൃത്തേ,

ഇതിനു മുൻപ് അയച്ച കത്തുകിട്ടിക്കാണുമല്ലോ. കുറച്ചിട അസുഖം. ഇപ്പോൾ ഭേദപ്പെട്ടു വരുന്നു.

1968-ൽ നീലക്കുറിഞ്ഞിവിരിഞ്ഞു. 80-ൽ വീണ്ടും. ഞാൻ ആ പത്രവാർത്ത വായിച്ചില്ല. കുറിഞ്ഞിപ്പാട്ട് ഈ പശ്ചാത്തലത്തിൽ ഹൃദ്യമായെന്നറിഞ്ഞ് സന്തോഷിക്കുന്നു. ആ കവിതയ്ക്ക് അതിന്റേതായ ഒരു കഥയുണ്ട്. 1968-ൽ ഞാൻ കുറിഞ്ഞിയെക്കുറിച്ചൊരു കുറിപ്പോടുകൂടി മാതൃഭൂമിക്കയച്ചു. കവിത വന്നില്ല. പക്ഷേ ആ പൂവിനെപ്പറ്റി പുതിയൊരു കഥ പത്രാധിപരെഴുതി സംതൃപ്തനായി. പിന്നെ മലയാള രാജ്യം വാരികയിലാണ് കുറിഞ്ഞിപ്പാട്ട് പ്രസിദ്ധീകരിച്ചത്.

കവിതകൾ പ്രസിദ്ധീകരിക്കുമ്പോൾ കുറിപ്പുകൾ കൊടുക്കരുതെന്ന് എനിക്ക് നിർബന്ധമുണ്ടായിരുന്നു. എന്റെ പല സുഹൃത്തുക്കളും പറഞ്ഞു, നിങ്ങൾ വിചാരിക്കും പോലെയല്ല, ഇതൊക്കെ ആളുകൾക്ക് പിടികിട്ടുകയില്ലെന്ന് ഒരു പക്ഷേ അവർ പറഞ്ഞതായിരിക്കണം ശരി. അടുത്ത പതിപ്പിൽ ശ്രദ്ധിക്കണം. പിന്നെ ഒരവതാരികയോ, മുഖവുരയോ ഇല്ലാത്തത് വായനക്കാർക്ക് കവിതയിലേക്ക് കടക്കാൻ പ്രയാസം സൃഷ്ടിക്കുന്നുവെന്നുവരും.

ഗംഗാധരൻ, അതും ഏറെക്കുറെ ശരിയാണെന്നു കരുതേണ്ടിയിരിക്കുന്നു. കവി തന്നെ വ്യാഖ്യാതാവാകേണ്ടി വരുന്നത് ഗതികേടാണ്. ഈയിടെ ചെറു നർമ്മ കവിതകൾ എഴുതി ഒന്നിത്തിരി വലുതും- ഭാഷാപോഷിണിയിൽ വരും. മേനകയും തുടർക്കണിയും അച്ചടിപ്പിക്കാൻ ശ്രമം നടത്തുന്നു. നാലു കവിതാ പുസ്തകങ്ങളും ചെലവാക്കുക എന്നതും പ്രശ്നം.

സമീക്ഷ കുറേക്കൂടി സാവകാശം ആവശ്യമെന്ന് എല്ലാം ആലോചിച്ചപ്പോൾ തോന്നി. ഒന്ന് കഴിഞ്ഞ് മറ്റൊന്ന്, അങ്ങിനെ പോകട്ടെ വിവരങ്ങൾക്കൊക്കെ മറുപടി.

സ്നേഹപൂർവ്വം

ഒപ്പ്.

17-07-81

98, Haris Road, Madras 60002,

പ്രിയ സുഹൃത്തെ,

കത്ത്, ഇന്ന് Poetry and Renaissance Book Post ആയി അയച്ചിട്ടുണ്ട്. ഭാഷാപോഷിണി ഏപ്രിൽ-മെയ്(1981) ലക്കമാണ്. രാജി അതെവിടെയെങ്കിലും രേഖപ്പെടുത്താം. അതിപ്പോഴെങ്കിലും ചെയ്തില്ലെങ്കിൽ ഈ കുഴപ്പങ്ങൾ തുടർന്നും ഉണ്ടാവും. കുറെ ഓർമ്മക്കുറിപ്പുകൾ എഴുതണം. അതോടൊപ്പമാവാം.

മാതൃഭൂമി ആഴ്ചപ്പതിപ്പുകാർക്ക് ഇപ്പോൾ കവിതകളും ലേഖനങ്ങളും വേണമത്രെ. മുമ്പും വേണ്ടെന്നുണ്ടായിരുന്നില്ല. ചിലതെല്ലാം എഴുതി അയച്ചിട്ടുണ്ട്. കലാകൗമുദിയിലും വരും. പതുക്കെ ഗദ്യത്തിലേക്ക് മാറണമെന്നുണ്ട്. കവിതകൾ എല്ലാം ഇനിയും ആറു പുസ്തകത്തിനുണ്ടാകും. അത്ര നല്ലതല്ലാത്തതു തഴഞ്ഞാൽപ്പോലും നർമ്മ കവിതകൾ ഒരു പ്രത്യേക പുസ്തകമാക്കണം. എല്ലാം മെല്ലയേ സാധിക്കുകയുള്ളൂ. തല്ക്കാലമിത്രമാത്രം.

Yours

ഒപ്പ്

അടുത്ത അവസരത്തിൽ നാട്ടിൽ വരാനിടയില്ല. എറണാകുളം പരിസരങ്ങളിൽ വരുമ്പോൾ തീർച്ചയായും അറിയിക്കാം. എന്റെ ജീവിതത്തിലെ പ്രധാന സുഖം സുഹൃത്തുക്കളുമായി ഇടപഴകലാണ്.

എം. ഗോവിന്ദന്റെ കത്തുകൾ മലയാളത്തിൽ പ്രസിദ്ധമാണ്. അത് നൂറു നൂറു പേരുടെ കൈകളിൽ സൂക്ഷ്മതയോടെ കാണും. ഗോവിന്ദൻ കത്തുകൾ സൂക്ഷിക്കുന്നതായി തോന്നിയിട്ടില്ല. അത്ര ഗൗരവമുള്ളതാണെങ്കിൽ ചില വരികൾ കുറിച്ചുവെയ്ക്കും. വളരെ പ്രശസ്തരായ പലരുടെ കത്തുകളും വായന കഴിഞ്ഞതും ചീന്തിയെറിയാനൊരു പ്ലാസ്റ്റിക്ക് ബക്കറ്റുമുണ്ട്. പിറ്റേന്നത് കുപ്പയിലും.

നവീനാശയങ്ങളുടെ ബീജം ഗോവിന്ദനിൽ കത്തിലും സംസാരത്തിലും പിറവിയെടുക്കാറുണ്ടെന്നത് സത്യമാണ്. അത്തരം കത്തുകൾ കാലങ്ങൾക്കുശേഷം, ഒരു ബൃഹദ് ഗ്രന്ഥമായി പുറത്തിറങ്ങാതിരിക്കില്ല. സാഹിത്യകാരനായ പായിപ്ര രാധാകൃഷ്ണൻ അങ്ങിനെയൊരു ശ്രമം നടത്തുന്നുണ്ടെന്ന് പറഞ്ഞിരുന്നു. രണ്ടു കത്തുകൾ നൽകുകയും ചെയ്തിരുന്നു. പിന്നീടൊരനക്കവുമുണ്ടായതായി തോന്നിയില്ല. ആനന്ദിന്റെ പല കത്തുകളും ഗോവിന്ദൻ സമീക്ഷയിൽ പ്രസിദ്ധീകരിച്ചത് കാലത്തിനും സാഹിത്യത്തിനുമാണ് നേട്ടം. ഇവിടെ നൽകിയിരിക്കുന്ന കത്തുകൾ സാധാരണമായ രീതിയിലുള്ളതാണ്.

കത്തിനോടുള്ള ഗോവിന്ദന്റെ അർപ്പണബോധത്തെക്കുറിച്ചൊരു ഓർമ്മയും പങ്കുവെയ്ക്കാം.

എനിക്ക് രവിയെന്ന സ്നേഹിതൻ രണ്ടു കത്തുകളയച്ചു. ഞാൻ പലകാരണങ്ങളാൽ മറുപടി വൈകിപ്പിച്ചു. അയാൾ ഗോവിന്ദനോട് കത്തിൽക്കൂടി സങ്കടം ബോധിപ്പിച്ചു. അയാളെ ആശ്വസിപ്പിച്ചുകൊണ്ട്, അന്ന് തന്നെ ഗോവിന്ദനയാൾക്കെഴുതി. ഇത് ബാലകൃഷ്ണൻ അയച്ചതാണെന്ന് ധരിക്കണമെന്നൊരപേക്ഷയോട് കൂടി കുറേ ദിവസങ്ങൾ കഴിഞ്ഞാണ് ഗോവിന്ദൻ അതെന്നോട് പറയുന്നത്. ധൃതിപ്പെടേണ്ട, ഞാനയാൾക്കതിനു മറുപടി കൊടുത്തു. പിന്നീടൊരു കമന്റും, ആരായിരുന്നാലും കത്തുകൾക്ക് മറുപടി എഴുതണം, ഗോവിന്ദൻ അതും ഉപദേശമല്ലാത്തപോലെയാണ് പറഞ്ഞത്. ഞാൻ കുറ്റബോധത്തോടെ മുഖം കുനിച്ചു.

കത്തെഴുത്തും കവിതപോലെ സർഗ്ഗാത്മക കർമ്മമാണെന്ന വിശ്വാസമാണദ്ദേഹത്തിന്. ഒന്ന് തന്റെ അടുത്തറിഞ്ഞ സ്നേഹിതന്മാർ-മറ്റേത്, ലോകത്താകമാനമുള്ള മിത്രങ്ങൾക്ക്. രണ്ടും സ്നേഹവും ആശയങ്ങളും പങ്കുവെക്കൽ തന്നെ. രണ്ടിലും അറിവിനപ്പുറം അനുഭവങ്ങളുടെ ചോരപ്പാടുകൾ കാണാം.

നിഷ്കളങ്കമായ ദൈവികമായ, ഗോവിന്ദന്റെ മുഖം, പല തവണ കണ്ടിട്ടുണ്ട്. തൊട്ടിലിലുറങ്ങുന്ന കുഞ്ഞുങ്ങളിലൊക്കെ കാണാറുള്ളതുപോലൊരു ചിരിയും വിങ്ങലും ദേഷ്യവും! വിക്കിവിക്കി കരയുന്ന സന്ദർഭമുണ്ടായിട്ടുണ്ട്. സ്വപ്നദർശനങ്ങളെന്ന് ഞാനതിനെ വിശേഷിപ്പിക്കാറുണ്ട്. ചാരു കസേരയിലിരുന്നുകൊണ്ടാണങ്ങനെയൊരു പതിവ്. കുട്ടികൾ ചിരിക്കുമ്പോൾ അത് ദൈവത്തോടാണെന്നാണ് അമ്മമാർ പറയുക. ദൈവത്തെ തേടുന്നവർ, ഭക്തന്മാർ. അവർ ദൈവത്തോട് ആവലാതികൾ പറയുന്നു. ദൈവത്തെ അറിഞ്ഞവർ സിദ്ധന്മാർ. അവർ

ആരോടും പരാതിയില്ലാതെ തനിക്കുള്ളിലാണ് തന്റെ ദൈവമെന്നറിഞ്ഞ്, ഉള്ളതിനൊത്ത് കഴിഞ്ഞുംകൊണ്ട് സഹജീവികൾക്കുവേണ്ടി പ്രാർത്ഥിച്ചും പ്രവർത്തിച്ചും ജീവിതത്തെ **'മുന്നോട്ടുന്തിക്കൊണ്ട് ഗംഗപോലെ ഒഴുകുന്നു.'**

സത്യം, സമത്വം, സ്വാതന്ത്ര്യം, ധർമ്മം, ത്യാഗം, ആദർശം, ഇതൊക്കെ ഇന്നത്തെ തലമുറയ്ക്ക് അറപ്പാണെന്ന് തോന്നും ചില യുവാക്കളുടെ നടപ്പ് കണ്ടാൽ. തനിക്ക് പരിചിതമല്ലാത്ത കാര്യങ്ങളൊക്കെയും, ശരിയല്ലെന്നും വിശ്വസിക്കുന്ന അവർ. മുൻ വിധികൾകൊണ്ട്, മുള്ളുവേലികൾ കെട്ടും. ഒപ്പം ഇത്തിരി പരിഹാസവും കുറ്റപ്പെടുത്തലുകളും. അന്തിമമായ വിധികളാണവരുടേത്. അവിടെയാണ് 'സ്വൽപ്പം ചിന്തിച്ചാലെന്ത്.' എന്ന ഗോവിന്ദന്റെ കമന്റ്.

ഗോവിന്ദന്റെ കാര്യമാണെങ്കിൽ ആർക്കും തെറ്റിദ്ധരിക്കാവുന്ന പ്രകൃതം. എന്നിട്ടും യുവാക്കളാണ് ഗോവിന്ദനെ ഇഷ്ടപ്പെട്ടതും. എവിടെയെങ്കിലും ലോകത്ത് പുതിയ ആശയങ്ങളോ കലാസൃഷ്ടികളോ രൂപപ്പെട്ടതറിഞ്ഞാൽ അതിന്റെ വേരറിഞ്ഞേ പിന്നെ സമാധാനമുള്ളൂ. ആകാവുന്നവർക്കൊക്കെ വിലാസം തേടിപ്പിടിച്ച്, അനുമോദനങ്ങളയക്കും. തെറ്റും ശരിയും വിലയിരുത്തും. ഒരു സൃഷ്ടിയിലെ ചില വാക്കുകളും മറ്റും മാറ്റിയും മറിച്ചും അതൊരു മഹാസൃഷ്ടിയാക്കാനുള്ള കഴിവും എടുത്തുപറയേണ്ടതാണ്. ലേഖനങ്ങളിൽപ്പോലും, ചില മാറ്റിമറിക്കലുകളിലും, അതിനെ മികവുറ്റതാകാനുള്ള ഒരു വിദ്യ ഗോവിന്ദന് വശമുണ്ട്.

യുക്തിക്കാണ് മുൻഗണന. എന്നാൽ യുക്തിവാദങ്ങളില്ല തന്നെ. ആത്മീയവാദങ്ങളുമില്ല. പക്ഷേ ആത്മീയമായി നിരീക്ഷിച്ചല്ലാതെ ഒന്നും, തീരുമാനിക്കാറില്ല. മദ്യം മഹാവിരോധം, പക്ഷേ, മദ്യപിക്കുന്നവരത്രയും മോശക്കാരാണെന്ന അഭിപ്രായമില്ല. ഇവിടെയും ഒരനുഭവം എഴുതട്ടെ.

ഗോവിന്ദൻ ഒരു യുവാവിന്റെ മദ്യപാനത്താൽ പൊറുതിമുട്ടി. അത് ഗോവിന്ദന് ചീത്തപ്പേരുണ്ടാക്കുവാനും തുടങ്ങി. അയാൾക്കൊരു ജീവിതമുണ്ടാക്കിക്കൊടുക്കാനുമുള്ള തീവ്ര പരിശ്രമത്തിലാണദ്ദേഹം. എന്നാൽ എല്ലാം കളഞ്ഞു കുളിക്കുമെന്ന നിലയിലാണ് കാര്യങ്ങൾ നീങ്ങിയത്.

ഞാൻ, മദ്യപക്ഷത്തല്ലെന്ന് ഗോവിന്ദനറിയാം. അയാളുടെ മദ്യപാനശീലമവസാനിപ്പിക്കുവാനുള്ള, വഴികൾ തേടിയെന്നുമാത്രമല്ല, അതില്ലാതെയാക്കുവാൻ എന്നെക്കൊണ്ട് കഴിയുമെന്നും തറപ്പിച്ചു പറഞ്ഞു. ആ യുവാവിനെ അന്ന് എനിക്ക് തീരെ താൽപര്യമില്ലായിരുന്നു. ഗോവിന്ദന്റെ അപേക്ഷ തള്ളിക്കളയുവാനും വയ്യ.

ഗോവിന്ദൻ ആ യുവാവിനെ എന്നെ ഏല്പിച്ച് കുറ്റിപ്പുറത്തേക്ക് പോയി. ഗോവിന്ദൻ പോയ തക്കം നോക്കി യുവാവ് ചില സുഹൃത്തുക്കളെ വീട്ടിലേക്ക് ക്ഷണിച്ചു. വലിയ ബിസിനസ്സുകാരായിരുന്നു അവർ. ഞാൻ അയാൾക്കൊരു കട്ടുറുമ്പായി തോന്നി. ഒരു ദിവസം എന്റെ അടുത്തുവന്ന് തന്റെ ചില ബാല്യകാല സുഹൃത്തുക്കൾ വരുന്നുണ്ടെന്നും ഇതിൽ ബുദ്ധിമുട്ടുണ്ടാക്കരുതെന്നും അപേക്ഷിച്ചു. ആ അവസരം ഞാനാണ് പ്രയോജനപ്പെടുത്തിയത്. **'ആളുകൾ വരട്ടെ. ഞാനും നിങ്ങളിലൊരാളായി കൂടെ നിൽക്കാം.'** അത്ഭുതത്തോടെ അയാൾ എന്നെ നോക്കി. ഗോവിന്ദന്റെ മുമ്പിൽ പലരെയും പോലെ ഞാനും നല്ലപിള്ള ചമയുകയാണെന്ന തോന്നൽ എന്നെക്കുറിച്ച് അപ്പോഴയാൾക്കുണ്ടായിരിക്കാം.

സുഹൃത്തുക്കൾ വൈകുന്നേരം തന്നെ വീട്ടിലെത്തി. ഗോവിന്ദന്റെ വീട്ടിൽ മദ്യ വിരുന്ന് നടക്കുന്നുവെന്ന് കണ്ടപ്പോൾ ആദ്യം അകം നടുങ്ങി. വലിയ മുറിയിൽ ഡിന്നറൊരുക്കി. എന്നെയും പരിചയപ്പെടുത്തി, കൂടെയിരുത്തി. എനിക്കും ഒരു ഗ്ലാസ് മദ്യം ശങ്കയോടെ അയാൾ ഒഴിച്ചു തന്നു.

ഞാനത് ആസ്വദിച്ചുകൊണ്ട് കുടിച്ചു. യുവാവിന്, സ്നേഹ ബഹുമാനങ്ങൾ വല്ലാതെ കൂടുകയായിരുന്നു എന്നിൽ.

പിറ്റേന്ന് ഞാൻ കാര്യത്തിലേക്ക് കടന്നു, യുവാവിനോടു പറഞ്ഞു. **"ഇന്നലത്തെ പാർട്ടി നന്ന്, ഇനി ഇത് നിർത്തണം. ഇനി മുതൽ മദ്യപിക്കാനുള്ള പണം ഗോവിന്ദൻ തരില്ല. ഇതു നിർത്തിയാൽ നിങ്ങൾക്കൊരു വീടും, ഭാര്യയും, ജോലിയും ഏർപ്പാടാക്കാമെന്നേറ്റിട്ടുണ്ട്."** ന്യായീകരണങ്ങളും അയാളുടെ വാദപ്രതിവാദങ്ങളും പലത്. നിങ്ങൾ മദ്യത്തിന് അടിമയാണ് എന്ന് ഞാൻ പറഞ്ഞപ്പോൾ അയാൾ തിരിച്ച് ഇങ്ങനെ ചോദിച്ചു! **"അപ്പോൾ അങ്ങേര് പുകവലിക്കുന്നതോ?"** യുവാവിന്റെ ചോദ്യം പ്രസക്തമാണ്. ഞങ്ങൾ ഒരു തീരുമാനത്തിലെത്തി. ഗോവിന്ദന്റെ പുകവലി ഒരു ദുശ്ശീലമാണ്. ആദ്യം അദ്ദേഹം, അത് നിർത്തണം. 'എങ്കിൽ നിങ്ങളീ ശീലം ഉപേക്ഷിക്കുമോ?' ഞാൻ ചോദിച്ചതിന്, ഉറപ്പെന്ന് കൈയ്യടിച്ചു. ഇത് ഒരു മദ്യപാനിയുടെ വാക്കല്ലെന്നും പറഞ്ഞു.

ആഴ്ചകൾക്കുശേഷം നാട്ടിൽ നിന്നും ഗോവിന്ദൻ വരുന്നു. കണ്ണുകളിൽ ആകാംക്ഷയുടെ തിരി കത്തുന്നുണ്ട്. ഞാനൊന്നും പറഞ്ഞില്ല.

ക്ഷമകെട്ട ഗോവിന്ദന്. എവിടംവരെയായി? അതു ചോദിക്കുമ്പോഴും കൈവിരലിൽ സിഗരറ്റ് പുകയുന്നുണ്ട്. അതിന്റെ പേരിൽ നിത്യവും ഞങ്ങൾ തമ്മിൽ തർക്കങ്ങളുണ്ടാകാറുമുണ്ട്. ഞാൻ സിഗരറ്റിലേക്ക്

ച്ചുണ്ടി. അത് കത്തിത്തീരുംമുമ്പേ, അദ്ദേഹം സിഗരറ്റ് വേസ്റ്റ് ബക്കറ്റിലേക്കിട്ടു.

"സാറിനൊരു തമാശ കേൾക്കണോ?" ഞാൻ വിഷയം മാറ്റുകയാണെന്നദ്ദേഹത്തിനു മനസ്സിലായി. അതു കേൾക്കാനുള്ള ഭാവത്തിലിരുന്നു. **"ഈയിടെ ഞാനൊരൽപ്പം മദ്യം കഴിച്ചു."** അങ്ങേരൊന്ന് ഇളകിച്ചിരിച്ചു, അതു കള്ളമെന്ന് തള്ളി. ഞാൻ സത്യമാണ് പറയുന്നതെന്ന് ഉറപ്പിച്ചു പറഞ്ഞപ്പോൾ അനക്കം കെട്ടുപോയി. എന്റെ കണ്ണുകളിലേക്കുറ്റു നോക്കി, കാര്യം മനസ്സിലാക്കി.

മൗനത്തിനുശേഷം സംസാരം തുടർന്നു. **"അതു സാരമില്ല. ഞാനും മൂന്നു തവണ മദ്യം കഴിച്ചു. അതിലൊന്ന് പ്രശസ്ത സാഹിത്യകാരന്മാർക്കൊപ്പം യൂഗോസ്ലാവയിൽ പോയപ്പോഴായിരുന്നു."** പിന്നീട് ആ നാട്ടിന്റെ ചിത്രങ്ങൾ വാക്കുകളിലൂടെ വരച്ചു കാട്ടി. അവിടത്തെ സ്വാതന്ത്ര്യമില്ലായ്മയെക്കുറിച്ചും, അവിടത്തെ ഒരു മഹാകവിയെ കണ്ട് സംസാരിച്ചതിനെക്കുറിച്ചുമെല്ലാം പറഞ്ഞു. വീണ്ടും ഒരു സിഗരറ്റിനുകൂടി താനറിയാതെ തീ കൊടുത്തു ഗോവിന്ദൻ.

സാറെന്നോട് ക്ഷമിക്കണം, ഞാൻ പറഞ്ഞു, **"സാറും ഒരടിമ തന്നെയാണ്, ശീലങ്ങളുടെ കാര്യത്തിൽ."** സിഗരറ്റില്ലാതെ ജീവിക്കാൻ പറ്റില്ലെന്നു വരുന്നതും ഒരു തരം..., ഗോവിന്ദൻ അക്ഷരാർത്ഥത്തിൽ പ്രതിമപോലെ ആയി. അദ്ദേഹത്തിന് ജീവിതത്തിൽ സങ്കൽപ്പിക്കുവാൻ കഴിയാത്ത ഒരു വാക്കായിരുന്നു എന്റേത്. എന്നെപ്പോലൊരു പൂജ്യത്തിൽ നിന്നും, ഇത്തരം വാക്ക് കേട്ടത് ഉൾക്കൊള്ളാൻ ആർക്കും സാധിക്കുമായിരുന്നില്ല. ഫണം വിരിച്ചു നിൽക്കുന്ന ഒരു സർപ്പം ആ കണ്ണുകളിലുണ്ടെന്നോ ഇല്ലെന്നോ പറയാൻ സാധിക്കുന്നില്ല. ആ മുഖത്തേക്ക് നോക്കാൻ അപ്പോൾ ഞാൻ വല്ലാതെ ഭയന്നുപോയി. അതെ.

തനിക്ക് ശല്യമായിത്തീർന്നൊരു യുവാവിന്റെ മദ്യപാനശീലം നിർത്തലാക്കാനുള്ള സഹായമാണപേക്ഷിച്ചിരുന്നത്. ഇപ്പോൾ, തന്റെ പുകവലി ശീലത്തിനെതിരെയാണിയാളുടെ യുദ്ധം. **"ബാലകൃഷ്ണൻ പറഞ്ഞു വരുന്നത്?"** ദീർഘമൗനത്തിനുശേഷം അദ്ദേഹം ഗൗരവത്തോടെ തിരക്കി.

വിജയാ ആസ്പത്രിയിലെ ഡോ. ചെറിയാൻ പുക തൊടരുതെന്ന് കൽപ്പിച്ചു. ഡോ. വിജയനും എ.പി.യും എപ്പോഴും അപേക്ഷിക്കുന്നു. എന്നിട്ടും അതുപേക്ഷിക്കാൻ കഴിയുന്നില്ലെന്ന് വരുന്നത്? ഏറെ നേരം ഗോവിന്ദനുമായി ഞാൻ മൗനമായി തന്നെ സംവദിച്ചു. മറ്റൊരാളുടെ

മനസ്സിന്റെ മൂലയിലെവിടെയുമുള്ള വാക്കുകൾ പുറത്തേക്കെടുക്കാനുള്ള സിദ്ധി ഗോവിന്ദനുണ്ട്. ഞാനത് പഠിക്കാനും ശ്രമിച്ചിട്ടുണ്ട്.

"അയാൾ മദ്യപാനമുപേക്ഷിക്കാമെന്നേറ്റു. പക്ഷെ ആദ്യം സാറീ പുകവലിയങ്ങു നിർത്തണം." ഇതയാൾ പറഞ്ഞ തീർപ്പാണ്. എന്തിനും ഒരു സമനീതി വേണമല്ലോ. ഞാനയാൾക്ക് വാക്കു കൊടുത്തു. സാറത് അനുസരിക്കുമെന്ന വിശ്വസത്തിലാണ്. പിന്നെയും മൗനം. പതുക്കെ മൂപ്പര് കണ്ണുകളടച്ചു. പിന്നെ കണ്ണുകൾ തുറന്ന് തന്റെ കൈവിരലിലുള്ള സിഗരറ്റിലേക്ക് പകയോടെ നോക്കി. പിന്നെ തീയോടെ അത് ഒറ്റ കൈകൊണ്ടമർത്തിപ്പൊടിച്ച് വേസ്റ്റ് ബക്കറ്റിലേക്കിട്ടു.

"ഇന്നേവരെ ഞാനിത്രയും സ്വാതന്ത്ര്യം മറ്റാർക്കും അനുവദിച്ചില്ല. പക്ഷേ ബാലകൃഷ്ണന്..." ആ മനുഷ്യന്റെ കണ്ണിൽ നിന്നും എന്തൊക്കെയോ മിന്നിമായുന്നതുപോലെ! മരക്കസേരയിൽ നിന്നും പെട്ടന്നെഴുന്നേറ്റ് 'എനിക്കല്പം കിടക്കണം,' എന്നും പറഞ്ഞ് ഇരുമ്പിന്റെ ചാരു കസേരയിലേക്ക് ചാഞ്ഞു. ഞാൻ ആ മനുഷ്യനെ മനസ്സിൽ 'മഹാത്മാവെന്ന്' വിളിച്ചും കൊണ്ടേ ഇരുന്നു. പിന്നീടെത്രയും വേഗം ഞാനെന്റെ കിടപ്പറിരികിലേക്ക് ചെന്ന് ഉറങ്ങാതെ കരഞ്ഞും കൊണ്ടിരുന്നു. ഒരു ഹിമാലയം കണക്കെ അപ്പോൾ ഗോവിന്ദൻ മനസ്സിൽ വളരുകയായിരുന്നു! ഞാനന്ന് ഗോവിന്ദനെക്കുറിച്ച് ഏതാനും വരികൾ നാൾ കുറിപ്പിലുംകുറിച്ചുവച്ചു. പിറ്റേന്നുള്ള ഗോവിന്ദന്റെ സ്നേഹത്തെക്കുറിച്ച് പറയുന്നതിൽ ഞാൻ സ്വാർത്ഥനാണ്. അതൊരു സ്വകാര്യ സുഖവും കൂടിയാണ്. ദൈവമേ ഒരു മനുഷ്യന് ഇത്രയും സ്നേഹത്തെ ഈ ചെറിയ ശരീരത്തിൽ പൂഴ്ത്തിവെക്കുവാൻ പറ്റുമോ? സത്യത്തിൽ ഞാൻ ഇത് എഴുതുമ്പോൾ കരയുക തന്നെയാണ്. കരയാതെ ആ സന്ദർഭം കുറിച്ചിടാൻ എനിക്കാവില്ല.

പരിവർത്തനം കൊച്ചു മാസികകളിലൂടെ

പുരോഗമന സാഹിത്യപ്രസ്ഥാനത്തിന്റെ പിറവിയും, അതിന്റെ പൂക്കലും പിന്നത്തെ പിളർപ്പുകളും, നമുക്കറിയാം. എന്തായിരുന്നു അതിന്റെ പിന്നിലെ കക്ഷിരാഷ്ട്രീയ കാഴ്ചപ്പാടുകൾ? വ്യക്തി താൽപര്യങ്ങളൊരുമിച്ച് ചേർന്ന് അതൊരു കക്ഷി താൽപര്യമായി വികാസം പ്രാപിച്ചുവെന്നാണ് എനിക്കു തോന്നിയിട്ടുള്ളത്. എന്നാലത് സ്വതന്ത്ര ചിന്തകൾക്ക് കടുത്ത തിരിച്ചടിയായിരുന്നു.

സ്വതന്ത്രമായി എഴുതുവാനുള്ള -പ്രവർത്തിക്കുവാനുള്ളവരെ പ്രോത്സാഹിപ്പിക്കുവാനുള്ള ആത്മാർത്ഥമായ പരിശ്രമം ഗോവിന്ദനെപ്പോലെ വേറെയും ചിലർക്കുണ്ടായിരുന്നു. അവരെ മുമ്പിൽ നിർത്തി ഗോവിന്ദനൊരു പദ്ധതിക്കു രൂപം നല്കി. കല ആർക്കുവേണ്ടി എന്ന ചോദ്യത്തിന് 'കലയ്ക്കുവേണ്ടി, മനുഷ്യർക്കുവേണ്ടി,' എന്ന മറുപടിയോടൊപ്പം നിങ്ങളാരുടെ പക്ഷത്തെന്നതിന്, 'മനുഷ്യരുടെ പക്ഷത്ത്,' എന്നായിരുന്നു ഗോവിന്ദന്റെ നിലപാട്.

ഭാരതപ്പുഴയുടെ തീരത്ത്, ഒരു മഹാസമ്മേളനം. എൻ. ദാമോദരനായിരുന്നു അതിന്റെ ഉത്തരവാദിത്തം. ഗോപുരം എന്ന മാസികയ്ക്കും ഗോവിന്ദൻ രൂപം കൊടുത്തിരുന്നു. അതിന്റെ എഡിറ്റർ, പ്രിന്റർ, പബ്ലിഷർ, എന്നീ മൂന്നു പദവികളും ഗോവിന്ദൻ എൻ. ദാമോദരനെയാണ് ഏൽപ്പിച്ചത്. പ്രസിദ്ധീകരണം ആരംഭിച്ചത് തിരുവനന്തപുരത്തുനിന്ന്.

എൻ. ദാമോദരൻ കേരളത്തിലെ മികച്ച റോയിസ്റ്റുകൂടിയാണ്. കേരളത്തിലെ ധൈഷണികമായ മേഖലയിൽ കൂടുതൽ ചലനമുളവാക്കലാണ്

ലക്ഷ്യം. ഗോവിന്ദന്റെ ചങ്ങാതിമാരായ സകല സ്വതന്ത്രാത്മാക്കളും എഴുത്തുകാരും ഇതിൽ സഹകരിച്ചിരുന്നു.

വി.ടി. ഭട്ടതിരിപ്പാടും, സി. ജെ. തോമസ്സും എല്ലാറ്റിനും മുമ്പിലുണ്ട്. 1950-ഫെബ്രുവരിയിലാണ് നവസാഹിതിയ്ക്ക് ബീജാവാപം നൽകിയത്. തവനൂരിൽവെച്ച് ഒരു മഹാകലാമേളയും സംഘടിപ്പിച്ചു. വി.ടി., അക്കിത്തം, ഇടശ്ശേരി, പി.സി. കുട്ടികൃഷ്ണൻ, എം.ടി.എൻ. നായർ, ടി. ഗോപാലക്കുറുപ്പ് എന്നിവരാണതിന്റെ ഊർജ്ജസ്വലരായ പ്രവർത്തകർ. സി.ജെ., എം. ഗോവിന്ദൻ, കെ.എ. കൊടുങ്ങല്ലൂർ, കൂടാതെ എൻ.വി. കൃഷ്ണവാര്യരും പങ്കെടുത്തു. എം.വി. ദേവനുമുണ്ട് കൂടെ.

പുലർച്ചെ മൂന്നുമണിക്ക് സി.ജെ. യോടൊപ്പം കുറ്റിപ്പുറം സ്റ്റേഷനിൽ വന്നിറങ്ങിയ സാനുമാഷിനെ സ്വീകരിക്കാൻ ആ പ്രവർത്തനങ്ങൾക്കിടയിലും എൻ. ദാമോദരൻ സ്റ്റേഷനിൽ ചെന്നു. സാനുമാഷ് അനുസ്മരിക്കുന്നു ആദരവോടെ.

പുതിയ എഴുത്തുകാരുടെ വളരുന്ന തലമുറയ്ക്ക് പ്രോത്സാഹനവും പ്രകാശനസൗകര്യവും നൽകുക നവസാഹിതിയുടെ മുഖ്യലക്ഷ്യങ്ങളിലൊന്നായിരുന്നു. നവസാഹിതിയിലൂടെ തങ്ങളുടെ കൃതികൾ പ്രകാശിപ്പിക്കുവാൻ സൗകര്യം കിട്ടിയ പലരും കേരളത്തിലെ ഏറ്റവും വലിയ എഴുത്തുകാരായി. പിന്നീട് ലബ്ധ പ്രതിഷ്ഠരായവരുടെ കൃതികൾ നവസാഹിതിയിൽ പ്രസിദ്ധപ്പെടുത്തിയിരുന്നു.

'ഭാഷ മലയാളം, ഭാവം ഭാരതീയം, പ്രസക്തി ആധുനികം,' ഇങ്ങിനെയായിരുന്നു കൊച്ചുമാസികകളെക്കുറിച്ചുള്ള ഗോവിന്ദന്റെ കാഴ്ചപ്പാടുകൾ.

ആധുനിക പശ്ചാത്തലത്തിൽ, രൂപഭാവങ്ങളിൽ, ഭാരതീയമായ ഒരു മലയാളത്രൈമാസികയാണ് സമീക്ഷ.

സർഗ്ഗാത്മക സാഹിത്യം, ലളിത കലകൾ, ശാസ്ത്രം, വിമർശനം എന്നിവയൊക്കെ പ്രതിപാദ്യം. അതിൽ ഒരു മുദ്രാവാക്യം പോലെ മുഴങ്ങുന്ന വാക്കുകൾ ഇങ്ങനെ, 'മനുഷ്യന്റേതായ യാതൊന്നും അന്യമല്ല.' കഥയും കവിതയും സിനിമയും നിർമ്മിക്കുന്നവർക്കൊപ്പം തന്നെ വയൽ ഉഴുന്നവർക്കും അഴുക്കുചാൽ ശുദ്ധീകരിക്കുന്നവർക്കും തുല്യ അന്തസ്സുണ്ടെന്ന് അംഗീകരിക്കുംവരെ ഏതുരാജ്യത്തിനാണ് സമൃദ്ധി ഉണ്ടാക്കാനാവുക? കൃഷിയെ മറക്കൽ സ്വയം മരണമാണ്. അറുപത്തിഅഞ്ചുകൊല്ലങ്ങൾക്കുമുമ്പാണിത് ഗോവിന്ദൻ പറഞ്ഞത്.

എം. ഗോവിന്ദന്റെ സ്പന്ദനങ്ങളിലാദ്യാവസാനം മുഴങ്ങുന്നതും മനുഷ്യൻ എന്നതൊന്നുമാത്രം. ദൈവം ഒരു വിശ്വാസമാണ്.

ദൈവത്തിന്റെ സ്രഷ്ടാവും മനുഷ്യനാണ്. മനുഷ്യൻ തന്റെ പൂർണ്ണതയിലേക്കെത്തിച്ചേരലാണ് മോക്ഷം!

1957-ൽ തിരുവനന്തപുരത്തു നിന്നാണ് ഗോപുരം പ്രസിദ്ധീകരിച്ചത്. സി.ജെ., ജി. കുമാരപ്പിള്ള, പി.കെ. ബാലകൃഷ്ണൻ, എൻ. ദാമോദരൻ, അയ്യപ്പപണിക്കർ, എം. ഗംഗാധരൻ, എൻ.പി. മുഹമ്മദ്, എം.വി. ദേവൻ എന്നിവരോടൊപ്പം എം. ഗോവിന്ദനും, എ.എൻ. നമ്പ്യാരും ദിശാബോധം നൽകി. ഓഫീസ് സി.ജെയുടെ വീട്! മാനേജർ റോസി തോമസ്സ്. ഒരു മാസികയാണെങ്കിൽപ്പോലും ഗോവിന്ദന്, അതൊരു സ്ഥാപനമായിത്തീരരുതെന്ന് നിർബന്ധമുണ്ടായിരുന്നു. മറ്റു സാഹിത്യ സാംസ്കാരികപ്രവർത്തനത്തിന്റെ ഒരത്യാവശ്യഘടകമെന്നു വരുമ്പോഴാണ് ഗോവിന്ദൻ മാസികകളേക്കുറിച്ച് ചിന്തിക്കലും ആരംഭിക്കലും, പിന്നെ ആദ്യമേ നിശ്ചയിച്ച പ്രകാരം അന്ത്യമായാലും; അല്ല 'ദയാവധം,' എന്ന് തന്നെ പറയാം.

സൃഷ്ടിയും നിരൂപണവുമാണ് ആദ്യലക്കത്തിൽതന്നെ. ഞാനെന്തിനെഴുതുന്നു? എന്നതായിരുന്നു ഒരു വിഷയം. നമ്മുടെ ഉള്ളിലുള്ള 'ക്യാമറ,' അതിനകത്തേക്കു നോക്കു, നല്ലൊരു തുടക്കമെന്നപോലെ ഇത് നല്ലൊരു വഴക്കവുമാണ്. മൗലികവും, സമഗ്രവും ചൈതന്യവത്തും. സമീക്ഷ ഇംഗ്ലീഷിലും ഒരു പതിപ്പിറക്കിയിരുന്നു.

എഡിറ്റർ കോളത്തിൽ രണ്ടു പേരുകൾ, എം. ഗോവിന്ദൻ, എ.എൻ. നമ്പ്യാർ. പേരിനല്ല പ്രവർത്തനങ്ങളിലും അതിലെ പ്രകാശങ്ങളിലുമായിരുന്നു ഗോവിന്ദന്റെ ശ്രദ്ധ.

ഒരോ മാസിക പ്രസിദ്ധീകരിച്ച് പേരെടുക്കലായിരുന്നില്ല ഗോവിന്ദന്റെ ലക്ഷ്യം. നാട്ടിൻ പുറങ്ങളിലെ കലാവികസനപ്രവർത്തനങ്ങളും അതിന്റെ ഒരു ഭാഗമായിരുന്നു. ഗ്രാമങ്ങളിൽ കലാസമിതികളുണ്ടാക്കുക, അതിൽ എഴുത്തുകാരേയും സാംസ്കാരിക പ്രവർത്തകരേയും ഉൾപ്പെടുത്തുക. അതിൽക്കൂടി സാംസ്കാരിക പ്രവർത്തനങ്ങൾ വികസിപ്പിക്കുക, ഇതൊക്കെയായിരുന്നു അക്കാലത്ത് ഗോവിന്ദന്റെ സ്വപ്നങ്ങൾ. ഇതിൽക്കൂടി ഓരോ കലാകാരന്മാരും സമൂഹത്തിന്റെ ഭാഗമായിത്തീരുന്നു.

ജനങ്ങളുമായി നേരിട്ട് എന്ന പതിവും അക്കാലത്താണ് ആരംഭിച്ചത്. നാട്ടിൻപുറത്തെ കലാസമിതികളിലൂടെ ആയിരുന്നു ആ പ്രവർത്തനം. ചെറുപ്പക്കാരായ കവികൾക്കും മറ്റെഴുത്തുകാർക്കും വളരുവാനുള്ള തട്ടകമായി മാസികകൾക്കും ഇടം കൊടുത്തു ഗോവിന്ദൻ. പഴയ കവിയരങ്ങും മറ്റും ഉദാഹരണം. കടമ്മനിട്ട എന്ന കവിയെ

വളർത്തിയെടുത്തതും അത്തരത്തിലായിരുന്നു. ഗോവിന്ദന്റെ കൊച്ചു മാസികകളിൽകൂടി വളരുന്ന എഴുത്തുകാർക്കൊക്കെ ഗോവിന്ദനെന്ന ഒരു എഴുത്തദ്ധ്യാപകനേയും ലഭിച്ചുണ്ട്.

കുറേ പണം സ്വരൂപിച്ചോ, അല്ലെങ്കിലൊരു മഹാധനികനെ മുമ്പിൽ വെച്ചോ ആയിരുന്നില്ല ഈ മാസികകളുടെ പ്രവർത്തനോദയം. ഒറ്റപ്പെട്ട സ്വതന്ത്രചിന്താഗതിക്കാരായ എഴുത്തുകാരെ മുൻനിർത്തി തന്റെ സുഹൃത്തുക്കളായവരുടെ തുച്ഛമായ ചില്ലറകൾ ഇത്തരം പ്രവർത്തനങ്ങളിലേക്ക് തിരിച്ചുവിടുകയായിരുന്നു. ശേഷിക്കുന്ന സർവ്വഭാരവും താനൊറ്റയ്ക്ക്, ചിലപ്പോൾ താങ്ങായ് എല്ലാമറിയുന്ന ചില സുഹൃത്തുക്കൾ വന്നെത്തിയെങ്കിലായി.

പുതിയ മനുഷ്യനേയും ഭൂമിയേയും സൃഷ്ടിച്ചെടുക്കുന്ന പ്രവർത്തനമായിരുന്നു, അത്. ജനാധിപത്യത്തിന്റെ പൂർണ്ണമായ അറിവും പെരുമയും അറിയിക്കലും കൂടിയാണ്. കതിരിൽ, ചില പതിരുകൾ കണ്ടെങ്കിലത് കാലത്തിന്റെ കുറ്റം. അതു സഹിക്കാനും, പിന്നെയും സഹകരിക്കാനും ഗോവിന്ദന് മടിയുണ്ടായിരുന്നില്ല. കൃഷിയെന്ന് പറയുമ്പോൾ ആശയങ്ങളും പെടും. കൂട്ടു കൃഷി സമ്പ്രദായം ജനാധിപത്യമാണ്. എന്നാലത് ബാങ്കുകൾ, സൂപ്പർ സ്പെഷ്യാലിറ്റി ആസ്പത്രികൾ, പഞ്ച നക്ഷത്ര ഹോട്ടലുകൾ, സ്വകാര്യ കോളേജുകൾ, വിനോദകരമായ മോഡേൺ പാർക്കുകൾ, എന്നിങ്ങനെ ധനശേഖരണം മുമ്പിൽ കണ്ടു കൊണ്ട് മാത്രമാകരുത്. ആശയ ദാരിദ്ര്യവും അടിമത്തവും വളരാനാണത് സഹായിക്കുക. പല സഹകരണ സ്ഥാപനങ്ങളുടെയും തെരഞ്ഞെടുപ്പുകൾ, യുദ്ധത്തെയാണ് ഓർമ്മിപ്പിക്കുക! അല്ലെ?

ഒരു മാസികയ്ക്ക് ജന്മം കൊടുത്ത് അതിന്റെ സിൽവർ ജൂബിലിയെങ്കിലും ആഘോഷിച്ചെങ്കിലേ അതൊരു വിജയമായി മാലോകർ കാണു. ആ അർത്ഥത്തിൽ ഗോവിന്ദൻ ഒരു മഹാ പരാജയമായിരുന്നു. ആരെയും തോൽപ്പിക്കുന്നതിനു പകരം 'സ്വയം തോറ്റുകൊണ്ട് നീങ്ങുന്ന ഒരു ജീവിതം.' എന്നാലത് നട്ടെല്ലും തലയും കുനിച്ചുംകൊണ്ടുള്ള തോൽവിയായിരുന്നില്ല. തനിക്കൊരു എഴുത്തുകാരനാകാനും എഡിറ്ററാകാനും വേണ്ടിയായിരുന്നില്ല. തനിക്കായ് ഒരു കക്ഷി താൽപര്യവും വളർത്തിയെടുക്കുവാനില്ല. പക്ഷേ മനുഷ്യൻ സ്വതന്ത്രരായിരിക്കണമെന്നും അവന്റെ മനസ്സും ബുദ്ധിയും ആർക്കും പണയം വെച്ചതായിരിക്കരുതെന്നുമാണ് ഗോവിന്ദന്റെ മോഹം. പൂർണ്ണമായ ജനാധിപത്യത്തിലേക്കുള്ള ഒരു നടത്തം, 'പൂർണ്ണ മനുഷ്യനാവാനുള്ള ഒരു കുതിപ്പ്,' ഊറ്റത്തോടെയുള്ള കാൽവെപ്പുകൾ.

നവസാഹിതി നിലച്ചു. അപ്പോഴേക്കും സ്വാതന്ത്ര്യത്തിന്റെ രുചിയറിഞ്ഞ എഴുത്തുകാർ വിഷമത്തിലായി. അവർ പുതിയൊരു മാസികയുടെ പിറവിക്കുവേണ്ടി പരിതപിക്കാൻ തുടങ്ങി. അന്നേരത്തായിരുന്നു ഗോപുരത്തിന്റെ ജനനം. കുറേക്കൂടി എഴുത്തുകാരെ അതിന്റെ പ്രവർത്തനത്തിലേക്കിറക്കി. ഉത്തരവാദിത്തവും കൊടുത്തു. നവസാഹിതിക്കുശേഷം ഗോപുരം പിറക്കാൻ അഞ്ചുകൊല്ലം കാത്തിരിക്കേണ്ടി വന്നു. പ്രസംഗങ്ങൾക്കു പകരം പ്രവർത്തനം എന്നതായിരുന്നു ഗോവിന്ദന്റെ രീതി. അത് ആൾക്കൂട്ടങ്ങളെ ആകർഷിക്കുമായിരുന്നില്ല. എന്നാൽ ആശയങ്ങൾക്കു മുളപൊട്ടാതിരുന്നുമില്ല. പുതിയതരം എഴുത്തുകാരുടെ പിറവിക്ക് അത് കാരണവുമായി. അതുവരെ ഇന്ത്യയിൽ ഇല്ലാതിരുന്ന പുതിയതരം മാസികാ സങ്കൽപ്പങ്ങളായിരുന്നു ഗോവിന്ദന്റേത്.

അതിശയം മറ്റൊന്നായിരുന്നു. മുഴുദാരിദ്ര്യത്തിനിടയിലാണ് ഗോവിന്ദന്റെ ഓരോ മാസികകളുടേയും തുടക്കം. കൊയ്ത്തു കഴിഞ്ഞാൽവിതയ്ക്കാനുള്ളതും ഉണ്ണാനുള്ളതും മാറ്റിവെക്കുന്നതുപോലെ- സമകാല രാഷ്ട്രീയ സാംസ്കാരിക രംഗങ്ങളിൽ പരക്കെ നുള്ളിനോക്കി അതിൽ വിത്തായ് അവശേഷിക്കേണ്ടത് വിത്തു പൊതിപോലെ തന്റെ മാസികകളിൽ ഒരുക്കി ഗോവിന്ദൻ. അന്നത്തെ ആ ഓരോ മാസികകളും അമൂല്യങ്ങളായാണ് എഴുത്തുകാരും പല വായനക്കാരും സൂക്ഷിക്കുന്നത്. അവർക്കറിയാമായിരുന്നു ഭാവിയിലും ഇതിന്റെ മൂല്യം ഏറെയാണെന്ന്.

ഇതിൽ സുഹൃത്തുക്കളെ പങ്കാളികളാക്കുന്നതിലൂടെ അവരോരോരുത്തരും ഭൂമിയുടെ, സമൂഹത്തിന്റെ തായ് വേരുകളായ് സദാ സ്പന്ദിക്കണമെന്നും ഗോവിന്ദൻ ആഗ്രഹിച്ചു. ഗോവിന്ദന്റെ മോഹം സഫലമായോ? അവരോരോരുത്തരും അവരവരുടെ ചിപ്പികളിലൊളിക്കുകയായിരുന്നില്ലെ? എന്നൊക്കെ ചോദിക്കുന്നവരുണ്ട്. തനതായ വഴി വെട്ടിത്തെളിയിച്ച ഏതൊരാചാര്യനും ഭാവി അതൊക്കെ വിധിച്ചിട്ടുണ്ട്.

സുഹൃത്തുക്കൾ എന്നാണ് ഗോവിന്ദൻ തന്റെ സാംസ്കാരിക സഹായികളായവരെ വിളിക്കുക. അവരോരോരുത്തരും ഗോവിന്ദന്റെ സ്വന്തം കുടുംബാംങ്ങളും തന്നെയാണ്. അവരുടെ സന്തോഷവും ദുഃഖവും ഗോവിന്ദൻ പങ്കുവെയ്ക്കും. പ്രതിസന്ധികളും, ഇല്ലായ്മകളും തൊഴിലില്ലായ്മകളും പരിഹരിക്കും. അതിലും കള്ളനാണയങ്ങളുണ്ടായിരുന്നില്ലേ എന്ന ചോദ്യത്തിന് അതില്ലാതെ ലോകത്തൊന്നും മഹത്തരമായിരുന്നില്ലെന്നാണുത്തരം. നമ്മൾ ദൈവമെന്നും ഗോവിന്ദൻ നന്മയെന്നും വിളിക്കുന്ന കലാമൂല്യങ്ങളാണ് നാടിന്റെ സ്വത്തെന്ന് ഗോവിന്ദൻ പറയും. അതിന്റെ വളർച്ചയ്ക്കായ് അദ്ദേഹം പാടുപെട്ടുകൊണ്ടിരുന്നു.

നവസാഹിതിയേക്കാൾ ലേഖനങ്ങൾക്കും ചർച്ചയ്ക്കും കൂടുതൽ ഇടവും കരുത്തും ഒതുക്കവും ഗോപുരത്തിനു കാണാം. പാശ്ചാത്യ കൃതികളിൽ മൂല്യമുള്ളവ കണ്ടെടുത്ത് പരിഭാഷപ്പെടുത്തുകയാണ് പതിവ്. ഒരു മാസിക എങ്ങനെ രൂപപ്പെടുത്താം എന്ന സ്വന്തം ചോദ്യത്തിന് ഉത്തരം കണ്ടെത്തലും കൂടിയാണിത്. അതെ, ഓരോ നിർമ്മാണവും അവ ഓരോന്നും അർഹിക്കുന്ന ഗൗരവത്തോടെയുള്ള പഠനങ്ങളുമാണ്. സാഹിത്യത്തിന്റെ അടിസ്ഥാനമൂല്യങ്ങളിലേക്കാണ്, ഓരോന്നും വിരൽ ചൂണ്ടുന്നത്.

നവസാഹിതിയിലൂടെ ആരംഭിച്ച് ഗോപുരത്തിലൂടെ തളിർത്ത് കേരളത്തിൽ അത് മറ്റു പല സ്ഥലങ്ങളിലും ചർച്ചാ വേദികൾ ഒരുക്കിക്കൊണ്ടിരുന്നു. പുതിയൊരു മാറ്റത്തിന് തിരികൊളുത്തലായിരുന്നു അത്. ഗോപുരം മലയാളത്തിലെ ആദ്യ ദ്വൈമാസികയായിരുന്നു. റഷ്യൻ കഥാകൃത്തായ ഐസക്ക് ബേബൽ രചിച്ച (ISSAC BABEL) യേശുവിന്റെ പാപം പരിഭാഷപ്പെടുത്തിയത് എം. ടി. വാസുദേവൻ നായരായിരുന്നു.

ഇറ്റാലിയൻ കവിയായ ലിയോ പാർഡി (GIACOMO LEO PARDI 1798-1837) യുടെ കവിതകളാണ് ആദ്യ ലക്കത്തിൽ. ലോകസാഹിത്യത്തെ മലയാളത്തിന് പരിചയപ്പെടുത്തലാണ് ലക്ഷ്യം. അയ്യപ്പപണിക്കരും സാനു മാഷുമൊക്കെയാണേറെയും പരിഭാഷപ്പെടുത്തിക്കൊണ്ടിരുന്നത്. പണവും പ്രശസ്തിയും നോക്കാതെ ദാരിദ്ര്യത്തിനിടയിലും ചിലതൊക്കെ ഒരുമയും മനപ്പെരുമയും ഉണ്ടെങ്കിൽ ചെയ്യാമെന്നതാണ് ഗോവിന്ദന്റെ പ്രവർത്തനം നമ്മെ ബോധ്യപ്പെടുത്തുന്നത്. മലയാളത്തെ സമ്പന്നമാക്കുക എന്ന ശോഭനമായ ഊറ്റത്തോടെയുള്ള സ്വപ്നവും ഇതിന് കൂട്ടാണ്. മഹത്തരമായത് മോഹിക്കുക, സദാ ചിന്തിക്കുക, പ്രവർത്തിക്കുക, സാക്ഷാത്ക്കരിക്കുക ഇതാണ് ഗോവിന്ദനെ പഠിക്കാൻ ശ്രമിക്കുമ്പോൾ നമുക്ക് ആദ്യം ബോധ്യമാകുന്നത്.

നവസാഹിതി ഔപചാരികമായി ഉദ്ഘാടനം ചെയ്യപ്പെട്ടത് മദിരാശിയിലെ മ്യൂസിയം തിയേറ്ററിലാണ്. ഉദ്ഘാടകൻ ഹരീന്ദ്രനാഥ ചതോപാധ്യയും, അദ്ധ്യക്ഷൻ വി. നാഗയ്യയുമായിരുന്നു. അന്നത്തെ കലോൽസവത്തിൽ പോൾ സെസാന്റെ ജീവിതത്തിലെ ഒരു സംഭവത്തെ ആസ്പദമാക്കിയുള്ള നാടകവും നടന്നു. ഇതിൽ കവിയും ചലചിത്രരചയിതാവുമായ പി. ഭാസ്കരൻമാഷും അഭിനയിച്ചു.

തന്റെ സമയനഷ്ടത്തെക്കുറിച്ചെപ്പോഴെങ്കിലും ഗോവിന്ദൻ ചിന്തിച്ചിരുന്നതേയില്ല. പണനഷ്ടത്തെക്കുറിച്ച് മറ്റു പലരും നിരുത്സാഹപ്പെടുത്തുമ്പോഴും കുറ്റവും കുറവും പറഞ്ഞ് പുച്ഛിക്കുമ്പോഴും ചഞ്ചലിപ്പിനു പകരം

ബുദ്ധിക്ക് തിളക്കം കൂട്ടുകയാണ് ചെയ്തത്. ഗോവിന്ദന് മാത്രമായിരുന്നില്ല നഷ്ടം, ഗോവിന്ദനോടൊപ്പം സഞ്ചരിച്ച ഏവർക്കും ഇത്തരം സങ്കടങ്ങളുണ്ട്. 'അറിവോടെ തിളങ്ങുന്നൊരു കേരളം,' അതിൽ നന്മയുടെ തിളക്കവുമായൊരു ഗോപുരം. ടി.എസ്. എലിയറ്റിന്റെ വാക്കുകളെയും ഗോവിന്ദൻ കടമെടുത്ത് ചേർത്തിട്ടുണ്ടൊന്നിൽ. ഉന്നതനിലവാരം പുലർത്തുന്ന സാഹിത്യമാസികകളുടെ അഭാവത്തിൽ സമകാലിന സാഹിത്യത്തിന്റെ ഓജസ്സ് സാരമായി ക്ഷയിച്ചുപോകും എന്നതാണ് യാഥാർത്ഥ്യം.

ഒരുറപ്പോട്ടുകൂടിയായിരുന്നു രണ്ടാം ലക്കത്തിന്റെ പത്രാധിപ പംക്തി. ഒരു വർഷത്തേക്ക് ഗോപുരം പ്രസിദ്ധപ്പെടുത്തുക തന്നെ ചെയ്യും എന്ന്. പലരും പുച്ഛിച്ചും കൊണ്ടാണന്ന് നടന്നതെന്ന് സാനു മാഷ്. മലയാള സാഹിത്യത്തിലതിപ്പഴും ഗോപുരമാണെന്നും സാനു മാഷ് പറയുന്നു. പിന്നെയത് മഹാന്മാർ മൂതിയടയും കണക്കെ മൂതിയടഞ്ഞു. അതും ഒരു 'ദയാവധം' തന്നെയായിരുന്നു. പക്ഷേ, അതൊരു പുനർജന്മത്തിനു കൂടി വഴിയൊരുക്കുകയായിരുന്നു. മലയാളത്തിന്റെ ചരിത്രക്കല്ലായിത്തീർന്ന സമീക്ഷ എന്ന മാസിക മഹത്തായ പരീക്ഷണത്തിന്റെ വിജയം കൂടിയാണ്.

ഗോപുരം, എന്ന മാസിക തുടങ്ങുന്നതറിഞ്ഞപ്പോഴേ മുഹമ്മദ് ബഷീർ എന്ന സുൽത്താൻ തന്റെ ചോരയും നീരും പ്രാണനും കലർന്ന സൃഷ്ടി (പാത്തുമ്മയുടെ ആട്) തന്റെ പ്രിയ സുഹൃത്തായ ഗോവിന്ദന്റെ കൈയ്യിൽ കൊടുത്തു, അതിയായ സന്തോഷത്തോടെ. ഗോപുരത്തിന്റെ ആദ്യ ലക്കം പാത്തുമ്മയുടെ ആടുമായാണ് പുറത്തിറങ്ങിയത്. ഗോപുരത്തിന്റെ മൂതിയടയൽ, മലയാളത്തെ വീണ്ടും ഇരുളിലേക്ക് തള്ളിക്കൊണ്ടിരുന്നുവെന്ന് പിന്നെയും സ്വതന്ത്രാത്മാക്കൾ വിലപിച്ചിരുന്നു.

മുഹമ്മദ് ബഷീറിനെയും മലയാളത്തിലെ സാഹിത്ത്യതമ്പുരാക്കന്മാർ അയിത്തം കൽപ്പിച്ച് ശിക്ഷിച്ചിരുന്നു. സാഹിത്യ മോഷണം എന്നാണക്കൂട്ടർ വിധിയെഴുതിയത്. ബഷീർ സത്യത്തിൽ അല്ലാഹുവിനെ വിളിച്ചു. യേശുവിന്റെ അന്ത്യമൊഴിയും ജപിച്ചിരിക്കാം. അന്ന് പലരും ബഷീറിനെതിരെ ലേഖനങ്ങളും എഴുതിയിരുന്നു. എന്നാൽ ഇന്ന് ബഷീറിനെയും പാത്തുമ്മയുടെ ആടിനേയുമെല്ലാം കൊട്ടിഘോഷിക്കുന്നതും കാണുകയാണ് നമ്മൾ.

പഴയ നൊമ്പരങ്ങൾ മറക്കാതെ തന്നെ ഗോവിന്ദൻ വീണ്ടും സമീക്ഷ തുടങ്ങിയപ്പോഴും എതിർപ്പുകൾ പലതുമുണ്ടായി. അത് കൂടുതൽ കരുതലിനാണ് പ്രയോജനപ്പെട്ടത്.

1950- ഫെബ്രുവരിയിൽ തിരുവനന്തപുരത്തുനിന്നും നവസാഹിതി, അച്ചടി കോട്ടയത്ത്, കാരൂരിന്റെയും, ഡി. സിയുടെയും മേൽനോട്ടത്തിൽ. പിന്നീട് മദിരാശിയിൽ, ഹാരിസ് റോഡിലെ ദേശാഭിമാനി ലോഡ്ജിലേക്കും, പിന്നീടത് ഗോവിന്ദന്റെ വീടായ ഹാരിസ് റോഡിലെ 77-ബിയിലേക്കും മാറ്റേണ്ടിവന്നു. കാരണം പൂർണ്ണമായി ഗോവിന്ദനാണതിന്റെ പ്രവർത്തനങ്ങൾ ചെയ്യുന്നത്.

1957-ലാണ് ഗോപുരം തിരുവനന്തപുരത്തു നിന്നും തുടങ്ങുന്നത്. ജനനം പോലെ മരണവും ആദ്യമേ വിധിച്ചുവെച്ചതുകൊണ്ട് അതും വൈകാതെ കാലാവധി പൂർത്തിയാക്കി. വരാൻപോകുന്ന നഷ്ടത്തെ മുൻപേ കണ്ട് വിത്തിനുവെച്ചവരെന്ന് പറയാവുന്നവരിൽ ചിലർ നൂറു രൂപാ വീതം ആദ്യമേ സ്വരൂപിച്ചുവെച്ചിരുന്നുവത്രെ. എം. ഗോവിന്ദൻ, സി. ജെ. തോമസ്സ്, അയ്യപ്പണിക്കർ, എ. എൻ. നമ്പ്യാർ, പി. കെ. ബാലകൃഷ്ണൻ, എം. ഗംഗാധരൻ, എം. ജി. എസ്. നാരായണൻ, എൻ. ദാമോദരൻ, എൻ. പി. മുഹമ്മദ്, എം. വി. ദേവൻ, റഹീം തുടങ്ങിയവരായിരുന്നു അവർ. നഷ്ടങ്ങൾ അധികരിച്ചപ്പോൾ ഗോവിന്ദനോടൊപ്പം അയ്യപ്പപണിക്കരും, സി. ജെയും പിന്നെയും സഹായത്തിനെത്തി. ഒരു കൊല്ലമാണ് ഗോപുരത്തിന്റെ ആയുസ്സ്. എന്നാലിപ്പഴം അതിന്റെ ഓർമകൾ വലുതാണ്.

1963 ജനുവരി 24-ാം തീയ്യതി സാനുമാഷ് രേഖപ്പെടുത്തിയതിങ്ങനെ. കാരൂർ തന്റെ സ്നേഹിതനായ ഗോവിന്ദനെ മറ്റുള്ളവർക്ക് പരിചയപ്പെടുത്താൻ ഒരു ചായ സൽക്കാരം നടത്തി. ഗോവിന്ദനെ കാണാൻ ആഗ്രഹിക്കുന്നവർക്കൊക്കെ അതൊരു അവസരമായിരുന്നു.

1963, ജനുവരിയിൽ സമീക്ഷയുടെ ആദ്യ ലക്കം അച്ചടിച്ചു. അന്ന് ഇതെത്രകാലം എന്ന ചോദ്യവും കാരൂർ തന്നെ ഉന്നയിച്ചു. ശ്രീകണ്ഠൻ നായരാണ് മറുപടി പറഞ്ഞത്. മൂന്നുകൊല്ലം എന്നാണ് ഗോവിന്ദന്റെ സ്വപ്നം, കാലാവധി കഴിഞ്ഞു. അന്നും ഒരു സുഹൃത് സദസ്സിനെയാണ് ഈ സംരംഭത്തിൽ ഗോവിന്ദൻ വിഭാവന ചെയ്തിരുന്നതെന്നും അത് പ്രബുദ്ധമായ ഒരു സദസ്സായിരുന്നെന്നും, അതിൽ ഞാൻ നീ എന്ന പ്രശ്നമില്ലാതെ മനുഷ്യരാശിയെ മൊത്തത്തിൽ ബാധിക്കുന്ന വിഷയങ്ങളായിരുന്നു ചർച്ചയെന്നും കൂടി സാനുമാഷ് അനുസ്മരിക്കുന്നുണ്ട്.

സമീക്ഷ നിർത്തുമ്പോൾ അത് നമ്മുടെ സംസ്കാരത്തിന്റെ തകർച്ചയാവാം ഫലം എന്നും പലരും താക്കീതുചെയ്തുപോലും. പുതുമ നഷ്ടമാകാതെയുള്ള നവീനത ഗോവിന്ദന്റെ സകല ചലനങ്ങളിലും കാണുന്നു. പുരുഷാരത്തെ മുന്നിൽ കണ്ടുകൊണ്ടോ വളർച്ചയെന്ന വ്യാപാരതന്ത്രം

ആവിഷ്ക്കരിച്ച കൊണ്ടോ ഗോവിന്ദൻ ഒന്നും ജീവിതത്തിൽ ചെയ്തില്ല. ഞാനൊരു മനുഷ്യനാണ്, എനിക്ക് ഇനിയും കൂടുതൽ നല്ല മനുഷ്യനാവണം. അതിന് പുരുഷാരത്തിന്റെ ദുർമേദസ്സുകൾ എന്നെ മുക്കിക്കൊല്ലാൻ വരുന്നു. അപ്പോഴും ഞാൻ കാൽ കുഴയാതെ നട്ടെല്ല് വളയാതെ നിവർന്നു നിൽക്കും. അറിയുന്നതു പറയും, പറയുന്നത് പ്രവർത്തിക്കും. ഇങ്ങിനെയുള്ളൊരു ഊറ്റമാണ് ഗോവിന്ദനെ എപ്പഴും നയിച്ചതെന്നും തൊട്ടറിഞ്ഞപ്പോൾ ബോദ്ധ്യപ്പെട്ടിട്ടുണ്ട്.

ഗോവിന്ദന്റെ സൃഷ്ടികളിലൊക്കെ ആ ഊറ്റം തിളക്കത്തോടെ മിന്നുന്നുണ്ട്. താജ്മഹലിന്റെ ഉദാഹരണം തന്നെ നോക്കു. ഒരാൾ ഒരു മനുഷ്യനെയും താജ്മഹലിനേയും ചൂണ്ടി ഒന്നുകിൽ ഈ താജ്മഹൽ തല്ലിപ്പൊളിക്കും, അല്ലെങ്കിലിയാളെ കൊല്ലും, ഏതാണ് വേണ്ടതെന്ന് ചോദിച്ചാൽ ഒട്ടും ഖേദമില്ലാതെ ദേ താജ്മഹൽ തല്ലിപ്പൊളിച്ചോളൂ എന്നാണ് താൻ പറയുക എന്ന് ഗോവിന്ദൻ സാക്ഷ്യപ്പെടുത്തിയിട്ടുണ്ട്.

ഇതു പറയുമ്പോഴാണ് വർഗ്ഗീയതയുടെ പേരിലും കക്ഷിരാഷ്ട്രീയത്തിന്റെ പേരിലും അധികാരത്തിന്റെ പേരിലും രക്ഷിക്കാനെന്നും പറഞ്ഞിറങ്ങി പുറപ്പെട്ടവർ തന്നെ പക്ഷം പിടിച്ചുകൊല്ലുന്ന രാഷ്ട്രീയ സമ്പ്രദായം എത്ര കാടത്തമാണെന്നും ഓർത്തുപോവുന്നത്.

നവസാഹിതി ഒരു നവമാസിക മാത്രമായിരുന്നില്ല. ഗോപുരം ഒരു പ്രകാശം പരത്തുന്ന ശില്പമായിരുന്നു. 'സമീക്ഷ' തനിക്കീ ദാരിദ്ര്യത്തിനിടയിലും ചെലവഴിക്കുന്ന ഗോവിന്ദന്റെ സമയസൂചികളായിരുന്നു. സാഹിത്യ സാംസ്കാരിക സമ്പന്നതയും ഇതൊക്കെത്തന്നെയാണ്.

സമീക്ഷയ്ക്ക് വരിക്കാരെ ചേർക്കുന്നതിൽ ഉത്സാഹിച്ചവരുടെ കൂട്ടത്തിൽ ഞാനുമുണ്ടായിരുന്നു. എട്ടുരൂപയാണ് വാർഷിക വരിസംഖ്യ. പത്തുപേരെ വരിക്കാരായ് ചേർക്കാൻ എനിക്കു സാധിച്ചു. അതിൽ ഒരാൾ മാത്രമേ പണം തന്നുള്ളൂ. മറ്റൊരാളോടു പണം ചോദിച്ചപ്പോൾ കിട്ടിയ മറുപടി എന്തായിരുന്നെന്നോ?

'അമേരിക്കയിൽ നിന്ന് ഒരു പാട് പണം കിട്ടുന്നില്ലേ സാറേ? പിന്നെ ഞങ്ങളുടെ കൈയ്യിൽ നിന്ന് കാശുതരണമെന്നു പറയുന്നതെന്തിനാണ്?'

പിന്നീട് പണം ചോദിക്കാനുള്ള ധൈര്യം എനിക്കുണ്ടായിരുന്നില്ല. ആ വ്യക്തി പണം തന്നതുമില്ല. കോളേജ് അദ്ധ്യാപകരും ഉദ്യോഗസ്ഥരുമായിരുന്ന അവർക്ക് വരിസംഖ്യ നൽകാതിരിക്കുന്നതിൽ എന്തോ സുഖമുള്ളതുപോലെ തോന്നി. സമീക്ഷ നിലച്ചതിനുശേഷം കുറച്ചുകാലം

കഴിഞ്ഞപ്പോഴാണ് അതൊരു മികച്ച പ്രസിദ്ധീകരണമായിരുന്നെന്നു സമ്മതിക്കാൻ പലരെയും പോലെ അവരും തയ്യാറായത്.

ചില ബുക്ക്സ്റ്റാളുകളിലും സമീക്ഷ വില്പനയ്ക്കായി ഏല്പിച്ചിരുന്നു. അവ വിറ്റുപോകുകയും ചെയ്തു. പണം കിട്ടിയില്ലെന്നു മാത്രം. എം. ഗോവിന്ദനും ഞാനും ഒരുമിച്ചാണ് രണ്ടു സ്റ്റാളുകളിൽ പണം ചോദിക്കാൻ പോയത്. അവർ ഞങ്ങളോട് ഹൃദ്യമായി പെരുമാറി. കുറെനേരം വർത്തമാനം പറഞ്ഞിരുന്നതിനുശേഷം ഞങ്ങൾ വെറും കയ്യോടെ മടങ്ങി. ഒടുവിൽ ഗോവിന്ദൻ പറഞ്ഞു നമ്മൾ ഈ പണിക്കു പറ്റിയവരല്ല.

ഏതു പണിക്ക്? 'പണം പിരിക്കുന്ന പണിക്കുമാത്രമല്ല. പ്രായോഗിക നേട്ടങ്ങളുണ്ടാക്കുന്ന പണിക്കൊന്നിനും പറ്റിയവരല്ലെന്നർത്ഥം.' നാലക്ഷരം കൂട്ടി എഴുതാൻ പഠിച്ചവർ പലരും വല്ലതുമൊക്കെ പടച്ചുണ്ടാക്കി പ്രസിദ്ധീകരണ ശാലകൾ തോറും കയറിയിറങ്ങി അവരുടെ പേരിൽ പണം ചോദിച്ചു വാങ്ങുന്നത് നാം സ്ഥിരമായി കാണാറുണ്ട്. അവർക്കിടയിൽ ഇങ്ങിനെയൊരു മനുഷ്യൻ അവരുടെ പത്തിരട്ടി ബുദ്ധിയും നൂറിരട്ടി അറിവും ചിന്താശീലവുമുള്ള ഒരു മനുഷ്യൻ വില പേശലിനു നില്ക്കാതെ സ്വന്തം വിശ്വാസത്തിനനുസരണമായ രചനകളിൽ മാത്രമേർപ്പെട്ടുകൊണ്ട് ജീവിക്കുന്നു എന്ന വസ്തുത സമചിത്തതയോടെ കാണാൻ സമൂഹത്തിനു കഴിഞ്ഞില്ല. സമൂഹത്തെ കുറ്റം പറയുന്നതു ശരിയല്ലായിരിക്കാം. എന്തായാലും അയാൾ അമേരിക്കൻ ചാരനാണെന്ന അപവാദം ലാഘവ ബുദ്ധിയോടെയാണ് സമൂഹം കേട്ടത്. അവരും ബുദ്ധിജീവികളാണ്. നുണ പ്രചാരണത്തിന്റെ കുർമ്മ ബുദ്ധികൾ.

സമീക്ഷ നടത്തിയതിയതിന്റെ ക്ഷീണം അല്പമൊന്നു ശമിച്ചപ്പോൾ വീണ്ടും എറണാകുളത്തുനിന്ന് പ്രസിദ്ധീകരണം തുടങ്ങി. എ.എൻ. നമ്പ്യാർ എറണാകുളത്തു താമസിച്ചിരുന്നതുകൊണ്ടാണ് അവിടെ നിന്ന് പ്രസിദ്ധീകരിക്കാൻ തുനിഞ്ഞത്. പുതിയ രൂപഭാവങ്ങൾ അതിനു നൽകുകയും ചെയ്തു. എങ്കിലും അധികം വൈകാതെ പ്രസിദ്ധീകരണം നിർത്തേണ്ടിയും വന്നു.

ഇത്രയും എം. ഗോവിന്ദൻ എന്ന എം. കെ. സാനുമാഷിന്റെ ഗ്രന്ഥത്തിൽ നിന്നുള്ളതാണ്.

ഗോവിന്ദൻ, മാസിക പിന്നെയും പിന്നെയും നടത്തണമെന്ന് അവസാന ശ്വാസം വരേയ്ക്കും പറയുമായിരുന്നു. സമ്പന്നർ നാടാകെ, വിളമ്പുന്നതുപോലെ അക്ഷരങ്ങളും ആശയങ്ങളും വിളമ്പി. നവചിന്തകരേയും സ്വതന്ത്രാത്മാക്കളേയും പരിചയപ്പെടുത്തുക എന്ന

അകത്തറിവുകളായിരുന്നുവത്. എന്നാൽ, പണമില്ലാതെ ഒരു പ്രസിദ്ധീകരണം നടത്തുന്നതെങ്ങിനെ? തന്റെ സാമ്പത്തിക പരാധീനതകളുടെ കഥയറിഞ്ഞ് കടം കൊണ്ട് മൂടിയ ഗോവിന്ദന് ആത്മാഭിമാനം നഷ്ടമാകാതെ നോക്കിയ ഒരാൾ ഗോവിന്ദന്റെ ആത്മാർത്ഥ സുഹൃത്തായ പ്രൊ. ജി. കുമാരപ്പിള്ളയായിരുന്നത്രെ. അന്നത്തെ മൂവായിരം രൂപയാണ് അദ്ദേഹം ഗോവിന്ദന്റെ കടം തീർക്കാൻ സഹായിച്ചിരുന്നത്. ഗോവിന്ദന്റെ കടം അതുകൊണ്ടൊന്നും തീർന്നിരുന്നില്ല. എന്തുകൊണ്ട് മാസിക ഇനിയും നടത്തിക്കൂടാ. മാസിക നന്നാവാൻ വേണ്ടി മനുഷ്യൻ ചീത്തയാവാതിരിക്കാൻ സ്ഥാപനങ്ങളത്രയും ഇത്തരത്തിലാണല്ലോ നശിക്കുന്നത്.

മൂന്നു വർഷമേ സമീക്ഷ നിലനിന്നിരുന്നുള്ളൂ. പന്ത്രണ്ടു ലക്കങ്ങൾ പ്രൗഢിയോടുകൂടി പുറത്തിറക്കുമ്പോഴേക്കും ഗോവിന്ദനും കൂട്ടരും വല്ലാതെ പൊള്ളി. ഇങ്ങനെയും ഒരു മാസികയോ? കണ്ടവരൊക്കെയും അത്ഭുതപ്പെട്ടുവെന്ന് സാനുമാഷ്. വിദേശമാസികയുടെ കെട്ടും മട്ടും പ്രൗഢിയും. ഓരോന്നിറങ്ങുമ്പോഴും ഇനിയതില്ല എന്നാണെതിർ മതങ്ങൾ. പന്ത്രണ്ടാം പതിപ്പ് ഒരു കുറിപ്പോടുകൂടി. ഞാനിതാമൂതിയടയുകയാണെന്ന സമീക്ഷയുടെ മുന്നറിയിപ്പുകൾ. ഗോവിന്ദന്റെ ജീവചരിത്രഗ്രന്ഥത്തിൽ നിന്നും എം. കെ സാനുമാഷിന്റെ ചിലവരികൾ പിന്നെയും.

സമീക്ഷയെക്കുറിച്ചാണ് നാം പറഞ്ഞു വന്നത്. അത്രയും വിശിഷ്ടമായ ഒരു പ്രസിദ്ധീകരണം എം. ഗോവിന്ദൻ നടത്തുന്നത് അമേരിക്കൻ പണം കൈപ്പറ്റിക്കൊണ്ടാണെന്ന് ഒരപവാദം അക്കാലത്ത് ഇടതുപക്ഷക്കാർക്കിടയിൽ പ്രചരിപ്പിച്ചിരുന്നു. കുറേ ഇടതുപക്ഷ ബുദ്ധിജീവികൾ ആ അപവാദം പ്രചരിപ്പിക്കാൻ അത്യധികം ഉത്സാഹം കാണിച്ചു. അവർക്കത് എളുപ്പമാകുന്നു. അത് ഒരു ആയുധമാക്കുന്നു, യുദ്ധവും നേരിട്ടല്ലാത്ത ഗറില്ലായുദ്ധം, തമസ്കരണം എന്നതും ഒറ്റവാക്ക്. അന്യരെക്കുറിച്ച് അപവാദം പ്രചരിപ്പിക്കാനാണ് തങ്ങളുടെ ബുദ്ധി ഏറെ പറ്റിയതെന്ന് അവർ കരുതിയിരിക്കാം. എം. ഗോവിന്ദൻ മാത്രമല്ല അദ്ദേഹത്തിന്റെ കുടുംബവും പണമില്ലാതെ വലയുന്ന ഒരു സാഹചര്യത്തിലാണ് ഈ അപവാദം പ്രചരിച്ചതെന്നോർക്കണം. കേരളത്തിലെ ബുദ്ധിജീവികൾക്കിടയിൽ ഇതൊരു സ്വാഭാവിക സമ്പ്രദായമാണ്. അവർക്ക് ആദർശശാലികളെ ഇഷ്ടമല്ല. ആദർശങ്ങളെ താലോലിച്ചുകൊണ്ട് ആരെങ്കിലും ജീവിതം നയിക്കുമെന്ന് വിശ്വസിക്കാൻ അവർക്കു പ്രയാസവുമാണ്. അത്തരക്കാർക്ക് ഇപ്രകാരം കെട്ടു കഥകൾ ചമച്ചുണ്ടാക്കുന്നതിലല്ലാതെ മറ്റെന്തിലാണ് ബുദ്ധി പ്രയോഗിക്കാൻ കഴിയുക?

മദ്യ ലഹരിക്കടിമപ്പെട്ടവരെപ്പോലെയാണ് ഗോവിന്ദന് പ്രസിദ്ധീകരണ മോഹവും. കടങ്ങൾ അല്പമൊന്നയഞ്ഞാൽ പെട്ടന്നതാ തന്റെ പഴയമോഹത്തിലൊന്നെടുത്ത് പുറത്തിടും. സമീക്ഷ ഇംഗ്ലീഷിലും ഒരു മഹത്തായ പതിപ്പിറക്കിയതിങ്ങനെ. 'SAMEEKSHA INDIAN LITERATURE NUMBER' എന്നാണതിന്റെ പേര്. അത് കണ്ട് ഇന്ത്യയിലെ മറ്റു ഭാഷയിലെയും സമാനസാഹിത്യക്കാരണവന്മാരും ഗോവിന്ദനെ തേടിയെത്തി. അവർ അത്ഭുതം കലർന്ന ആശംസകളർപ്പിച്ചും കൊണ്ട് ഗോവിന്ദനോടൊപ്പം സഞ്ചരിക്കാൻ തുടങ്ങി. അവരവരുടേതായ സാങ്കല്പികലോകത്തിലൂടെ. ഇതിനെ അന്യസംസ്ഥാന ലിറ്ററേച്ചർ സാഹിത്യകുതുകികൾ അനുകരിക്കാനും തുടങ്ങി. ഗോവിന്ദൻ അവരെ പ്രോത്സാഹിപ്പിച്ചു. തമിഴിലും കർണ്ണാടകത്തിലും സുന്ദരരാമസ്വാമി (തമിഴ്), യു ആർ. അനന്തമൂർത്തി, ഗോവിന്ദന്റെ പവിത്രസംഘത്തിന്റെ സ്നേഹക്കണ്ണികളാണ് ഇത്തരക്കാർ.

1960-ലാണ് ഗോവിന്ദന് 'ഗംഗയെക്കുറിച്ച് 'ഗവേഷണത്തിനുള്ള നെഹ്റു ഫെല്ലോഷിപ്പ് ലഭിക്കുന്നത്. അതിൽ നിന്ന് ലഭിക്കാവുന്ന പണത്തിനൊരു പദ്ധതി, ആദ്യമേ ഗോവിന്ദൻ സ്വരൂപിച്ചുവെച്ചു. ആശാനെക്കുറിച്ച് ഇംഗ്ലീഷിലൊരു മഹത്തായ ബൃഹത്ഗ്രന്ഥം പുറത്തിറക്കലായിരുന്നു അത്. (POETRY and RENAISSANCE) എന്നാണതിന്റെ പേര്. അത്തരത്തിലുള്ള ഒരു ഗ്രന്ഥം ഒരെഴുത്തുകാരൻ സ്വതന്ത്രമായ് പ്രസിദ്ധീകരിച്ചത് എവിടെയും കേട്ട കേൾവികൂടി ഇല്ലാത്തതായിരുന്നു. അതിന്റെ പണി പൂർത്തിയായപ്പോഴേക്കും ഗോവിന്ദൻ കടങ്ങൾകൊണ്ട് ഭ്രാന്തെടുക്കുംവിധം വിഷണ്ണനായത്രെ. ഫെല്ലോഷിപ്പിന്റെ പണം അതിനൊന്നും തികയുമായിരുന്നില്ല. ഇങ്ങിനെയൊക്കെ തനിക്കു വേണ്ടിയല്ലാതെ ജീവിതം ചെലവഴിച്ച ഒരാളെ മലയാളികൾക്കെന്തു പേരിട്ടാണ് വിളിക്കാൻ പറ്റുക. ചിരട്ടയിലെ തവളകളെന്ന് ചിലർ. അവർക്കറിയാവുന്ന വല്യ സമ്പന്നരാജ്യം, അമേരിക്കയാണ്. അത്തരം ഒരു രാജ്യം പണം കൊടുക്കാതെ, ഇത്തരം പ്രവർത്തനങ്ങൾ ആരെങ്കിലും നടത്തുമോ? ഭ്രാന്തനെന്ന മുദ്രകുത്തുവാൻ ഗോവിന്ദനെക്കുറിച്ചു വയ്യ. അതു നടപ്പില്ലതാനും. മലയാളമേ നീ എന്നാണ് നേരും നുണയുമറിഞ്ഞു നേരായി ചിന്തിക്കുക?

എം. ഗോവിന്ദന്റെ ജനാധിപത്യവും സ്വാതന്ത്ര്യവും-ഇന്നലെ, ഇന്ന്!

ഭാരതത്തെ സംബന്ധിച്ചിടത്തോളം ജനാധിപത്യം ഒരിറക്കുമതി ചരക്കാണെന്ന് ഗോവിന്ദൻ ഭരണഘടന തയ്യാറാക്കിയപ്പോൾ തന്നെ പറഞ്ഞു. ഇന്നത് നൂറ്റിപ്പത്തു കോടിയിലധികം വരുന്ന ഭാരതീയർ ദൂരദർശനിലൂടെയും കണ്ടു. മൻമോഹൻ സിങ്ങ് ഗവൺമെന്റിന്റെ അവിശ്വാസ പ്രമേയ ചർച്ചാവേളയിൽ- ശീട്ടുകെട്ടുകൾ പോലെ കോടികളുടെ നോട്ടുകെട്ടുകൾ പറക്കുന്നത് പാർലിമെന്റിലും നമ്മൾ കണ്ടു.

ലോകം ഗാന്ധി ഭാരതത്തിന്റെ വളർച്ചയിൽ ബോധം കെട്ടുപോയി. ഏതെങ്കിലുമൊന്നിന്റെ ആധിപത്യത്താൽ നമ്മളിപ്പഴും ഭരിക്കപ്പെട്ടുന്നുവെന്നതേ സത്യം. നമ്മുടെ മതേതരത്വത്തിനെതിരെ പലപ്പോഴും ആക്രമങ്ങളുണ്ടായിട്ടുണ്ട്. പരസ്യാക്രമണവും പരസ്യ ബലാത്കാരവും നടന്നത് 1992 ഡിസംബർ ആറിനായിരുന്നല്ലോ. അതിന് നേതൃത്വം കൊടുത്തവരെ ഇന്ത്യൻ കലവറയുടെ താക്കോലേല്പിച്ചു കൊടുത്തപ്പോൾ അവരാണ് കുഴഞ്ഞിയത്. ഗാന്ധിജിയെ വധിച്ചവനെ ഇന്ത്യൻ രാഷ്ട്രപിതാവെന്നു ഭാവിയിൽ വിളിച്ചുകൂടായ്കയില്ലെന്ന ആശങ്കയും ഗോവിന്ദന്റെ ഉപന്യാസങ്ങളിലുണ്ട്. രാജാവ് നഗ്നനാണെന്ന് വിളിച്ചുപറഞ്ഞ കുട്ടിയുടെ നിഷ്കളങ്കത കണ്ടറിയുവാനുള്ള വിചാരശേഷി ആദ്യമേ ഗോവിന്ദനുണ്ടായിരുന്നു.

സത്യം, സമത്വം, സ്വാതന്ത്ര്യമെന്നൊക്കെ പറയുന്നവർ പഴഞ്ചൻ. ന്റെ ഉപ്പൂപ്പായ്ക്കൊരാനയുണ്ടായിരുന്നു എന്ന് പറയുമ്പോലെയാണ് ഇപ്പോൾ ധാർമികതയും മറ്റു മൂല്യങ്ങളും. പഴയ ഫാഷനുകൾ പലപ്പോഴും

തിരിച്ചുവരാറുണ്ട്. എന്നാൽ ഈ പഴയ മൂല്യങ്ങൾക്കതിനു കഴിയുമോ? ഭാരം കൂടുതലുള്ളവയാണ് ഭാരതീയ മൂല്യങ്ങൾ. ഊർജ്ജം കൂടുതലുണ്ടാവണം പൊക്കാൻ. അതിന്റെ അണിയറപ്രവർത്തനങ്ങളിലേക്ക് കുറേ ശാസ്ത്രബോധമുള്ള വിപ്ലവകാരികൾ തന്നെ വേണം. അത്തരക്കാരിലേക്കായി എന്നും ഗോവിന്ദൻ സമർപ്പിതനായിരുന്നുതാനും.

യുവാക്കളെയാണ് ഗോവിന്ദൻ നവ ഭാരത ശില്പികളായി കണ്ടത്. ഭാവിയിൽ അവരധികം വൈകാതെ തിരിച്ചറിയുമെന്ന് ചില സ്വകാര്യ സംഭാഷണത്തിൽ പറഞ്ഞു. അതിന് ഗോവിന്ദന്റെ കവിതയും കഥയും നാടകങ്ങളും ഉപന്യാസങ്ങളും കൂട്ടിവെച്ച് വായിക്കണം. ചാവലും കൊല്ലലുമില്ലാത്ത സ്നേഹത്തിന്റെ പ്രൗഢഭാരതത്തിന്റെ താക്കോലതിൽ സൂക്ഷ്മമായൊളിച്ചുവച്ചിട്ടുണ്ട്. ഇതൊരു ആഹ്വാനമാണ്. ധീരയുവാക്കളേ ഇതിലേ സ്വല്പം നടന്നുപോയാലെന്ത്?

ഗാന്ധിജിയെ അതിരറ്റുസ്നേഹിച്ചിരുന്ന ഗോവിന്ദൻ ഗാന്ധി സങ്കല്പങ്ങൾക്കുള്ളിലെ പൊള്ള അറകളെ വിമർശിച്ചിട്ടുണ്ട്. പല ഒന്നുകളെ ഒന്നായ് കാണുമ്പോഴുണ്ടാവുന്ന വിള്ളലുകളാണത്. കാറൽമാർക്സിന്റെ ജീവിതത്തിന്റെ വേദനകളും മൂല്യവും തിരിച്ചറിഞ്ഞ ഗോവിന്ദൻ, മാർക്സിസത്തിന്റെ പ്രായോഗികതലങ്ങൾ ചൂണ്ടിക്കാട്ടുകയും അതിൽ നിന്ന് മുന്നോട്ട് എന്ന് പറയുകയും ചെയ്തു. നവ മാനവിക ദർശനങ്ങളിൽ തന്നോടൊപ്പം ചിന്തിക്കുന്ന തന്നേക്കാൾ ആഴവും പരപ്പും ഉണ്ടായിരുന്ന എം.എൻ. റോയിയുടെ ആശയങ്ങളെ ജീവനുള്ളതെന്ന് വിധി എഴുതി. മാനവനുള്ള കാലംവരെയും മാനവികതയും വളരണം. കാറ്റും വെളിച്ചവും പോലെ വേലിക്കെട്ടുകളില്ലാതെയതൊഴുകണം സ്വതന്ത്രമായി മുന്നോട്ട്... അതാണ് ഗോവിന്ദനിസം.

ജനപ്രിയ സിനിമകൾ പോലെ വർത്തമാന കാലത്ത് ഏറെ പ്രശസ്തവും പിന്നെയത് പാടേ മറക്കുന്ന ഗതികേടുമായിരുന്നു നമ്മുടെ സ്വാതന്ത്ര്യസമരനേതാക്കൻമാരുടെ അവസ്ഥ. നായകൻമാർ ജീവിച്ചിരിക്കെ തന്നെ അവരുടെ ജീവിതദർശനങ്ങൾ അവർക്കു മുമ്പിൽ മണ്ണിട്ടു പൊത്തുകയായിരുന്നു, ഭരണാധിപന്മാരും ഭരണാധിപത്യം പിടിക്കാൻ മാത്രം കൊതിക്കുന്ന രാഷ്ട്രീയ വേഷധാരികളും. കൂടുതൽ ആദർശമുള്ളവരെ അയോഗ്യരായി മുദ്രകുത്തി വീട്ടു തടവറകളും വിധിച്ചു.

ദ്രാവിഡ മുന്നേറ്റകഴകം സ്ഥാപകനായ തമിഴ്നാട് മുൻ മുഖ്യമന്ത്രി സി. എൻ. അണ്ണാദുരെ, വർഗ്ഗീയതയുടെയും ഫാസിസത്തിന്റെയും പിടിയിൽ നിന്നും നാടിനെ രക്ഷിക്കാൻ, സ്വയം സമർപ്പിച്ച ആളായിരുന്നു. ഹെഗ്‌മോറിലെ കന്നിമേറിയ ലൈബ്രറിയിലെ സകല

പുസ്തകങ്ങളിലും അന്ന് അണ്ണാദുരെ വായിച്ചടയാളപ്പെടുത്തിയ രേഖകൾ അതുപോലെ വായിച്ച മറ്റൊരാൾ എം. ഗോവിന്ദൻ മാത്രമാണ്!

ആരംഭകാലത്ത് അണ്ണാദുരെ ധാരാളം കഥകളും നാടകങ്ങളും തിരക്കഥകളും ലേഖനങ്ങളും എഴുതിയിരുന്നു. അതിലൊന്നിൽ താൻ 24 മണിക്കൂർ അധികാരം കയ്യാളുകയാണെങ്കിൽ സർവ്വാപരാധങ്ങളും ഇല്ലായ്മ ചെയ്ത് പാവങ്ങൾക്ക് ഒരു സേർ അരി ഒരു രൂപയ്ക്ക് നൽകുമെന്നും പറഞ്ഞു. അധികാരം കൈയ്യിൽ കിട്ടിയപ്പോഴാണ് അറിഞ്ഞത് അധികാരക്കസേരകൾ മുഴുക്കെയും അഴിമതിയും അന്യായങ്ങളും നിറഞ്ഞതാണെന്ന് മാറ്റിതീർക്കലുകളെപ്പമായിരുന്നില്ല. ഭരണം നടത്തിപ്പോകാനുള്ള പണം പോര. കേരളത്തെ അനുകരിച്ച് ഒരു രൂപയ്ക്കൊരു ലോട്ടറിടിക്കറ്റ് നൽകി. ലക്ഷംരൂപയാണ് സമ്മാനതുക. അന്ന് ഇന്ദിരഗാന്ധി പറഞ്ഞു. ലോട്ടറി ചൂതുകളിയാണ്. പക്ഷെ ആളുകൾ എം.ജി.ആറിന്റെ പുതിയസിനിമകൾക്ക് ക്യൂ നിന്നതിനേക്കാൾ മുപ്പത്തിയാറുമണിക്കൂറോളം ക്യൂ നിന്നാണ് ടിക്കറ്റ് നേടിയത്. കൊടുക്കുന്നത് അണ്ണാദുരെയല്ലേ നേടിയത് ലക്ഷത്തിന്റെ ലക്ഷ്യവും.

'മേലെയും താഴെയും നിറഞ്ഞു നിൽക്കുന്ന കോൺഗ്രസ്സേ, ഞങ്ങൾക്കൊരിടം തരൂ,' എന്ന് പ്രസംഗിച്ച നടന്ന അണ്ണാദുരെ, പിന്നീടിങ്ങനെയും പറഞ്ഞു, 'കക്ഷിരാഷ്ട്രീയം മുഴുക്കെ ചാക്കട (അഴുക്കുചാൽ) തന്നെ. അഹോ കഷ്ടം.'

അന്ന് അഴിമതിയെ തുരത്താൻ എളുപ്പവഴികളില്ലായിരുന്നു. ഓരോ കാര്യാലയങ്ങളിലും ഓരോരുത്തർ പറയുന്നതാണ് നിയമം. എന്നാലിന്ന് കംപ്യൂട്ടറും വിവരസാങ്കേതികവിദ്യയും വിവരാവകാശനിയമവും സഹായത്തിനുണ്ട്. നിസ്വാർത്ഥനും സമർത്ഥനുമായ ഒരു ഭരണാധികാരിക്ക് ഇന്നേറെ സാധ്യതകളുണ്ട്. അകത്ത് അഴുക്കുചാൽ വർദ്ധിക്കുമ്പോഴേ പ്രശ്നമുള്ളൂ. അത് തന്നിലും ഇല്ലാതെയാക്കുവാനുള്ള യജ്ഞത്തിന് രാജ്യം ഒരുമ്പെട്ടിറങ്ങണം. അതിന് സഹായകമായ എല്ലാ ഗ്രന്ഥങ്ങളും ശേഖരിക്കണം. അത്തരം കൈപ്പുസ്തകങ്ങളിൽ ഗോവിന്ദന്റെ ഉപന്യാസങ്ങളും വിളക്കുമാടങ്ങളാണ്. ആ കവിതകളിലുമുണ്ട് ഏറെ വെളിച്ചത്തുള്ളികൾ. രത്നങ്ങൾ കണക്കെ അതങ്ങിങ്ങായ് കാണാൻ വിഷമമൊന്നുമില്ല.

ഗാന്ധിജിയുടെ സ്ഥാനം വളരെ വലുതാണ്. ഗാന്ധി സ്വന്തം ആത്മാവിൽ ഉരസിക്കത്തിച്ച വെളിച്ചമായിരുന്നു സത്യാഗ്രഹം. തമാശ നോക്കൂ, ഗാന്ധിയുടെ ചിത്രവും തൊപ്പിയും വെച്ച് വരുന്നവർ മാത്രമല്ല, അദ്ദേഹത്തെ നിന്ദിച്ചവരും ഗാന്ധിജിയുടെ സത്യാഗ്രഹമെന്ന അഹിംസായുധമെടുത്ത് ഹിംസിക്കുകയും, പണിയും പഠിപ്പും മുടക്കുകയും

ചെയ്യുന്നു. രാഷ്ട്രീയം തൊഴിലായും സേവനങ്ങൾ കൂലി വാങ്ങലുകളുമായ് അധഃപതിച്ച ഈ കാലയളവുകൾ, അതിനെതിരെ യജ്ഞിക്കുക എന്ന ആശയങ്ങളെപ്പോലും പുച്ഛിച്ചില്ലെങ്കിലേ അത്ഭുതമുള്ളൂ. രാഷ്ട്രീയത്തിലിറങ്ങുന്നവർ ഒന്നു ചെയ്യണം എന്റെ ജീവിതമാണ് എന്റെ സന്ദേശം എന്ന് പറയണം.

'പഴയ കുപ്പിയിൽ പുതിയവീഞ്ഞ്' എന്ന എം. ഗോവിന്ദന്റെ ഉപന്യാസത്തിൽ നിന്നെടുത്ത ചില വരികൾ നോക്കാം. 'അന്വേഷണത്തിന്റെ ആരംഭം,' എന്ന ഒന്നാം ഭാഗത്തിൽ നിന്ന് പഴഞ്ചൻ സാമൂഹ്യനീതിയുടെ ചട്ടക്കൂട്ടിനുള്ളിൽ നിന്ന് ജനസഞ്ചയത്തിന് വളരുവാനും വികസിക്കുവാനും സാദ്ധ്യമല്ലാതാവുന്ന അവസരത്തിലാണ്, ഒരു രാഷ്ട്രീയ വിപ്ലവം ആവശ്യമായ് വരുന്നത്. ജനങ്ങളുടെ പ്രചോദനവും ഉൽബുദ്ധതയുമാണ് ആ പരിവർത്തനത്തിന്റെ അടിയൊഴുക്ക്. സ്ഥാപിത താൽപര്യങ്ങളുടെ സാമൂഹ്യഘടനയോട് പൊരുതി വിജയിക്കുന്ന വിപ്ലവശക്തികൾ തങ്ങളുടെ നേട്ടത്തിനും ആശയാഭിലാഷങ്ങൾക്കും, വ്യക്തവും നിയമപരവുമായ നിർവചനം കൊടുക്കുന്നത്, ഒരു പുതിയ ഭരണഘടനയിലൂടെയാണ്. ഒരു പുതിയ ഭരണഘടന, വെറും നിയമ സംഹിതമാത്രമാണെന്ന് പറഞ്ഞു കൂടാ. പുരോഗമനോന്മുഖമായ സമുദായ സംവിധാനവൈദഗ്ദ്ധ്യത്തിന്റെ മികച്ച ഒരു സൃഷ്ടിയും കൂടിയാണത്. വിജയ പ്രദമായ ഒരു വിപ്ലവത്തിന്റെ വിളനിലത്തിൽ നിന്നാണ്, അത് കൂമ്പെടുത്ത് വിരിഞ്ഞുയരുന്നത്.

വിപ്ലവം എന്ന പദം പലരേയും വിഷമിപ്പിക്കുകയും, വിറളിപിടിപ്പിക്കുകയും ചെയ്യും. എന്നാൽ നമ്മുടെ ഭരണഘടനാ നിർമ്മാണ വിദഗ്ധന്മാരും, രാഷ്ട്രീയാചാര്യന്മാരും, മാതൃകയായി കരുതി വരുന്ന മിക്ക ഭരണഘടനകളും വിപ്ലവത്തിന്റെ അനന്തരഫലങ്ങളാണെന്നതു ചരിത്രപരമായ സത്യം മാത്രമാണ്. ഫ്രാൻസിലെയും, അമേരിക്കയിലെയും രാഷ്ട്രീയ പരിവർത്തനങ്ങൾ മേൽ പറഞ്ഞ അഭിപ്രായത്തെ ദൃഢീകരിക്കുന്നു. ബ്രിട്ടീഷ് ഭരണഘടന ഈറ്റനോവില്ലാതെ പെറ്റവീണ പൈതലാണെന്ന തെറ്റിദ്ധാരണ സർവ്വസാധാരണമായുണ്ട്. വാസ്തവം മറിച്ചാണ്. ഒരു വിപ്ലവത്തിന്റെ ഭീഷണിയിൽ നിന്നാണ് ബ്രിട്ടനിലെ ഭരണഘടന രൂപപ്പെട്ടത്. ഇംഗ്ലീഷ് ഭരണ പരിഷ്കാരങ്ങളുടെ പിതാവും ആചാര്യനുമായ മി: ജെർമി ബെബെന്താം ഈ വാസ്തവം ഓർത്തിട്ടാണ് സ്ഥാപിത താൽപര്യക്കാരുടെ സാമൂഹ്യരീതി ദുഷ്ടഭൂതപരമായിത്തീരുമ്പോൾ, അതിനെതിരായി പൊരുതുക, ഏതൊരുവന്റെയും പാവനാവകാശമാണ്. യാതൊരു ഒച്ചപ്പാടും കൂടാതെ ഭരണഘടന നാളിതുവരെ

എവിടെയും സൃഷ്ടിക്കപ്പെട്ടിട്ടില്ല. മുതലാളിത്തം നിർമ്മിച്ച ഭരണരീതികളിൽ നിന്നുകൊണ്ട് ചിലപരിഷ്ക്കാരങ്ങൾ അവതരിപ്പിക്കുന്നതും, പഴമയുടെ ചില വശങ്ങൾ കേട്ടു തീർക്കുന്നതും പുതിയഭരണഘടനയുടെ ആവിർഭാവമായി കൊട്ടിഘോഷിക്കപ്പെട്ടിരുന്നു. ബ്രി. ഡോമിയനുകളുടെ ചരിത്രം ഇതിനു സാക്ഷ്യം വഹിക്കും. എന്നാൽ ആന്തരമായ ഭരണ പരിവർത്തനം അവിടെ സംഭവിച്ചിട്ടില്ല. ബാഹ്യമായ ആകാരവ്യത്യാസങ്ങൾ വരുത്തിയതേയുള്ളൂ. ഈ ചരിത്രപരമായ പശ്ചാത്തലത്തിൽ ബ്രിട്ടീഷ് ഗവൺമെന്റിന്റെ പ്രഖ്യാപനത്തെ നമുക്ക് നോക്കികാണാം.

അധീശശക്തി സ്വാതന്ത്ര്യം സമ്മാനമായി നൽകുമ്പോൾ അവരുടെ വിവക്ഷയിൽ ജനങ്ങളെ അടുപ്പിക്കാത്ത ജനകീയ സ്വാതന്ത്ര്യത്തെപ്പറ്റി ഉച്ചൈസ്തരം ഉൽഘോഷിക്കുന്ന നമ്മുടെ വന്ദ്യനേതാക്കന്മാരെപ്പറ്റി എന്തുപറയേണ്ടു!

പ്രാതിനിധ്യമില്ലെങ്കിൽ നികുതിയുമില്ല, എന്ന സമര മുദ്രാവാക്യം നൂറ്റാണ്ടുകൾക്കുമുമ്പേ മുഴങ്ങിയതാണ്. ജനാധിപത്യവാദികളുടെ തൂണിരത്തിലെ ഏറ്റവും മൂർച്ചയുള്ള ഒരായുധമാണത്. എങ്കിലും ഇരുപതാം നൂറ്റാണ്ടിൽ ഇന്ത്യയിൽ മാത്രം ആ ആയുധത്തിനു യാതൊരു മൂർച്ചയുമില്ല. കോൺസ്റ്റിറ്റുവന്റ് അസംബ്ലിയിലേക്കുള്ള തിരഞ്ഞെടുപ്പിന്റെ അടിസ്ഥാനം പ്രായപൂർത്തിവോട്ടവകാശമല്ല. വോട്ടവകാശത്തെ സംബന്ധിച്ച 1935-ലെ ബ്രിട്ടീഷ്-ഇന്ത്യാ ആക്ടിൽ നിന്നും വ്യത്യസ്തമല്ലെന്നും നോക്കണം! 1946-ൽ വിളിച്ചുകൂട്ടുന്ന ഭരണഘടനാ നിർമ്മാണ സഭയുടെ അടിസ്ഥാനം 1935-ലെ ഭരണപരിഷ്ക്കാരമാണ്. 35-ലെ ആക്ടനുസരിച്ച് അടിമത്തത്തിന്റെ മൂല്യപ്രമാണ രേഖയാണിതെന്ന് അന്നൊക്കെ ദേശീയവാദികൾ ആക്ഷേപിച്ചിരുന്നു. ഇന്ത്യൻ ജനങ്ങളിൽ 13 ശതമാനം പേർക്കു മാത്രമെ വോട്ടു ചെയ്യാൻ അവകാശമുള്ളൂ. 87 ശതമാനം ജനങ്ങൾക്കും ഭരണഘടനാ നിർമ്മാണത്തിൽ യാതൊരു പങ്കുമില്ല. അവർ സർവ്വാണികൾ മാത്രമാണ്. ദാക്ഷിണ്യം കാത്തു കഴിയേണ്ടവർ. പ്രായപൂർത്തി വോട്ടവകാശം താൽക്കാലിക പരിതസ്ഥിതിയിൽ പ്രായോഗികമല്ലെന്ന് ആമറി സായ്പും പെത്തിക്ക് ലോറൻസും പറയുമ്പോൾ നമുക്ക് അവരുദ്ദേശിക്കുന്നതെന്തായിരിക്കുമെന്ന് അനുമാനിക്കാൻ പ്രയാസമില്ല. എന്നാൽ പേരെടുത്ത അന്തർദേശീയവാദിയും സോഷ്യലിസ്റ്റും മറ്റുമായ പണ്ഡിറ്റ് ജവഹർലാൽ നെഹ്റു അതേ പല്ലവി ഏറ്റുപാടുമ്പോഴോ? ജനകീയ സമ്പ്രദായത്തിന്റെ മൗലിക നിയമത്തെ അതിലംഘിക്കുന്ന ഒരു രീതി കൈകൊണ്ടു രൂപവൽക്കരിക്കുന്ന കോൺസ്റ്റിറ്റുവന്റ് അസംബ്ലി ജനങ്ങളുടെ താൽപര്യങ്ങൾക്കു

തെല്ലം പ്രാതിനിധ്യമാവുകയില്ല. പിന്നെയുണ്ടോ അതിൽ നിന്നുടലെടു ക്കുന്ന ഭരണഘടനയ്ക്ക് ജനകീയത്വവുമായി വല്ല പൊരുത്തവുമുണ്ടാകാൻ പോകുന്നു? എന്നിട്ടും എന്തൊരു വെമ്പലാണവർക്ക്.

മധ്യകാലത്തിന്റെ അവശിഷ്ടങ്ങൾ, കോൺഗ്രസ്സ് പ്രസിഡണ്ട് പണ്ഡിറ്റ് നെഹ്റുവിന് നാട്ടുരാജ്യങ്ങളെപ്പറ്റിയുള്ള പഴയ അഭിപ്രായമാ ണിത്. ഇരുപതാം നൂറ്റാണ്ടിലും മദ്ധ്യ ദശയിലെ അവശിഷ്ടങ്ങളെവെച്ചു പുലർത്തുന്നതിൽ വലിയ അപകടമൊന്നും വരാനില്ലെന്ന് ഒരു പുതിയ ബോധം ദേശീയ നേതാക്കളിൽ അങ്കുരിച്ചിരിക്കുന്നു. ട്രസ്റ്റി സിദ്ധാന്തം കുറേക്കൂടി വിപുലമായ തോതിൽ അവർ പ്രായോഗികമാക്കാൻ ശ്രമി ക്കുകയായിരിക്കും.

ദേശീയത്വം വിഭാവനം ചെയ്യുന്ന സ്വതന്ത്രഭാരതത്തിൽ പാരതന്ത്ര്യ ത്തിന്റെ പല ദ്വീപ സമൂഹങ്ങളും ഉണ്ടാകാനിടയുണ്ട്. പക്ഷേ ഒന്നുണ്ട്, അടിമത്തം മറുനാടനല്ല, തനി നാടനാണ്. നാട്ടുരാജാക്കന്മാർക്കെതി രായി ഇടയ്ക്കിടെ നേതാക്കന്മാർ വാളിളക്കുന്നതുകണ്ട് തെല്ലം അന്ധാ ളിക്കേണ്ടതില്ല. അവരുടെ സ്വാതന്ത്ര്യത്തെ ഹാനി വരാതെ കാത്തുര ക്ഷിക്കുന്നതിനു ബന്ധകങ്കണനായിട്ടാണ് മഹാത്മജിയുടെ പോലും ഇരുപ്പ്. ഇസ്ലാമിക താൽപര്യത്തിന്റെ പേരിൽ നവാബുമാരേയും നൈസാമുകളേയും പരിരക്ഷിക്കുന്നതിന് നവാബ് സാദയും ജിന്നാസാ ഹേബും ശ്രമിച്ചുവെന്നുവരും. പുതിയഭരണഘടനയുടെ കീഴിൽ അത്താഴ പട്ടിണിക്കാരായ കൊച്ചുരാജാക്കന്മാർഅസ്തമിക്കേണ്ടിവരും. പക്ഷേ വൻകിട രാജാക്കന്മാർ കോൺസ്റ്റിറ്റ്യൂഷണൽ മൊണാർക്കുകളായി വർത്തിക്കും. ഹൈന്ദവസംസ്കാരത്തിന്റെയും പ്രാചീന പാരമ്പര്യത്തിന്റെ യും പേരിലാണ് അവർ വീണ്ടും അവരോധിക്കപ്പെടുക. അതിനു തയ്യാറെ ടുക്കുംപോലെ നാട്ടുരാജാക്കന്മാരും ഈയിടെ ദേശാഭിമാനികളാവാൻ തുടങ്ങിയിട്ടുണ്ട്. തീർച്ചയാണ്, അവരുടെ അന്തസ്സും അവകാശങ്ങളും ചോദ്യം ചെയ്യാത്തിടത്തോളം അവർ ഒരിക്കലും രാഷ്ട്രീയ പുരോഗമന വിരോധികളാവില്ല.

ദേശീയത്വത്തിന്റെ മറയ്ക്കുള്ളിൽ പതിയിരിക്കുന്ന സ്ഥാപിത താൽപര്യക്കാർക്കും മതഭ്രാന്തന്മാർക്കും നാട്ടുരാജാക്കന്മാരുടെ വാഴ്ച തുടർന്നു വരേണ്ടത് ആവശ്യമാണ്. പുതിയ ഭരണഘടന ഉണ്ടായിവ രുന്നത് നാടുവാഴി മുതലാളിക്കൂട്ടുകെട്ടിൽ നിന്നാണ്. തന്മൂലം നിയമവും സമാധാനവും പാലിച്ചു ഭരണം തടയുന്നതിനും ഈ കൂട്ടുകെട്ട് കൂടിയേ കഴിയൂ.

സർവ്വപ്രധാനമായ ഈ പ്രശ്നത്തിനു മുമ്പിൽ ബ്രിട്ടീഷ് ഗവൺമെന്റ് എട്ടുത്തനില അന്തസ്സുള്ള ഒന്നാണ്. നാട്ടുരാജാക്കന്മാരുടെ ഭാവി, അവർ പ്രമുഖ രാഷ്ട്രീയ കക്ഷികൾക്കു വിട്ടുകൊടുത്തു. നിങ്ങളുടെ നാട്, നിങ്ങളുടെ രാജാക്കന്മാർ, വേണ്ടതു ചെയ്യാലും. സ്വദേശീയ ഗവർമ്മെന്റിന്റെ അഭിപ്രായഗതി അവർക്കും അറിവുണ്ട്.

രാജ്യമീമാംസകന്മാരേയും ഭരണഘടനാ നിർമ്മാണ പടുക്കളേയും അത്രമേൽ അരിശം കൊള്ളിക്കുകയും വിഷമിപ്പിക്കുകയും ചെയ്യുന്ന ഒന്നാണ് വർഗ്ഗീയ പ്രശ്നം. ഒരു ഭാഗത്ത് ഐക്യഭാരതത്തിന് വേണ്ടിയുള്ള അട്ടഹാസം, മറുഭാഗത്ത് പാക്കിസ്ഥാൻ ഞങ്ങളുടെ ജന്മാവകാശമാണെന്ന ജയ്ഹാദ് വിളി. ഈ രണ്ട് ആവശ്യങ്ങളേയും ഒരു വിധത്തിൽ കോർത്തിണക്കാതെ രാഷ്ട്രീയ പുരോഗതി സാദ്ധ്യമല്ല. കോൺസ്റ്റിറ്റിയൂവന്റ് അസംബ്ലിയംഗങ്ങൾക്കു മുഴുവനും തലവേദനയുണ്ടാക്കുന്ന മുദ്രാവാക്യങ്ങളാണ് ഇവ രണ്ടും എന്ന് തീർച്ചയാണ്. ഇരുചേരികളിൽ നിന്നും പെയ്യുന്ന ഒളിയമ്പുകൾ കൊണ്ടും ശകാരപ്രസ്ഥാനം കൊണ്ടും വിഷമം പിടിച്ച വർഗ്ഗീയപ്രശ്നം പരിഹരിക്കാൻ സാദ്ധ്യമല്ല.

പാക്കിസ്ഥാൻ വാദികൾ ദ്രോഹികളും ദേശീയത്വത്തിന്റെ പരമശത്രുക്കളുമാണെന്ന് അധിക്ഷേപിച്ചിരുന്നതിൽ അർത്ഥമില്ല. ചുഴിഞ്ഞാലോചിച്ചാൽ മനസ്സിലാവും, ഈ വർഗ്ഗീയവാദവും ദേശീയത്വത്തിന്റെ മറ്റൊരു വകഭേദമാണെന്ന്. അതിൽ കുറച്ച് മതത്തിന്റേയും മദ്ധ്യദശയിലെ മനോഭാവത്തിന്റേയും കലർപ്പുണ്ടെന്ന് മാത്രം. ഇതേ ദൂഷ്യം കറ കളഞ്ഞ നമ്മുടെ ദേശിയത്വത്തിലും ഒട്ടിപിടിച്ചു കിടപ്പുണ്ട്. ഹിന്ദുമുസ്ലിം പ്രശ്നം വളരെ പഴക്കം ചെന്നതാണ്. ബ്രിട്ടീഷാധിപത്യസ്ഥാപനത്തിനും മുമ്പ് അത് ഭാരതത്തിൽ നിലനിന്നിരുന്നു. സായിപ്പ് സ്വാർത്ഥലാഭങ്ങൾക്കുവേണ്ടി ഹിന്ദു-മുസ്ലിം അകൽച്ചയ്ക്ക് അല്പം കൂടി അഗാധതയുണ്ടാക്കിയിട്ടേയുള്ളു. ഈസ്റ്റിന്ത്യകമ്പനിയെ ചെറുത്തതിൽ ഭൂരിപക്ഷംപേരും മുസ്ലീങ്ങളാണ്. അന്നുവിദേശശക്തിയുടെ ദല്ലാളുകളായി മ്ലേച്ഛന്റെ ഭരണം അവസാനിപ്പിക്കാൻ ഹിന്ദുക്കൾ പലരും കിണഞ്ഞുശ്രമിച്ചിട്ടുണ്ട്.

ഇന്നത്തെ ഹിന്ദുദേശീയവാദികളുടെ മുതുമുത്തച്ഛൻ ഒരു അഞ്ചാം പത്തിയായിരുന്നു. മുസ്ലീംങ്ങൾ ആ വഞ്ചന മറന്നിട്ടില്ല. അവരുടെ ഉപബോധാവസ്ഥയിൽ നിന്നാണല്ലോ വടക്കേ ഇന്ത്യയിലെ അധികാരം അടിച്ചെടുത്തത്.

മുസ്ലീംവാഴ്ചകാലത്ത് ഭരണാധികാരികൾ ചെയ്ത കയ്യേറ്റത്തിനും അഴിമതികൾക്കും പ്രതികാരം ചെയ്തേ തീരുവെന്ന ശാഠ്യം ഹിന്ദുക്കളിൽ ഇല്ലെന്ന് പറഞ്ഞുകൂട. ഈവാസ്തവം മുസ്ലീങ്ങൾ അറിഞ്ഞിട്ടുമുണ്ട്.

ഐക്യഭാരതത്തിനെതിരായി മുസ്ലീം ജനം സാമാന്യം നിൽക്കാനുള്ള ഒരു കാരണം മനശാസ്ത്രപരമായ മേൽപറഞ്ഞ പശ്ചാത്തലമാണ്. പാക്കിസ്ഥാൻ വാദത്തിന്റെ ചരിത്ര പരവും മനഃശാസ്ത്രസംബന്ധിയുമായ ഹേതുക്കൾ ഇവയാണ്. മുസ്ലീം സ്ഥാപിത താൽപര്യക്കാർ തങ്ങളുടെ ലക്ഷ്യപ്രാപ്തിക്കുവേണ്ടി ജനങ്ങളുടെ മൂഢവികാരങ്ങളേയും അന്ധവിശ്വാസത്തേയും ലാഭകരമാം വിധം ചൂഷണം ചെയ്തു. പഴയ പരാതികളും മിഥ്യാധാരണകളും ഊതിവീർപ്പിച്ച് കാര്യം തേടുന്ന സ്വഭാവം അധികാര കൊതിയിൽ അന്തർലീനവുമാണ്.

തനി ദേശീയത്വത്തിന്റെ സൂത്രപ്പഴുതുകളിലൂടെ മാത്രം വീക്ഷിച്ചാൽ കുഴഞ്ഞുമറിഞ്ഞ വർഗ്ഗീയപ്രശ്നത്തിന് പോം വഴികണ്ടുപിടിക്കുവാൻ ഞെരുക്കവുമാണ്. ഇരുഭാഗത്തും വിട്ടുവീഴ്ചയും സൗജന്യബുദ്ധിയും ഉണ്ടാകേണ്ടിയിരിക്കുന്നു. അത്രമേൽ ഹൃദയവിശാലത നേതാക്കൻമാർക്കുണ്ടാവുമോ ചരിത്രത്തിന്റെ വിധിപറയൽ കാത്തിരിക്കുകയേ നമുക്ക് തത്കാലം ഗത്യന്തരമുള്ളൂ. ദേശീയത്വത്തിന്റെയും മതഭ്രാന്തിന്റെയും പൈശാചികമായ മുഷ്ടിബന്ധത്തിൽ നിന്നും വിമോചിതരായവർക്ക് വർഗ്ഗീയപ്രശ്നം അത്രമേൽ കെട്ടുപിണഞ്ഞതായി അനുഭവപ്പെട്ടുകയില്ല. പുരോഗമനത്തിന്റെ മൗലീക തത്വങ്ങളെ സംബന്ധിച്ച അഭിപ്രായ ഐക്യം വന്നുകഴിഞ്ഞാൽ സുഗമമായ പോംവഴി കണ്ടുപിടിക്കാൻ സാദ്ധ്യമാണ്. മിഥ്യാത്മകമായ ദേശീയസ്വാതന്ത്ര്യവും സ്ഥാപിതതാല്പര്യങ്ങളുടെ സംരക്ഷണവുമല്ല നമ്മുടെ ലക്ഷ്യം. പ്രത്യുത ജനസാമാന്യത്തിന്റെ സർവ്വതോന്മുഖമായ അഭിവൃദ്ധിയാണ് എന്ന യാഥാർത്ഥ്യവുമായി ഏറ്റുമുട്ടുമ്പോൾ രാമനും അബ്ദുള്ളയും ജിന്നയും ഗാന്ധിയും തമ്മിലുള്ളത്ര അകൽച്ചയും അഭിപ്രായ വൈരുദ്ധ്യവും ഉണ്ടാവാൻ തരമില്ല. മാത്രമല്ല അപ്പോൾ അബ്ദുള്ളയ്ക്ക് ഖദി-അ-അസമിനേക്കാൾ അടുപ്പം രാമനോടായിരിക്കും. രാമനാവട്ടെ മഹാത്മാവിനേക്കാൾ മഹനീയത്വം അബ്ദുള്ളയിലും ദർശിക്കും. പക്ഷെ അങ്ങിനെയുള്ള അഭിലഷണീയമായ അന്തരീക്ഷം സമാഗതമാകുന്നതിന് ഒരു പൂർവ്വ സ്ഥിതിയുണ്ട്. രണ്ടുപേരുടേയും മദ്ധ്യത്തിലുള്ള മൂടൽമഞ്ഞ് അകലണം, അത് അത്ര എളുപ്പമല്ലതാനും.

മാർക്സിസത്തിന്റെ എക്സ്-റേയിലൂടെ നോക്കിയാലെ സുഭഗ സുന്ദരമായ സ്വാതന്ത്ര്യത്തിന്റെ വിശ്വരൂപം വീക്ഷിക്കുവാൻ കഴിയുകയുള്ളൂ. അങ്ങിനെ വരുമ്പോൾ ഹിന്ദുവിനും മുസൽമാനും ബോദ്ധ്യമാകും, അതിരും വരമ്പുമല്ല അതിപ്രധാനമായിട്ടുള്ളത്, ജനകീയ ക്ഷേമമാണ് എന്ന്. പാക്കിസ്ഥാൻ ഹിന്ദുസ്ഥാൻ വടംവലി കള്ളന്മാരുടെ കലവറയിൽ നടക്കുന്ന കലഹം മാത്രമാണിന്ന്.

ഇന്ത്യൻ മുതലാളിത്തത്തിന് ദേശീയ ജനകീയ വിപ്ലവത്തിൽ പുരോഗമനോന്മുഖമായ ഒരു സ്ഥാനമുണ്ടെന്ന് വിശ്വസിക്കുന്ന ചില തീവ്രവാദികളുണ്ട്. ചരിത്രത്തിന്റെ ഏടുകളെടുത്തു പരിശോധിച്ചു നോക്കിയാൽ മുൻ പറഞ്ഞ വിശ്വാസത്തിന് ഉപോൽബലകമായ കുറേയധികം തെളിവുകളും കണ്ടുകിട്ടും. ദേശീയ വിമോചന സമരം മാർക്സിയൻ ഭാഷയിൽ പറഞ്ഞാൽ ബൂർഷ്വാ ഡമോക്രാറ്റിക് വിപ്ലവമാണ്. നാടുവാഴിത്തപരമായ സാമൂഹ്യരീതിയെ തകിടം മറിക്കുന്ന സംരംഭത്തിൽ ബൂർഷ്വാസി സാരമായ ഒരു പങ്ക് വഹിച്ചിട്ടുണ്ടെന്ന് കമ്യൂണിസ്റ്റ് മാനിഫെസ്റ്റോയിൽ മാർക്സും ഏംഗൽസും തികച്ചും സമ്മതിക്കുന്നുണ്ട്. ഫ്രാൻസ്, അമേരിക്ക, ബ്രിട്ടൻ എന്നീ രാജ്യങ്ങളിലെ ദേശീയ വിപ്ലവങ്ങളിൽ പലപ്പോഴും മുതലാളികൾ നേതൃത്വം ഏറ്റെടുക്കുകയുണ്ടായിട്ടുണ്ട്. കോളനികളിലെ ദേശീയ വിപ്ലവങ്ങളിൽ മുതലാളി വിപ്ലവം കയ്യേന്തിയേക്കാൻ ഇടയുണ്ടെന്ന് ലെനിനും ദൃഢമായി വിശ്വസിച്ചിരുന്നു. (രണ്ടാം സാർവ്വലൗകിക കോൺഗ്രസ്സിൽ കോളനികളിലെ ദേശീയ പ്രസ്ഥാനത്തെ സംബന്ധിച്ച് ലെനിൻ തയ്യാറാക്കിയ തീസിസ്സും അനുബന്ധവും നോക്കുക).

സ്ഥലകാലാനുസൃതമായ ഭേദഗതികൾക്കും പുനഃപരിശോധനയ്ക്കും വിധേയമാക്കാൻ പാടില്ലാത്ത വേദസംഹിതയല്ല മാർക്സിസം. പുതിയ പരിതസ്ഥിതികളിൽ മാർക്സിസത്തിന്റെ വ്യാഖ്യാനത്തിനും പുതിയ അർത്ഥം നൽകേണ്ടി വരും. സാർവ്വലൗകികമായ ഒരു സാമൂഹ്യ സാമ്പത്തിക സമ്പ്രദായമെന്ന നിലയിൽ നിന്ന് മുതലാളിത്തം ഇന്ന് വളരെയധികം പിന്നോട്ട് പോയിക്കഴിഞ്ഞു. അമേരിക്കയിലൊഴിച്ച് ബാക്കിയെല്ലായിടത്തും മുതലാളിത്വത്തിന്റെ അസ്ഥിവാരം തകർന്നു തരിപ്പണമായിരിക്കുന്നു. മുതലാളിത്ത കപ്പലിന്റെ മുകൾത്തട്ടിൽ ഒരു അഭിനവ കസാബിയൻകയായി നിൽക്കാൻ അമേരിക്കൻ നാടുകൾക്കും അധികകാലം കഴിഞ്ഞെന്നു വരില്ല. അന്തർദേശീയമായ മുതലാളിത്വത്തിന്റെ അധഃപതനം അതിന്റെ പ്രത്യാഘാതങ്ങൾ ഇന്ത്യയിലും അല തല്ലിയിട്ടുണ്ട്.

പാപ്പരായിത്തീർന്ന ബ്രിട്ടീഷ് സാമ്രാജ്യക്കൊതി ഇന്ത്യൻ മുതലാളിയുടെ ഇന്ത്യയെ സ്വതന്ത്രമാക്കി വിടുന്നു. പുതിയ വേഷവിധാനങ്ങളോടെ ഈ സമ്മാനം സ്വീകരിക്കുന്നതിന് ഇന്ത്യൻ മുതലാളികൾ തയ്യാറാവുന്നു. അതിനുള്ള അണിയറയായാണ് കോൺസ്റ്റിറ്റിയുവന്റ് അസംബ്ലി. ആ വിശ്വാസം കുറഞ്ഞ മുതലാളികൾ പിന്തിരിപ്പൻ ശക്തികളെ മുഴുവൻ കൂട്ടുപിടിക്കുന്നു, നാട്ടുരാജാക്കന്മാർ, സെമീന്ദാർമാർ, രാജഭക്തന്മാർ,

ഇങ്ങനെ പലരേയും. അവരൊക്കെ സ്വാതന്ത്ര്യത്തിലേക്ക് വലിഞ്ഞു നടക്കുകയാണ്. മറുവശത്ത് അതാ നിൽക്കുന്നു അധികാരം നിഷേധിക്കപ്പെട്ടവർ, തൊഴിലാളികൾ, കർഷകർ, ഇടത്തരക്കാർ, മറ്റും മറ്റും. ഒറ്റ വാക്കിൽ പറഞ്ഞാൽ ദരിദ്രനാരായണന്മാരുടെ ഭാരതം മുഴുവനും അവരെ ആപാദചൂഡം ബന്ധിക്കാൻ വേണ്ടി ബ്രിട്ടനിൽ പണിചെയ്തുണ്ടാക്കിയതും സ്വദേശി മുദ്രകുത്തിയതുമായ ഒരു പുതിയ സ്വർണ്ണ ചങ്ങലയാണ് കാബിനറ്റുമിഷന്റെ നിർദ്ദേശങ്ങൾ.

പൂർവ്വികന്മാരുടെ പാരമ്പര്യം പുലർത്തുന്നതിനുവേണ്ടി ഇന്ത്യൻ മുതലാളികളും പാർലമെന്ററി ഡമോക്രസി നടപ്പിൽ വരുത്തുമെന്ന വാദത്തെ ഒന്നു വിശകലനം ചെയ്തു നോക്കുക.

18-19 എന്നീ നൂറ്റാണ്ടുകളിലെ ലിബറൽ മുതലാളികളുടെ സ്വതന്ത്രവ്യാപാര സിദ്ധാന്തത്തോട് അനുബന്ധിക്കപ്പെട്ട രാഷ്ട്രീയ മുദ്രാവാക്യങ്ങളാണ് പത്രസ്വാതന്ത്ര്യം, പ്രസംഗ സ്വാതന്ത്ര്യം, മതസ്വാതന്ത്ര്യം, സംഘടനാ സ്വാതന്ത്ര്യം, മുതലായവ. പക്ഷെ 19ാം ശതകത്തിന്റെ ഉത്തരാർദ്ധത്തിലും 20-ാം നൂറ്റാണ്ടിലും ശക്തിപ്പെട്ടുവെന്ന കുത്തകമുതലാളിത്തം ആ സ്വാതന്ത്ര്യങ്ങൾ നാമമാത്രമാക്കിതീർത്തു. ഫാസിസം അവയെ തികച്ചും കുഴിച്ചുമൂടി.

നാം ജീവിച്ചുവരുന്ന ദശാസന്ധിയുടെ ഒരു സവിശേഷത മുതലാളിത്തവും ഡെമോക്രസിയും തമ്മിലുള്ള പൊരുത്തമില്ലായ്മയും വൈരുദ്ധ്യവുമാണ്. അതിന്റെ മാറ്റൊലികൾ സർവ്വത്രകേട്ടുവരുന്നു. രാഷ്ട്രീയകക്ഷികളാണ് അതിന്റെ ഉച്ചഭാക്ഷിണിയന്ത്രം. ഇന്നത്തെസാമൂഹ്യവ്യവസ്ഥയിൻ കീഴിൽ ജനാധിപത്യത്തിനു വികസിച്ചുവരുവാൻ സാദ്ധ്യമല്ല. സാമ്പത്തിക ബന്ധങ്ങളിൽ സാർവ്വത്രികമായ പരിവർത്തനം വരാതെ ജനാധിപത്യം മേലിൽ ജീവിക്കുകയില്ല. ഒന്നുകിൽ സാമ്പത്തിക മേധാവിത്വം ഡമോക്രസി ഇല്ലാതാക്കും അഥവാ ഡമോക്രസി സാമ്പത്തിക മേധാവിത്തത്തെ ചവിട്ടിത്തേയ്ക്കും. ഇതിനിടയിൽ വേറൊരു താവളമില്ല. കഴിഞ്ഞ രണ്ടു ദശാബ്ദങ്ങളിലെ സംഭവവികാസങ്ങൾ ഫാസിസത്തിന്റെ ഉയർച്ചയും തകർച്ചയും ഈ അഭിപ്രായത്തെ പിന്താങ്ങുന്നു. ചരിത്രത്തിന്റെ ശേഖരപ്പുരയിലുള്ള കടുത്ത യാഥാർത്ഥ്യമാണിത്.

ദേശീയ മുതലാളിത്തം ഒരു കണക്കിലും ജനാധിപത്യഭരണത്തിന്റെ സന്ദേശവാഹകനാകുകയില്ല. അവരുടെ പാരമ്പര്യം നേരെ മറിച്ചാണ്. നാളിതുവരെ അവർ വിദേശ സാമ്രാജ്യത്തിന്റെ കാൽ നക്കികഴിഞ്ഞു. നാളെ നാടുവാഴിത്ത്വത്തിന്റെ സഹകരണത്തോട് കൂടി സ്വതന്ത്രമാകും. ദേശീയ വിപ്ലവം നയിച്ച യൂറോപ്പ്യൻ ബൂർഷ്വാസിസം

സംസ്കാരസമ്പന്നനായിരുന്നു. നവോത്ഥാനത്തിന്റെ കൂടപ്പിറപ്പായിരുന്നു അയാൾ. അതിന്റെ നേട്ടങ്ങൾ- യുക്തിബോധം, മനുഷ്യസ്നേഹം, ജനാധിപത്യം, അയാളിലും ഒട്ടൊക്കെ പ്രതിഫലിച്ചിരുന്നു.

ഇന്ത്യൻ മുതലാളിയാവട്ടെ ഭാരതീയ ആദ്ധ്യാത്മികത്വത്തിന്റെ നേതാജിയാണ്. നവോത്ഥാനത്തിനുമുമ്പ്, യൂറോപ്പിലെങ്ങും പ്ലേഗുപോലെ പടർന്നു പിടിച്ചിരുന്ന മദ്ധ്യദശയിലെ അന്ധത്വത്തിലും കവിഞ്ഞ- യാതൊരു പാവനത്വവും ഭാരതത്തിന്റെ സവിശേഷതയാണെന്നു ഉദ്ഘോഷിക്കപ്പെട്ടുവരുന്ന ആദ്ധ്യാത്മികത്തിനില്ല. സാംസ്കാരികമായി ഡമോക്രസിയോടല്ല ഫാസിസത്തോടാണ് ഇന്ത്യയിലെ സ്ഥാപിത താല്പര്യങ്ങൾക്ക് കൂടുതൽ അടുപ്പം.

പുതിയ കുപ്പിയിൽ പഴയ വീഞ്ഞ്, അതാണ് പുതിയ ഭരണഘടനയിലൂടെ നമുക്കു കിട്ടുന്ന നേട്ടം. പാർലിമെന്ററി ഡമോക്രസി ഇതുകൂടാതെ അളവറ്റ ദൂഷ്യങ്ങൾ ഉൾക്കൊള്ളുന്നുണ്ട്.

സാമ്പത്തിക സംരക്ഷയുടെ അഭാവത്തിലുള്ള വോട്ടവകാശം ഉപയോഗ ശൂന്യമാണ്. തങ്ങൾ സ്വതന്ത്രരാണെന്ന് ഇംഗ്ലീഷുകാർ അഭിമാനിക്കുന്നു. അതേ, വോട്ടുചെയ്യുന്ന നാൾ മാത്രം, അവർ സ്വതന്ത്രരാണ്. അതിനുശേഷം അഞ്ചുകൊല്ലത്തേയ്ക്ക്, അടിമകളും!

നൂറ്റാണ്ടുകൾക്കുമുമ്പ് ബ്രിട്ടീഷ് ഡമോക്രസിയെ പുച്ഛിച്ച് റൂസ്സോ പുറപ്പെടുവിച്ച അഭിപ്രായം പൊതുവെ പാർലിമെന്ററി ഡമോക്രസിക്കും ബാധകമാണ്. നിങ്ങൾ പറയുന്നതെല്ലാം ഞാൻ എതിർക്കുന്നു. പക്ഷെ നിങ്ങൾക്കതു പറയുവാനുള്ള അവകാശം മരണം വരെ ഞാൻ അനുവദിച്ചുതരും..... . വാൾട്ടയർ ഒരിക്കൽ റൂസ്സോവിനോട് ഇപ്രകാരം പറയുകയുണ്ടായത്രെ! ഇങ്ങനെ സഹിഷ്ണുതയ്ക്ക് സ്ഥാനമുണ്ടായിരുന്ന കാലം മൺമറഞ്ഞിട്ട് നാളുകളേറെയായി.

1946-ലാണ് ഗോവിന്ദൻ ഈ ലേഖനം പ്രസിദ്ധീകരിച്ചത്. സംവത്സരങ്ങൾ പലതും കഴിഞ്ഞു. അന്ന് ഇന്ത്യയ്ക്ക് സ്വാതന്ത്ര്യം ലഭിച്ചിരുന്നില്ല. ഇന്ന് സ്വാതന്ത്ര്യത്തിന്റെ ദുഃസ്വാതന്ത്ര്യങ്ങളത്രയും അനുഭവിക്കുകയാണ് നമ്മൾ. ആദ്യമായി എല്ലാ വിപ്ലവങ്ങളും മുള പൊട്ടി കൂമ്പും നാമ്പുമുൾക്കൊള്ളുന്നത് മനുഷ്യന്റെ മനസ്സിലാണ്. മനുഷ്യധിഷണയിൽ നിന്നും, ഹൃദയത്തൽ നിന്നും ഉറവെടുത്ത് ഉത്ഭവം തിരിയുന്ന ചിന്തകളും ഭാവനകളുമാണ് നാളിതുവരെയുണ്ടായ വിപ്ലവങ്ങളുടെ അടിസ്ഥാന ധാരകൾ എന്നതും ഗോവിന്ദന്റെ വാക്കുകൾ. ഭൂതകാലത്തെ അറിയാതെ ചെയ്യുന്ന വർത്തമാനകാലകർമ്മങ്ങളും ഭാവിയെ മുന്നിൽക്കാണാതെയുള്ള വിചാര രേഖകളും വ്യർത്ഥമാണ്. കൊണ്ടറിവുകളേക്കാൾ

കണ്ടറിവുകൾവേണം. അതില്ലാതെയുള്ള പ്രവർത്തനങ്ങൾ കൂരിരുട്ടിലേക്കാണ് നയിക്കുക. അന്ധർ, അന്ധർക്കു വഴികാട്ടുന്നുവെന്ന ചൊല്ല് ഇതിനുപയോഗപ്പെടും. നാം നമ്മുടെ ഭൂതവും ഭാവിയും ചെറുതായൊന്നു ചിള്ളി നോക്കണം എന്നുമാത്രം!

തീവ്രവാദം ഒരു വ്യവസായമായി വളരുന്നു. വർഗീയത വ്യവസായവത്കരിക്കപ്പെടുന്നു. കള്ളനോട്ടുകൾ പരക്കെ കാണപ്പെടുന്നു. ബേങ്കുകളും മറ്റും കൊള്ളയടിച്ച് പലകോടികളും സാധാരണക്കാരുടെ താലിമാലകളും നഷ്ടമാകുന്നു. നട്ടുച്ചയ്ക്കും നഗരത്തിലും നാട്ടിൻപുറത്തുപോലും മുക്കുമാലയണിഞ്ഞു നടക്കാൻ പെണ്ണുങ്ങൾക്ക് പേടി. കാലത്ത് ജോലിക്കും കോളേജിലും പോവുന്നവർക്ക് വൈകീട്ട് വീട്ടിലെത്താൻ പലപ്പോഴും സാധിക്കാതെ വരുന്നു. ഹർത്താലും, ബന്ദും, പണിമുടക്കും ഓർക്കാപ്പുറത്ത്, ഈർക്കിൾ പാർട്ടിക്കാർപോലും നിയമങ്ങൾ നടപ്പിൽ വരുത്തുന്നു. അവർ പരസ്പരം കൊല്ലുന്നതിനും ചാവുന്നതിനും പൊതുജനങ്ങൾ ശിക്ഷയനുഭവിക്കുന്നു. ഇത്തരം നൂറുനൂറനുഭവങ്ങളുടെ വെളിച്ചത്തിലാണ് ജനാധിപത്യത്തിന്റെ വളർച്ച! മേൽ പറഞ്ഞ എല്ലാ പ്രവർത്തനങ്ങളുടെയും, ഊർജ്ജം തൊഴിലില്ലായ്മയും മദ്യവും മയക്കുമരുന്നുകളുമാണ്.

ഈ ഗോളം മറന്നുകൊണ്ടുള്ള ആഗോളനിലവാരത്തിന്റെ ഗതി ഓരോ രാജ്യങ്ങൾക്കുമുള്ള പാഠപുസ്തകങ്ങൾ തന്നെ. ഇഷ്ടമല്ലാത്ത രാജ്യങ്ങളെ അടിമരാജ്യങ്ങളാക്കുന്ന അമേരിക്കൻ തന്ത്രത്തിനേറ്റ തിരിച്ചടിയും പാഠമാണ്. കപട ജനാധിപത്യ രാഷ്ട്രമായ അമേരിക്കൻ ഭരണതന്ത്രം ബ്രിട്ടനേക്കാൾ ഭയാനകം- എന്ന തോത്, വളർന്നപ്പോഴാണ് സപ്തംബർ പതിനൊന്ന് ചരിത്രത്തിലിടം പിടിച്ചതെന്നോർക്കാം. അലക്കുകാരന്റെ നീലവെള്ളത്തിൽ വീണ കുറുക്കൻ, താൻ ദൈവത്തിന്റെ സ്വന്തം പ്രതിനിധി എന്നും പറഞ്ഞ്, സിംഹത്തെപ്പോലും അടിമയാക്കി കാടു ഭരിച്ച ഒരു കഥ പോലെ കുറേക്കാലം അമേരിക്കൻ ഡോളറെന്ന മായക്കടലാസുകൊണ്ട് ലോകം ഭരിച്ചു! അവരുടെ ഉല്പാദനങ്ങളിലേറെയും ആയുധങ്ങൾ! സ്വയം നശിക്കാനുള്ള അവരുടെ അവകാശത്തെ ലോകം അനുവദിച്ചുകൊണ്ട്, ജനാധിപത്യത്തിന് ഫലപ്രദമായൊരു വ്യാകരണവും, ഫലവത്തായ നിയമസമത്വവും ലോകം അംഗീകരിച്ചേ പറ്റൂ. അതിന് ഐക്യരാഷ്ട്രസഭയല്ലാതെ മറ്റെന്താണ് മുന്നിലുള്ളത്?

കൃത്രിമ സമ്പദ്ഘടന, ബലൂൺ പോലെ ഊതിവീർപ്പിച്ച് പൊട്ടുന്നനെ പൊട്ടുമ്പോഴുണ്ടാകുന്ന ഞെട്ടൽ അതോടെ തീരണം. ഗവൺമെന്റുകൾക്കോ പൊതുഉടമാ ധനകാര്യമേഖലയ്ക്കോ നിയന്ത്രണാവകാശമില്ലാത്ത

വിധം, സ്വകാര്യമേഖലയെ കയറൂരിവിട്ട ആഗോളീകരണ- ഉദാരവൽക്കരണ നയത്തിന്റെ ദുരന്തം എന്നേ മനസ്സിലാക്കാനുള്ളൂ. അവസാനമായി ഇറാഖിനോട്ടുകാട്ടിയ വിദേശനയത്തിന്റെ ശിക്ഷയും അവരേറ്റുവാങ്ങിക്കൊണ്ടിരിക്കെ, ഇനി അവരുടെ സാമ്പത്തികാസ്തമയം കാലത്തിന്റെ കരുതലുകൾ തന്നെ. പരിപൂർണ്ണമായ ജനാധിപത്യം, വിശ്വാസത്തിലും, ധാർമ്മികതയിലും, സഹകരണത്തിലും അടിയുറച്ചതാവണം. അതാണ് എം. ഗോവിന്ദന്റെ ആശയങ്ങളിലേറെയും, പാലിൽ പാട പോലെ കാണുന്നത്.

ഗോവിന്ദത്വം

സാഹിത്യകാരന്മാർ ഏതു ചേരിയിൽ, ഇ.എം.എസ്. അന്നു ചോദിച്ചു. മനുഷ്യന്റെ ചേരിയിൽ, ഗോവിന്ദൻ ഉത്തരം പറഞ്ഞു. ഇന്നെല്ലാവർക്കും ചേരികളുണ്ട്. മനുഷ്യനെക്കാണുവാനാണ് കഷ്ടം. പണ്ട് ഭരണാധികാരികളെ ഭയന്ന് ഒരു സ്ത്രീ കാട്ടിൽ ക്രൂരജന്തുക്കളോടൊപ്പം ജീവിച്ച കഥ ഗോവിന്ദന്റെ ഉപന്യാസത്തിലുണ്ട്. പല ഏകാധിപത്യരാജ്യങ്ങളിലും, എന്തിന് നമ്മുടെ ജനാധിപത്യ രാജ്യത്തും ഇങ്ങിനെ സംഭവിക്കുന്നുണ്ട്. ഭരണാധിപന്മാരുടെ നീതിബോധമില്ലായ്മയും കക്ഷിരാഷ്ട്രീയക്കാരുടെ ചേരിപ്പോരുകളും നിരപരാധികളുടെ ജീവനും സ്വത്തിനും പ്രവർത്തനത്തിനും വിഘ്നം വരുത്തുന്നുണ്ട്. പൂർണ്ണമായ ജനാധിപത്യബോധം ഇന്നേറെ വിദൂരമാണ്. ഇന്ത്യയ്ക്ക് ലഭിച്ചത് ഭരണ സ്വാതന്ത്ര്യമാണ്, ജനാധിപത്യമല്ല. ജനാധിപത്യത്തിനുള്ള തടസ്സം കക്ഷിരാഷ്ട്രീയക്കാരുടെ ഇടുങ്ങിയ വിചാരധാരണകളും കടും പിടുത്തവും അധികാരദാഹവും ധനമോഹവും ആണ്.

ജനാധിപത്യമെന്ന് ഉദ്ഘോഷിക്കാൻ വരട്ടെ നാട് കൂരിരുട്ടിന്റെ വക്കത്തെത്തി നിൽക്കുകയാണെന്ന് ഗോവിന്ദൻ അന്നേ പറഞ്ഞു. വെളിച്ചം തേടിയുള്ളൊരന്വേഷണവും തുടങ്ങിവെച്ചു. തനിക്കറിയാവുന്നത് പറഞ്ഞു, അറിയാത്തത് അന്വേഷിച്ചു. നടന്നും നടത്തിയും പറഞ്ഞും പറയിപ്പിച്ചും, പ്രവർത്തിച്ചും പ്രവർത്തിപ്പിച്ചും കൊണ്ടൊരു ദണ്ഡി യാത്ര. നാടിന്റെ നേരറിയാനുള്ള ഉപ്പും കുറുക്കിക്കൊണ്ടൊരു യാത്ര. 1939-ൽ തന്റെ ഇരുപതാം വയസ്സിൽ ഗോവിന്ദനെഴുതിയ കൃഷിക്കാരൻ എന്ന കവിത നോക്കുക. കൃഷിഭൂമി കൃഷിക്കാരന് എന്ന വാദമാണതിൽ പ്രകടമാകുന്നത്. ഇത്തരം ആശയങ്ങൾ പൊടുന്നനെ ഭരണാധികാരികൾക്ക് പൊട്ടിമുളച്ചതല്ല. അത് ആരുടേതൊക്കെയോ

ചിന്തകളുടെ ഫലമാണെന്നോർക്കുക.

നിൻ വിയർപ്പതിർന്നല്ലി
കതിർപ്പനെല്ലിൻ തൈകൾ
നിൻ വീർപ്പിലുലഞ്ഞാടി
യല്ലിവ വളരുന്നു
നിൻ ചോരച്ചുവപ്പു ചേർ-
ന്നല്ലയോ തുടുപ്പാർന്നീ
പുന്നെല്ലിൻ കതിർക്കുല
പൊന്മാല പോലാവുന്നു.

കൃഷി ചെയ്യുന്നോൻ കൃഷി
സ്ഥലത്തിന്നവകാശി
ഋഷി നാടറിഞ്ഞില്ലി
യാഥാർത്ഥ്യമിപ്പോൾപ്പോലും
നാടിന്റെ നട്ടെല്ലുകൾ
കൃഷിക്കാരെല്ലാമേവം
പട്ടിണിത്തീയിൽപ്പെട്ടു
പുകഞ്ഞുകരിയുകിൽ
സ്വാതന്ത്ര്യമിന്ത്യയ്ക്കെന്നും
സ്വപ്നം താൻവെറും മിഥ്യ

സാമൂഹ്യമായ അസമത്വങ്ങളും അനാചാരങ്ങളും, മണ്ണും മനുഷ്യനും പിന്നെ ആകെക്കൂടിയുള്ളൊരു മാറ്റത്തിനുവേണ്ടിയുള്ള ദാഹവും കൊച്ചു കുട്ടിയായിരിക്കുമ്പോഴേ ഗോവിന്ദനിൽ ഇടം നേടിയിരുന്നു.

കല കലയ്ക്കുവേണ്ടിയോ ജീവിതത്തിനുവേണ്ടിയോ എന്ന ചോദ്യത്തിനിപ്പഴും പ്രസക്തിയുണ്ട്.

ജീവിതത്തെ പകർത്തുകയാണോ, വിമർശിക്കുകയാണോ ചെയ്യുന്നതെന്നതിനേക്കാൾ പ്രാധാന്യം കലയിൽ ആത്മാവിഷ്കാരത്തിനുണ്ട്. തന്റെ അന്തർമണ്ഡലത്തിൽ നിറഞ്ഞു നിൽക്കുന്ന ഏകാന്തവിചിത്രമായ അനുഭൂതികളാണ് ഏതൊരു എഴുത്തുകാരന്റെയും മൂലധനം. അതിന് പ്രാധാന്യം നൽകിയെങ്കിലേ രചനയ്ക്ക് കാവ്യ സൗന്ദര്യം കൈവരികയുള്ളൂ. അവിടെ മാത്രമേ പരീക്ഷണത്തിന് പ്രസക്തിയും പ്രാധാന്യവുമുള്ളൂ എന്ന് എം. ഗോവിന്ദന്റെ ജീവചരിത്രത്തിൽ സാനുമാഷ് പറയുന്നു.

ഒരു സ്വകാര്യ സംഭാഷണത്തിനിടയിൽ ഗോവിന്ദനിങ്ങനെപറഞ്ഞു. പലതരം പാനീയങ്ങളുണ്ട് വിപണിയിൽ. നിറവും, മണവും, ഗുണവുമുള്ള

പലതും. പരസ്യങ്ങളുമുണ്ടവയ്ക്ക്! ഞാനുണ്ടാക്കിയതെത്രയോ കുറവ്. അതാണെങ്കിൽ കയ്പ്പും, ചവർപ്പും, കൊണ്ടുള്ളൊരു കഷായം. എന്നാൽ, ചിലരതന്വേഷിച്ചുവരും. ഇപ്പോഴല്ല ചിലപ്പൊ അമ്പതോളം കൊല്ലങ്ങൾ കഴിഞ്ഞേക്കാം. ഗോവിന്ദനിതേവരെ പറഞ്ഞതത്രയും പ്രവചനങ്ങൾപോലെ ഫലിച്ചതാണ്, ഇപ്പോൾ റഷ്യയിലും, ചൈനയിലും, അമേരിക്കയിലും അതാണ് സംഭവിക്കുന്നത്.

എം. ഗോവിന്ദന്റെ കൃതികൾ പലതും കിട്ടാനില്ല. ആവശ്യക്കാരധികവുമുണ്ട്. ഗോവിന്ദന്റെ ജീവചരിത്രം എഴുതിയത് പ്രൊഫ. എം. കെ. സാനുമാഷാണ്. ആത്മകഥ പോലൊന്ന് എഴുതാൻ അപേക്ഷിച്ചപ്പോൾ ഇങ്ങനെ പറഞ്ഞു, 'സാനുവിന് ജീവചരിത്രം എഴുതണമെന്നുണ്ട്. ഞാൻ സമ്മതിച്ചു. അയാളതുചെയ്യുന്നതാ ഗുണം. എനിക്ക് എന്നെപ്പറ്റി ഒന്നും അത്ര പിടുത്തമില്ല. പറ്റുമെങ്കിൽ ഒരോർമ്മക്കുറിപ്പ് നോക്കാം. മകൻ ബാബുവിന്റെ കൂട്ടും കുരുവിയുമൊക്കെ ഒന്ന് തരാവട്ടെ.' 1988-ലാണതു പറഞ്ഞത്.

2002-ലാണ് സാനുമാഷ് ഗോവിന്ദനെക്കുറിച്ചുള്ള ഗ്രന്ഥം ആദ്യമായ് വായനക്ക് നൽകിയത്. ഡി. സി. യാണ് പബ്ലിഷർ. വീണ്ടും പതിപ്പുകളിറക്കി. എന്നാൽ ഒരു ഗ്രന്ഥത്തിനു വേണ്ടി സർവ്വകേന്ദ്രങ്ങളും തേടിയെങ്കിലും കിട്ടിയില്ല. ഗോവിന്ദൻ കൃതികളൊന്നും തന്നെ മുമ്പിങ്ങിനെ ആയിരുന്നില്ല. ഗോവിന്ദന്റെ ഉപന്യാസങ്ങൾ പകുതി വിലയ്ക്ക് വില്ക്കുന്നതിനും വാങ്ങാനാളില്ലാതാവുന്നതിനും സാക്ഷിയായി. ഗർഭപാത്രത്തിൽ നിന്നും മൺപാത്രത്തിലേക്കുള്ള ഒരു പറിച്ചുനടലാണ് ജനനവും മരണവും. അതിനിടയിലുള്ളതാണീ ജീവിതം. എടുത്തതിലധികം കൊടുക്കുന്നതാണതിന്റെ മേന്മ. സമൂഹത്തിൽ നിന്നും നമ്മളെന്തുമാത്രം അനുഭവിച്ചോ, അതിലധികം നൽകാനുള്ള മനസ്സും, പ്രവർത്തനവും. നാരായണഗുരുവിന്റെ രണ്ടുവരികളിലൊതുങ്ങുന്ന ആ ജീവിതം.

> അവനവനാത്മ സുഖത്തിനാചരിക്കുന്നവ-
> യപരന്ന് സുഖത്തിനായ് വരേണം.

ഗോവിന്ദന്റെ ആത്മ സുഖത്തിലാദ്യത്തേത് സ്വാതന്ത്ര്യമാണ്. അതും ഗോവിന്ദന്റെ കവിയായ ആശാൻ പറഞ്ഞതിലൊതുങ്ങുന്നു.

> സ്വാതന്ത്ര്യം തന്നെ അമൃതം
> സ്വാതന്ത്ര്യം തന്നെ ജീവിതം
> പാരതന്ത്ര്യം മാനികൾക്ക്
> മൃതിയേക്കാൾ ഭയാനകം.

ഗോവിന്ദൻ മാനിയായിരുന്നു. പാരതന്ത്ര്യത്തെ മൃതിയേക്കാൾ

ഭയന്നു. തനിക്കു മാത്രമല്ല ജന്മാവകാശമായ സ്വാതന്ത്ര്യത്തെ ഭൂമിയിലേതൊരാൾക്കും ലഭിക്കാതെ വരുമ്പോൾ ഗോവിന്ദൻ ക്ഷോഭിക്കാതിരിക്കില്ല. അതിനെതിരെ തൂലിക പടവാളുപോലെ പൊരുതും. 'എഴുത്തോ നിന്റെ കഴുത്തോ?' 'കഴുത്തെന്തിന് എഴുത്ത്,' ഇതാണാ ജീവിതത്തിലുടനീളം നമ്മൾ കാണുന്നത്.

അന്യർക്കുവേണ്ടി പ്രവർത്തിക്കുന്നത്, വേതനത്തിനുവേണ്ടിയല്ല. അതോരോരുത്തന്റെയും കടമ. കടമയോർക്കാത്തവർക്കത്ഭുതം. അവർക്കതാവാൻ പറ്റാതെ വരുമ്പോൾ അസൂയ- അതുമൂക്കുമ്പോൾ പക- പക മൂക്കുമ്പോൾ പലതും പുലമ്പും. അതൊന്നും കാര്യമാക്കാതെ മുന്നോട്ട്-മുന്നോട്ട്. അതാണാജീവിതം.

ഒരു മരം കൊണ്ടൊരു കാവുപോലുമാകുന്നില്ലെന്നു ചൊല്ല്. ഒരു വെറും ഗോവിന്ദനെന്തുമാത്രമാകും? താൻ ഏകനാണ്. തനിക്ക് ഏറെ പ്രവർത്തിക്കുവാനുണ്ട്. ആളും സമയവും ചെറുത്. ആശയങ്ങളും ആഗ്രഹങ്ങളും വലുത്. തന്നേപ്പോലെ ഏകാന്തത അനുഭവിക്കുന്ന സ്വതന്ത്രാത്മാക്കളെ കണ്ടെത്തുക. അവരുമായി ആശയത്രുപേണ സംവദിക്കുക. അതിന് തപ്പാലാപ്പീസിൽ നിന്നും ലഭിക്കുന്ന ഇൻലന്റുകൾ പത്രത്താളുകൾപോലെ കൈയ്യെഴുത്തുകോപ്പികളായി പ്രയോജനപ്പെടുത്തുക. അതെ ഗോവിന്ദന്റെ കത്തെഴുത്തും ഒരു ന്യൂനപക്ഷ പത്രപ്രവർത്തനം പോലെ തോന്നുന്നു. എന്താണിത്രയും വലിയ പ്രവർത്തനങ്ങൾ മുമ്പിൽ?

ദൈവം തന്ന മണ്ണ്
ദൈവം തന്ന കാല്
അവന്റെ മണ്ണിലവന്റെ കാലുറയ്ക്കായ്കിൽ
ഉടലിലുരുട്ടിവെച്ച തലയെന്തിന്?
പാഷാണപ്പാട്ട് ഗോവിന്ദന്റെ എന്നാലീ മനുഷ്യനെ
ന്തിനാ ആൾക്കൂട്ടങ്ങളോടിത്ര പേടി?
'മനുഷ്യ സ്വാതന്ത്ര്യത്തെ തടഞ്ഞുനിന്നീടുന്ന
മലിന വിശ്വാസവും വികലാചാരങ്ങളും
അധികാരാസക്തിയും അഗതിനിന്ദനവും
സകലമെതിർത്താശുപൊടിച്ചു പാറ്റീടുവിൻ'

ഇങ്ങിനെയൊരാഹ്വാനം പതിവില്ലാത്തതാണ് ഗോവിന്ദന്റെ കവിതകളിൽ! ഇത് സഹോദരൻ അയ്യപ്പനെക്കുറിച്ചുള്ള ലേഖനത്തിന്റെ ഇടയിലെ പദ്യഭാഗമാണ്. തൊട്ടു താഴത്തെ ഖണ്ഡികയും നോക്കാം. അതിൽ കമ്യൂണിസവും, സഹോദരീസവും തമ്മിലുള്ള തന്റെ കാഴ്ചപ്പാടും വരുന്നു.

നാട്ടുവാഴിത്തത്തിലെ അടിയാളനേക്കാളും മുതലാളിത്തത്തിലെ തൊഴിൽ ലേലക്കാരനേക്കാളും, സമത്വമേറിയ അസ്തിത്വമാണ് സഖാവിന്റേത്. എന്നാൽ സഖാവ് ഒരു താത്കാലിക പ്രതിഭാസമാണ്. സ്റ്റേറ്റുപോലെ കൊഴിഞ്ഞുവീഴേണ്ട സങ്കല്പം. ജാതിരഹിതവും വർഗ്ഗരഹിതവുമായ ഒരു സമൂഹത്തിൽ സഖാവിനു സ്ഥാനമില്ല. അവിടെ എല്ലാവരും സഹോദരന്മാർ.

ഗോവിന്ദൻ കമ്യൂണിസം അത്രമാത്രം പഠിച്ചിരുന്നു. സഖാവാകാൻ വേണ്ടിയല്ല. വിമർശിക്കാനുമായിരുന്നില്ല. ഒരിക്കലും ഗോവിന്ദൻ ഇങ്ങനെയൊരു കമ്യൂണിസ്റ്റുകാരനുമായിരുന്നില്ല, തികച്ചും ഹ്യൂമനിസ്റ്റായിരുന്നു. ശാസ്ത്രീയ വീക്ഷണത്തിലും മനുഷ്യ സ്നേഹത്തിലും സാഹോദര്യഭാവത്തിലും അടിയുറച്ചുനില്ക്കുന്ന ഹ്യൂമനിസ്റ്റ്. സൂക്ഷ്മാശയങ്ങളും, സ്ഥൂലദൃഷ്ടാന്തങ്ങളിലും കൂടി അന്വേഷണ പാതയിലൂടെ പാറിപ്പറന്നും കൊണ്ടുള്ളൊരു ജീവിതം.

ഗോവിന്ദൻ നിർത്തിയേടത്തു നിന്നും തുടങ്ങേണ്ടുന്ന വിചാര വിപ്ലവാഭിവൃദ്ധി, യുവാക്കളെ കാത്തിരിക്കുന്നു. മാറേണ്ടത് മനുഷ്യന്റെ മനസ്സാണ്. മാറ്റമില്ലാത്തതൊന്നിനും മാറ്റില്ലെന്നറിയുകയും വേണം.

ഗോവിന്ദന്റെ ആശയങ്ങൾ മാത്രമല്ല ആവിഷ്ക്കാര രീതിയും വ്യത്യസ്തമാണ്. ഗോവിന്ദന്റെ സൃഷ്ടികളും ചിന്തകൾ മുഴക്കെയും പ്രകോപനപരം തന്നെയായിരുന്നു. എങ്കിലും അന്യരുടെ ആശയങ്ങളെ, വിശ്വാസങ്ങളെ, പ്രവർത്തനങ്ങളെ സർവ്വവും അംഗീകരിച്ചും കൊണ്ടുള്ള മുന്നേറ്റമാണത്. വെറും കഥകളും കവിതകളും ലേഖനങ്ങളിലും ഒതുങ്ങാതെ നാടക സെമിനാറുകളും, അരങ്ങേറ്റങ്ങളും സംഘടിപ്പിച്ചു. ലോകോത്തമമായതെന്തും പരിചയപ്പെടുത്തി ലോകത്തിന്. പ്രത്യേകമായ് കേരളത്തിന്. അത് കേരളം മറക്കുമോ!

താൻ ജീവിച്ചിരിക്കുന്നു എന്നതുതന്നെ അരുതായ്മകൾക്കെതിരെ പ്രതികരിക്കുന്നുവെന്നതിന്റെ തെളിവായി ഗോവിന്ദൻ സ്വയം ബോദ്ധ്യപ്പെടുത്തിക്കൊണ്ടിരുന്നു. സ്നേഹമാണ് സാരമെന്നും സ്നേഹിതന്മാരാണ് കുടുംബമെന്നും നിസ്വാർത്ഥമായ മാനുഷിക പ്രവർത്തനങ്ങളാണ് ജീവിതത്തിന്റെ ധർമ്മമെന്നും വെളിപ്പെടുത്തിയ ഗോവിന്ദന്റെ ആത്മമിത്രങ്ങളിൽ നേരത്തെ അരങ്ങൊഴിഞ്ഞ സി. ജെ. യും, 1985- ഡിസംബർ-14 ന വിടപറഞ്ഞ എ. എൻ. നമ്പ്യാരും ഒന്നിനോടൊന്നു മികച്ചവരായിരുന്നു. ഇവരിരുവരേയും ദിവസത്തിലൊരിക്കലെങ്കിലും സ്മരിക്കാതെ ഗോവിന്ദന് ഉറക്കം വരുമായിരുന്നില്ല. എ. എൻ. നമ്പ്യാരുടെ പ്രവർത്തനത്തിലും ജീവിതത്തിലും ഏതെങ്കിലും തരത്തിലുള്ള ഒരു തരി

സ്വാർത്ഥത ആരോപിക്കാൻ ആരും മുമ്പോട്ടുവരാൻ ധൈര്യപ്പെടുകയുമില്ല. അന്യോന്യം ആത്മാവും അറിവും പങ്കുവെക്കുന്നവരായിരുന്നു അവർ.

രാഷ്ട്രീയ നേതാക്കളിൽ- ഡോ. കെ. ബി മേനോനെയാണിഷ്ടം. ഗവൺമെന്റാസ്പത്രിയിലെ ജനറൽ വാർഡിൽ കിടന്ന് മരിച്ച ആ മനുഷ്യനെ ഏറെ ബഹുമാനവുമാണ് ഗോവിന്ദന്. രാജ്യത്ത് സോഷ്യലിസം നടപ്പാക്കാനായില്ലെങ്കിലും ജീവിതത്തിലേതെങ്കിലും തരത്തിൽ കറപറ്റാൻ കൂട്ടാക്കാത്ത ഒരാൾ മേനോനാണ്.

1967- സെപ്തംബർ 6-ാം തീയതി ഡോ. കെ. ബി. മേനോൻ മരിച്ചു. ആ സമയത്ത് അദ്ദേഹം ഒരു കോൺഗ്രസ്സുകാരനായിരുന്നു. ഇന്ത്യൻ സോഷ്യലിസ്റ്റ് പ്രസ്ഥാനത്തിലെ ഒരു ധിഷണാചാര്യനായിരുന്നു ഡോ. മേനോൻ. മുപ്പതുകളുടെ ആദ്യത്തിൽ മേനോൻ അമേരിക്കയിൽവെച്ച് ജയപ്രകാശ് നാരായണനുമായി പരിചയപ്പെട്ടു. ഹാർവാർഡ് യൂണിവേഴ്സിറ്റിയിൽ അദ്ധ്യാപകനായിരുന്നു. അമേരിക്കയിൽ നിന്നാണ് സോഷ്യോളജിയിൽ ഡോക്ടറേറ്റ് നേടിയത്. നെഹ്രുവിന്റെയും മറ്റും സുഹൃത്തുമാണ്. നെഹ്രുവിന്റെ വലം കൈയ്യായി പ്രവർത്തിച്ച ഡോ. മേനോന്, നെഹ്രുവിന്റെ മരണം ഒരാഘാതമായിരുന്നു. നെഹ്രുവിനു ശേഷം ആരോടും അടുപ്പം വേണ്ടെന്നു തോന്നിയോ? ഒരു പ്രതികാരം പോലെ ആ മനുഷ്യൻ ആരുടെയും ആനുകൂല്യങ്ങൾക്കു വഴങ്ങാതെ പലതരം രോഗികൾക്കിടയിലിരുന്ന് മരണം ഏറ്റുവാങ്ങുമ്പോൾ ഭാരതത്തിന്റെ ഒരടിക്കല്ലുകൂടി ഇളകുകയായിരുന്നു. ഡോ. കെ. ബി. മേനോനെക്കുറിച്ച് ഗോവിന്ദൻ തന്റെ ഉപന്യാസത്തിൽ നോവറിഞ്ഞ് എഴുതിയിട്ടുണ്ട്. മേനോനും ഗോവിന്ദനും തമ്മിൽ അടുത്ത സൗഹൃദം ഉണ്ടായിരുന്നു.

വ്യക്തികൾ വ്യവഹാരങ്ങൾ എന്ന ഗോവിന്ദന്റെ ഉപന്യാസത്തിൽ സി. ജെ. യെക്കുറിച്ച് ഒരു പഠനം തന്നെയുണ്ട്. അവസാനകാലത്തെ ഗോവിന്ദന്റെ സങ്കടങ്ങളിൽ ഒപ്പം നിന്ന അടുത്ത സുഹൃത്തായിരുന്നു പി. കെ. എ. റഹീം എന്ന ഹ്യൂമനിസ്റ്റ്. ലോകകാര്യങ്ങളത്രയും സ്വന്തം കാര്യമായി കരുതി സ്വന്തം കൈയ്യിൽ നിന്നും ഇല്ലാത്ത കാശുണ്ടാക്കി ചെലവഴിക്കുന്ന പ്രകൃതം. ഗോവിന്ദന്റെ മനസ്സറിഞ്ഞ് പല പുസ്തകങ്ങളും പി. കെ. എ. റഹീം, തന്റെ ബെസ്റ്റ് ബുക്ക്സിൽ നിന്നും പുറത്തിറക്കി.

തുണ്ടത്തിൽ കൃഷ്ണപ്രസാദാണ് മറ്റൊരാൾ. എം. വി. ദേവന്റെ ക്ലാസ്സ്മേറ്റായിരുന്നു. പ്രായം എം. വി. ദേവനേക്കാൾ കൂടാനാണ് സാദ്ധ്യത. തുണ്ടത്തിലിന് എം. ഗോവിന്ദൻ തന്റെ റാണി ഈച്ചപോലെയാണ്. ഗോവിന്ദന് തുണ്ടൻ തേനായിരുന്നു. തുണ്ടത്തിൽ കൃഷ്ണപ്രസാദിനെ എന്റെയും സുഹൃത്താക്കി മാറ്റിയത് ഗോവിന്ദൻ. പ്രായം കൊണ്ടെത്രയോ

ഇളയവനാണ് ഞാൻ. എന്നാൽ ഗോവിന്ദന്റെ ചങ്ങാതികളിൽ അങ്ങ നെയൊരു സ്നേഹക്കരുത്ത് കുട്ടുതലാണ്.

മകൾ ബിന്ദുപ്രസാദിനെ തുണ്ടൻ മദിരാശിയിൽ വന്നപ്പോൾ എന്റെ സ്നേഹിതയാക്കി. ഗോവിന്ദന് ബിന്ദുവിനെ ഏറെ ഇഷ്ടമായിരു ന്നു. ഗോവിന്ദൻ അതൊരിക്കലെന്നോടു പറയുകയും ചെയ്തു. നമ്മുടെ ബാബു ബിന്ദുവിനെ വിവാഹം കഴിച്ചാൽ എങ്ങിനെയിരിക്കും? ഗോവി ന്ദന്റെ ചോദ്യം. ഞാനതു തുണ്ടനോടു പറഞ്ഞു. അഗ്നിയും അഗ്നിയും ചേർന്നാൽ അഗ്നി പ്രളയമെന്ന് തുണ്ടൻ. ബിന്ദു തികഞ്ഞ സ്വതന്ത്രവാദി. വായനയിലും സാഹിത്യത്തിലും അമിത തല്പരയുമായിരുന്നു. ഇപ്പോൾ മലയാളം വാരികയിൽ ജോലി ചെയ്യുന്നുണ്ട് ബിന്ദു.

റാഡിക്കൽ മൂവ്മെന്റിൽ പ്രവർത്തിക്കുന്ന ആളാണ് പണ്ടു മുതൽക്കെ തുണ്ടത്തിൽ കൃഷ്ണപ്രസാദ്. അപ്പോഴും ഇടയ്ക്കിടെ ഒരു യാത്ര മൂകാംബികയ്ക്കും പതിവുണ്ട്. എന്നെ മൂകാംബികയ്ക്ക് ആദ്യമായി കൂട്ടികൊ ണ്ടുപോയത് ശ്രീ. തുണ്ടനായിരുന്നു. ആ മനസ്സിന്റെ സ്നേഹവും അതിൽ തെളിയുന്ന നിസ്വാർത്ഥമായ ഭക്തിയും, തുണ്ടനിൽ പ്രത്യേകമായ് മുഴച്ചു നില്ക്കുന്നു. ഗോവിന്ദന്റെ ശ്രീമതി. ഡോ. പത്മാവതിയമ്മയെക്കുറിച്ച് എം. ഗോവിന്ദൻ സ്മരണികയിൽ തുണ്ടത്തിൽ കൃഷ്ണപ്രസാദാണ് എഴുതിയി ട്ടുള്ളത്.

പ്രൊ. ജി. കുമാരപ്പിള്ളയെക്കുറിച്ച് ചിരിച്ചും കൊണ്ടിരിക്കുന്ന കണ്ണുകൾ എന്നാണ് കെ.എ. കൊടുങ്ങല്ലൂരിന്റെ ഭാര്യ പറഞ്ഞത്. മഹാകവി എന്നതിനും പുറമെ ഗാന്ധി ഭക്തനും മദ്യവർജ്ജന സമിതി യുടെയും സർവ്വോദയ സംഘത്തിന്റെയും പ്രവർത്തകനും. വേറെയും നൂറുകൂട്ടം സാമൂഹ്യപ്രവർത്തനങ്ങളുണ്ട് കുമാരപ്പിള്ളസാറിന്.

കേരളപ്പിറവിയോടുകൂടി ഗോവിന്ദൻ മദിരാശിയിൽ നിന്നും പബ്ലിക്ക് റിലേഷൻ ആപ്പീസ് സെക്രട്ടറിയായി തിരുവനന്തപുര ത്തെത്തി. അന്നുതൊട്ടുള്ള ആത്മബന്ധമാണ് അവരുടേത്. രാഷ്ട്രീയ വിശ്വാസങ്ങളിൽ വ്യത്യസ്തത ഉണ്ടായിരുന്നു. എന്നാലതൊന്നും അവർ തമ്മിലുള്ള ബന്ധങ്ങളുടെ ആഴം കുറച്ചിരുന്നില്ല. ഇരുവരും തമ്മിൽ ബഹുമാനം കലർന്ന ബന്ധമായിരുന്നു. ഗോവിന്ദൻ, കേരളത്തിൽ സംഘടിപ്പിച്ച എല്ലാ സെമിനാറുകളിലും മാസികകളുടെ പ്രവർത്തന ത്തിലും കുമാരപ്പിള്ള സാറുണ്ടായിരുന്നു.

മാഹിയിലെ മലയാള കലാഗ്രാമത്തിൽ ഞാൻ മാനേജരായി പ്രവർത്തിക്കുന്ന കാലം. അവിടെ എം. ഗോവിന്ദന്റെ പേരിൽ ഒരു ഓഡിറ്റോറിയവും എ. പി. കുഞ്ഞിക്കണ്ണൻ ഒരുക്കിയിട്ടുണ്ട്. ഒരിക്കൽ

ജി. കുമാരപിള്ള സാർ അവിടെ എത്തിയപ്പോൾ നാടിന്റെ പലതരം പ്രശ്നങ്ങളും പോരായ്മകളും ഞങ്ങൾ സംസാരിച്ചു. അതിനിടയിൽ അദ്ദേഹം കുറേനേരം ഗോവിന്ദനെക്കുറിച്ചങ്ങിനെ സംസാരിക്കാൻ തുടങ്ങി. കേൾക്കാൻ ഞാൻ മാത്രമേ ഉണ്ടായിരുന്നുള്ളൂ. പിന്നീട് സംസാരം സി. ജെ. തോമസ്സിലേക്കെത്തി. കുമാരപ്പിള്ള സാർ പറഞ്ഞതിങ്ങിനെ: **ഗോവിന്ദനും സി. ജെ. യും തമ്മിലുള്ള ബന്ധത്തിന് സമാനതകളില്ല.** ഒന്നിനോടൊന്ന് അറിവും ദാർശനികതയും കൂട്ടും. അപ്പോഴും സി. ജെ. യ്ക്ക് ലോകത്ത് ഒരാളോടു മാത്രമേ അസൂയ ഉണ്ടായിട്ടുള്ളൂ. അത് ഗോവിന്ദനോടായിരുന്നു. ഇതൊരിക്കൽ സി. ജെ. - കുമാരപ്പിള്ള സാറിനോടു പറഞ്ഞതായിരുന്നത്രെ.

പ്രൊ. എം. കെ. സാനുമാഷിനേക്കുറിച്ചും ഗോവിന്ദൻ ഇടയ്ക്കിടേ ചില സൂചനകൾ തരും. ഗോവിന്ദൻ എന്നു പറയുമ്പോഴുള്ള സാനുമാഷിന്റെ മുഖഭാവം ഒന്ന് കാണേണ്ടതു തന്നെയാണ്. അപ്പോൾ ഒരു സായൂജ്യം ആ കണ്ണുകളിൽ കത്തുന്നത് കാണുമായിരുന്നു. പി. കെ. ബാലകൃഷ്ണനെക്കുറിച്ചും കെ. എ. കൊടുങ്ങല്ലൂരിനെക്കുറിച്ചുമെല്ലാം എനിക്ക് പറഞ്ഞു തന്നത് ഗോവിന്ദനാണ്.

ശ്രീ. സി. എൻ. ശ്രീകണ്ഠൻനായരെക്കുറിച്ച് പറയവേ 1967-ലെ കലി എന്ന അദ്ദേഹത്തിന്റെ നാടകം അരങ്ങേറിയതും ചലചിത്രകാരനായ ജി. അരവിന്ദനെ ആദ്യമായി ഡൽഹിയിൽക്കൊണ്ടുപോയതിനെപ്പറ്റിയുമെല്ലാം പറഞ്ഞു. ജി. ശങ്കരപിള്ളയെയും കാവാലം നാരായണപണിക്കരെയും കുറിച്ചു പറയുമ്പോൾ അവരുടെ നാടകങ്ങളുടെ വ്യത്യസ്തതയും പറഞ്ഞുതരും. ഇടതും വലതും ചേരികളിലുള്ള നാടകാവതരണങ്ങൾ ഗോവിന്ദനെന്ന കലാകാരന് ഒരേ സമയം കാണുവാനും പ്രോത്സാഹിപ്പിക്കുവാനും, തിരുത്ത് ആവശ്യമായ് വരുമ്പോഴത് നൽകുവാനും കഴിയുമായിരുന്നു. കൂടാതെ മാനവേന്ദ്രനാഥ് എന്ന തന്റെ മകനും നാടകവുമായി മുന്നേറിക്കൊണ്ടിരുന്നു. അതാണെങ്കിലോ വ്യത്യസ്തമായ ശൈലിയിൽ. ഗോവിന്ദൻ അവസാനമെഴുതിയ കൂടാരം എന്ന ജർമ്മൻ പരിഭാഷ തന്റെ മകനെക്കൊണ്ട് പരിശിലിപ്പിച്ച് ഗുരുവായൂരിൽവെച്ച് കളിപ്പിച്ചു. ഒത്തിരിപ്പേർക്ക് നാടകപരിശീലനവും നൽകി.

ബുദ്ധിജീവി എന്നതിന് വിശാലമായ ഒരർത്ഥമാണ് ഗോവിന്ദൻ കൽപിച്ചിരുന്നതെന്ന് സാനുമാഷ് വീണ്ടും പറയുന്നു. ബുദ്ധി എന്ന സിദ്ധി വിശേഷം മാനവരാശിക്കുവേണ്ടി സമർപ്പിക്കാൻ സന്നദ്ധതയുള്ളവർ മാത്രമാണ്, ബുദ്ധിജീവികൾ. ആ സന്നദ്ധതയിൽ ത്യാഗമനഃസ്ഥിതി കലരാതെ നിവൃത്തിയില്ല. എന്നാലവർ ഭരണാധികാരികളാവുകയില്ല,

ഭരിക്കപ്പെടാനൊട്ട് നിന്നുകൊടുക്കുകയുമില്ല. അധികാര കേന്ദ്രങ്ങൾക്കെതിരെ ജ്വലിക്കാനുള്ള ഒരു പ്രവണത ബുദ്ധിജീവികളുടെ സ്വഭാവഘടനയിൽ എപ്പോഴും നിലീനമായിരിക്കും.

1963- ഡിസംബർ 27, 28, 29 തീയതികളിലാണ് ഒരു സെമിനാർ ജനാധിപത്യവേദി എന്ന കൂട്ടായ്മ സംഘടിപ്പിച്ചത്. മുഖ്യ പ്രബന്ധം അവതരിപ്പിച്ചത് ഡോ. കെ. ബി. മേനോനായിരുന്നു. ശ്രീ. മേനോനെ ഒറ്റയാൻ രാഷ്ട്രീയക്കാരുടെ കൂട്ടത്തിലാണ് ഗോവിന്ദൻ ഉൾപ്പെടുത്താറുള്ളത്.

വ്യക്തി സ്വാതന്ത്ര്യം ജനാധിപത്യത്തിന്റെ വളർച്ചയ്ക്ക് അനുപക്ഷണീയമാണെന്നതിൽ അദ്ദേഹത്തിന് സംശയമില്ല. സോക്രട്ടീസിനെ യവനവിരുദ്ധ പ്രവൃത്തികൾക്കും, യേശുവിനെ ജൂതവിരുദ്ധ പ്രവൃത്തികൾക്കും, മുഹമ്മദിനെ അറബിവിരുദ്ധ പ്രവൃത്തികൾക്കും കുറ്റപ്പെടുത്തി. സോക്രട്ടീസ് പാനം ചെയ്ത വിഷക്കോപ്പ, യേശുവിനെ ക്രൂശിച്ച കുരിശ്, ഇൻക്വിസിഷൻ, തടങ്ങൽ ക്യാമ്പുകൾ ഇവയെല്ലാം ജനാധിപത്യം യഥാർത്ഥമായിരിക്കണമെന്നുള്ളതിന്, താക്കീതുകളാണ്, എന്ന ഡോ. എസ്. രാധാകൃഷ്ണന്റെ വാക്കുകൾ, അന്ന് ശ്രീ. മേനോൻ എടുത്ത് പറഞ്ഞു. **"സമസ്ത പൗരന്മാരുടെയും, സ്വാതന്ത്ര്യവും, സമത്വവും, ലക്ഷ്യമാക്കി പ്രവർത്തിക്കുന്ന സംഘടനകൾക്കേ ജനാധിപത്യത്തിൽ സ്ഥാനമുണ്ടാകാവൂ. സാമുദായികമായ അടിസ്ഥാനത്തിൽ പ്രവർത്തിക്കുന്ന സംഘടനകൾ അവിടെ ദോഷമായേ ഭവിക്കൂ."**

ഇന്ത്യയിൽ നിലനിന്ന വർണ്ണാശ്രമമാണ് നാസിസത്തിനുപോലും താത്വിക പാശ്ചാത്തലം നൽകിയതെന്ന അഭിപ്രായക്കാരുമുണ്ട്. ജനങ്ങൾ ഉയർന്നവരും താഴ്ന്നവരുമാണെന്ന സങ്കല്പവും, നാസികൾ സ്വീകരിച്ചത്, ഇന്ത്യയിൽ നിന്നാണത്രെ! എങ്കിൽ ജാതിയോളം ജനാധിപത്യവിരുദ്ധമായ മറ്റൊന്നില്ലെന്ന്, മനസ്സിലാക്കാൻ വിഷമമില്ല.

കേരളത്തിൽ ആദ്യമായി ഓംബുഡ്സ്മാൻ എന്ന ആശയം അവതരിപ്പിച്ചത് അന്നത്തെ സമ്മേളനത്തിൽവെച്ച്, ജി. കുമാരപ്പിള്ളയാണ്. **ദുഷിച്ച മനുഷ്യൻ അധികാരം തേടുന്നു!** എന്നൊരു മുന്നറിയിപ്പും അന്നത്തെ സമ്മേളനത്തിൽവെച്ചു പ്രഖ്യാപിച്ചു. അധികാരത്തിൽ തിന്മയുടെ അംശം കലർന്നിട്ടുണ്ട്. അധികാര മോഹം മനുഷ്യ പ്രകൃതത്തിലെ കളങ്കമാണെന്നോർമ്മിപ്പിക്കലായിരുന്നു, പ്രബന്ധത്തിലെ സാരാംശങ്ങൾ. അധികാര ദാഹത്താൽ- ബുദ്ധികെട്ട് എല്ലാം യുദ്ധത്തിൽ അവസാനിക്കുന്നതിന്റെ പാഠമാണ് ഗീതാവചനങ്ങൾ പോലും! ഹിറ്റ്ലറും, സ്റ്റാലിനുമെല്ലാം ഇതിന് ഉദാഹരണമാണെന്നും ഗോവിന്ദൻ പ്രസംഗത്തിൽ പറഞ്ഞു.

1964- ഡിസംബറിലാണ് ഗോവിന്ദന്റെ ശ്രമഫലമായി, അഖിലേന്ത്യാ സാഹിത്യകാരസമ്മേളനം നടന്നത്. എം. കെ. കെ. നായരായിരുന്നു സ്വാഗത സംഘ അദ്ധ്യക്ഷൻ. ഇന്ത്യയിലെ എഴുത്തുകാരുടെയും ബുദ്ധിജീവികളുടെയും കലാകാരന്മാരുടെയും ആത്മീയ സംഗമമായിട്ടായിരുന്നു സമ്മേളനം. നാനാഭാഗത്തുനിന്നുമെത്തിയ ഇരുനൂറോളം പ്രതിനിധികളാണ് ആ മഹാസമ്മേളനത്തിൽ പങ്കെടുത്തത്. അധ്യക്ഷൻ അജ്ഞേയാ എന്നറിയപ്പെട്ടുന്ന എസ്. എച്ച്. വാത്സ്യായൻ. ഉദ്ഘാടകൻ മറാത്തി കവി- പി. എസ്. റേഗെ. പങ്കെടുത്തവരാരും സാധാരണക്കാരായിരുന്നില്ല. പ്രശസ്തരായ ചിത്രകാരന്മാരും പങ്കെടുത്തു. സമ്മേളനത്തിൽ ഒരു അന്താരാഷ്ട്ര ഫിലിം പ്രദർശനവും സംഘടിപ്പിച്ചു. അതു പിന്നെ കേരളത്തിന്റെ പല ഭാഗത്തും പടർന്നു. ദേവൻ, നമ്പൂതിരി, ജി. അരവിന്ദൻ, തുണ്ടത്തിൽ, മങ്കട രവിവർമ്മ, അടൂർ ഗോപാലകൃഷ്ണൻ എന്നിവരായിരുന്നു, അതിന്റെ മുമ്പിൽ. എറണാകുളത്തുവെച്ചു നടന്ന സമ്മേളനത്തിന്റെ സ്മരണികയും മികച്ചതായിരുന്നു. അതിന് അന്നത്തെ ഒരു ലക്ഷത്തിലധികം രൂപയാണ് ചെലവായത്. അയൽ രാജ്യങ്ങളിൽ നിന്നും കലാകാരന്മാരെത്തിയിരുന്നു. ഗവൺമെന്റിൽ നിന്നും ഏഴായിരം രൂപ ലഭിച്ചു. എല്ലാ വഴികളും തേടിക്കിട്ടിയ പണം അറുപതിനായിരം.

ഇന്നു കാണുന്ന സാഹിത്യ- സാംസ്കാരിക പ്രവർത്തനങ്ങളുടെയെല്ലാം തുടക്കം ഗോവിന്ദനെന്ന ഈ ചെറിയ മനുഷ്യനാണ് തുടക്കം എന്നറിയുമ്പോൾ, ആർക്കാണത്ഭുതം തോന്നാതിരിക്കുക? അസൂയ തോന്നാതിരിക്കുക? കുറ്റം പറയാതെ പറ്റുമോ? ക്രൂശിക്കുന്നു.

സാഹിത്യക്കളരികളിൽ കഥയും, കവിതയും അരങ്ങേറുന്ന കാലമായിരുന്നു അത്. എഴുപതുകൾ വരെ എം. ഗോവിന്ദൻ തന്റെ മേനക എന്ന കവിത കെ. സി. എസ്. പണിക്കറും, കടമ്മനിട്ടയും, മാധവൻ അയ്യപ്പത്തുമൊക്കെ ഉൾപ്പെട്ടുന്ന സദസ്സിൽ പല തവണ ചൊല്ലിയിട്ടുണ്ട്.

അതു കൂടാതെ ഇന്ത്യൻ സാഹിത്യ പതിപ്പെന്ന ഇംഗ്ലീഷ് പതിപ്പ് ആദ്യത്തേതുകൂടാതെ 1967-ലും പിന്നെ 1970-ലും ഇന്ത്യൻ നവോത്ഥാന പതിപ്പ്, വേറെയുമായി ഗോവിന്ദൻ പ്രസിദ്ധീകരിച്ചിറക്കി. ഇന്ത്യ ഒട്ടാകെയുള്ള ഒരു നവോത്ഥാനമായിരുന്നു ഗോവിന്ദന്റെ ലക്ഷ്യം. ഇന്ത്യയെന്നു പോലും പറയാൻ പറ്റുമായിരുന്നില്ല. അതിരുകളില്ലാത്ത ചിന്തയും, സ്നേഹവും പ്രവർത്തനവും തന്നെയായിരുന്നു ഗോവിന്ദന്റേത്.

കുണ്ഡലിനിയെ പാമ്പായി സങ്കല്പിച്ചും കൊണ്ട് നമ്മുടെ ആത്മീയ പാരമ്പര്യം ആലപിക്കുന്ന ആട്ടുപാമ്പേ എന്ന ഗീതം ഓർമ്മിപ്പിക്കുന്നതാണ്,

ചെകുത്താന്റെ വക്കീൽ. യുഗാന്തരങ്ങളുടെ പഞ്ജരങ്ങൾ തരണം ചെയ്തും പുരാവൃത്തങ്ങളുടെ പടം പൊഴിച്ചും സമാഗതമാകുന്ന പാമ്പായിട്ടാണ്, ചിന്തയെ കവി കല്പിച്ചിരിക്കുന്നത്. തന്റെ മസ്തിഷ്ക്കത്തിന്റെ ചിത്രകൂടക്കല്ലിൽ ആടുക പാമ്പേ എന്ന് കവി പാമ്പിനോടു പറയുന്നു. വേദങ്ങളുത്രയും പഠിച്ചല്ലാതെ അങ്ങനെയൊരു കവിത രചിക്കാൻ സാദ്ധ്യമേയല്ല. എങ്ങനെയാണ് മദിരാശിയിൽ ജീവിക്കുന്ന ഗോവിന്ദൻ കേരളത്തിലെത്തി ഒറ്റപ്പെട്ട രീതിയിൽ സമ്മേളനങ്ങളും ചർച്ചകളും നടത്തുന്നത്? സാനുമാഷ് പറയുന്നതിങ്ങനെ:

"തൊള്ളായിരത്തി അറുപത്തിരണ്ട് ജൂലൈ, മാസത്തിൽ ഒരുമിച്ചു കൂടാൻ അവസരമുണ്ടാക്കണം. എം. ഗോവിന്ദന്റെ ഒരു കത്ത് സാനുമാഷിന്, വെറുതെ കാണുന്നതിനു വേണ്ടിയല്ല; അടിയന്തരമായ ചില കാര്യങ്ങൾ. പത്രം തുടങ്ങുകയാണോ, പ്രസിദ്ധീകരണശാല തുടങ്ങുകയാണോ? അങ്ങനെയൊന്നുമല്ല. നമ്മുടെ നാട് നന്നാവണമെങ്കിൽ യുവാക്കൾ ഉണരണം. ഉണരുകയെന്നു പറഞ്ഞാൽ ആദർശബോധമുള്ളവരാകുക, അതിന്റെ അടിസ്ഥാനത്തിൽ പൊതുജീവിതത്തിന്റെ നേർക്ക്, ഉദാസീന ബുദ്ധികളായി മാറിക്കൊണ്ടിരിക്കുന്നു. കാര്യങ്ങളെങ്ങനെയെങ്കിലും പോയ്ക്കൊള്ളട്ടെ, തങ്ങൾക്കൊരു ചുക്കുമില്ല എന്ന മനോഭാവമാണ് അവർക്ക്. യുവാക്കളുടെ ഉദാസീനത രാജ്യക്ഷേമത്തിനപകടമാണ്. അതിൽ നിന്ന് അവരെ ഉണർത്തേണ്ടതുണ്ട്."

ആരുടെ ആവശ്യമെന്നു ചോദിക്കരുത്. ലോകക്ഷേമം ഏവരുടെയും ആവശ്യമാണല്ലോ. എല്ലാവരുടെയും എന്നു പറയുന്നതിൽ എം. ഗോവിന്ദനേപ്പോലെ ചുരുക്കം പേർ മാത്രമേയുള്ളു എന്ന്, നാം മറക്കരുത്.

സാനുമാഷ് കോളേജിൽ നിന്നും ലീവെടുത്തു ചെന്നു കണ്ടു പണി തുടങ്ങുന്നു. പരിപാടികൾ സംഘടിപ്പിക്കുന്നു. വിഷയമോ? ആധുനിക ഘട്ടത്തിൽ, യുവാക്കളുടെ ധർമ്മം. എറണാകുളത്തുള്ള കാര്യങ്ങൾ സാനുമാഷേറ്റു. ഗോവിന്ദൻ കോട്ടയത്തേക്കു പോയി. അവിടെയും അത്തരത്തിൽ ചില പരിപാടികൾ തയ്യാറാക്കുവാനാണ് യാത്ര. യുവാക്കളുടെ മനശാസ്ത്രമറിഞ്ഞുള്ള പരിപാടികളാണ് സംഘടിപ്പിക്കുക. അന്ന് ഹിപ്പികളുടെ ഒരു കാലമായിരുന്നെന്നോർക്കണം.

കേരളത്തിലും പുറത്തും യുവജനങ്ങളെ സംഘടിപ്പിക്കുന്നതിന്റെ ഒരു ഉദാഹരണമാണ് ഗോവിന്ദന്റേത്. സ്വകാര്യ സംഭാഷണത്തിലും അതൊക്കെ പറയാറുണ്ട്. ഞാനിപ്പഴങ്ങ് വണ്ടി കയറും. വേണമെങ്കിൽ പിറ്റേന്നൊരു മീറ്റിങ്ങ് വിളിക്കാൻ പണിയൊന്നുമില്ല. ഒറ്റയ്ക്കായാലും മതി. കുറച്ച് നോട്ടീസടിക്കുക. സ്വയം വിതരണം നടത്തും. ഇന്ന ആൾ ഇന്ന

സ്ഥലത്ത് പ്രസംഗിക്കുന്നു. ചിലരവിടെ വരും പുതുമകാണാൻ. അതിലും ചിലരിലൊരു വിത്തു മുളക്കാതിരിക്കുന്നതെങ്ങിനെ? ഹാൾ മുഴുക്കെ ആളുണ്ടായതുകൊണ്ടും പ്രയോജനമൊന്നുമില്ല. ഉവ്വൊ?

ആ ഇടയ്ക്കാണത്രെ ഒരു ലഘു ലേഖയുടെ വിതരണം. ഈ തന്തമാർ ഞങ്ങളുടേതല്ല എന്നാണ് തലക്കെട്ട്. ഏതു തന്തമാർ? അഴിമതി നടത്തുന്നവർ. കൈക്കൂലി വാങ്ങുന്നവർ, കാലുവാരുന്നവർ, എന്നിങ്ങനെ സാമൂഹ്യ ദുർമൂർത്തികളെയൊക്കെയും തന്നെ. ആളുകൾ കൂടാതിരിക്കുമോ? യുവാക്കൾ ഇളകാതിരിക്കുമോ?

തുടക്കത്തിൽ സാഹിത്യകാരന്മാരും രാഷ്ട്രീയ പ്രവർത്തകരും തമ്മിൽ ആശയപരമായ സൗഹൃദം നിലവിലുണ്ടായിരുന്നു. ചീത്ത വാക്കുകളും പ്രവൃത്തികളും പതിവായെന്ന് സാനുമാഷ്. ഗോവിന്ദൻ, സഹോദരൻ അയ്യപ്പൻ, ആർ. സുഗതൻ, പി.ടി. പുന്നൂസ്, ഇ.എം. എസ്സ്. എന്നിവരുമായ് അടുത്ത വ്യക്തി ബന്ധങ്ങളുണ്ടായിരുന്നു. മറ്റ് പാർട്ടി വിശ്വാസികളുമായും ബന്ധമുണ്ടായിരുന്നു. ഒരു കാരണവശാലും ഗോവിന്ദൻ തന്റെ ആശയ വിശ്വാസ ആദർശങ്ങളൊന്നും വ്യക്തി ബന്ധത്തിൽ വിള്ളലുണ്ടാക്കാൻ ഇടം കൊടുക്കുമായിരുന്നില്ല. അത് അവരുടെ അവകാശമാണ്.

നിങ്ങൾക്കു വടി വീശി നടക്കാൻ സ്വാതന്ത്ര്യമുണ്ട്. അത്, എന്റെ മൂക്ക് അവസാനിക്കുന്നിടത്താണെന്ന കാര്യം പ്രസക്തമാണ്. യുവാക്കളുടെ ബോധമില്ലായ്മ മദ്യ ലഹരികളിലേക്കും, തീവ്രവാദത്തിലേക്കും നീങ്ങിയേക്കുമെന്ന് ഗോവിന്ദൻ അന്നേ ഭയന്നിരുന്നു.

ഗോവിന്ദന്റെ കലാവിചാരയജ്ഞങ്ങൾ

വരികകലാസ്വാദരസിക
വരിക സത്സംഗത്തി-
ലുത്സുക മനസ്കനായ്
വരിക, നട തുറക്കുന്നിതാ
തൃക്കോവിലിൽ
പദമൂന്നുക
നഗ്നാത്മാക്കളായ് നിർല്ലേപരായ്
ചൊല്ലാണ് നൂല്
നൂറ്റപഞ്ഞി തന്മൊഴി
തറി തന്നുള്ളവും
കാണാത്ത കാര്യം കേൾവിയാക്കി
കണിവയ്ക്കും പണിയല്ലീ കവിത എന്നാൽ

കലയിക്കടലോരപ്പാട്ടിലും കരുത്തുറ്റ-
കളരിപ്പണിക്കരും ശില്പശിക്ഷയിൽപ്പെട്ടു
കോലോത്തെത്തിരുവെഴുത്തൊന്നിലേ കലയുള്ളൂ
കേരളമൊരു കാലത്തിവനെ നിലച്ചപ്പോൾ
കോലൊഴിച്ചിരമ്പത്തൂർ ശങ്കരപ്പണിക്കര-
ക്കാലോല് നാലേനാലു വരയാൽ തിരുത്തീലേ!

1948-ൽ ഒരു പൊന്നാനിക്കാരന്റെ മനോരാജ്യമെന്ന കവിതാ പുസ്തകത്തിന്റെ ആദ്യ താളിൽ കാണുന്നത് ചിത്രകാരനായ കെ. സി. എസ്. പണിക്കരെയാണ്. താഴത്താണ്

ആറു വരിക്കവിത. അവസാനത്തെ താളിൽ കെ. സി. എസ്. വരച്ച ഗോവിന്ദന്റെ ചിത്രവും.

ഗോവിന്ദന്റെ കവിത, കഥ, നാടകം, സിനിമാ സങ്കല്പങ്ങളിലൂടെ ഒരെത്തിനോട്ടം

കവിതയും സിനിമയും

ഒരു പക്ഷേ എം. ഗോവിന്ദനൊഴികെ മറ്റാരും ധൈര്യപ്പെടാത്ത ഒരു സംഭവമാണ് നോക്കുകുത്തി എന്ന ഗോവിന്ദന്റെ സിനിമ. ഹൃദയസ്പർശിയായ സിനിമയെ കവിതപോലത്തെ സിനിമ എന്നൊക്കെ നമ്മൾ വാഴ്ത്താറുണ്ട് പലപ്പോഴും. സത്യജിത് റായിയുടെ പാഥേർപാഞ്ചാലി, അടൂർ ഗോപാലകൃഷ്ണന്റെ സ്വയംവരം, അരവിന്ദന്റെ ഉത്തരായനം പോലുള്ള സിനിമകൾ അത്തരത്തിലുള്ളതാകുന്നു. എന്നാൽ മുഴക്കെ മുഴക്കെ, സംഭാഷങ്ങൾക്കു പകരം കവിതയാകുമ്പോൾ നമുക്കെന്താണ് തോന്നുക അതിനാരാണ് ധൈര്യപ്പെടുക. അതാണ് നോക്കുകുത്തി. മങ്കടരവി വർമ്മയാണ് സംവിധാനം ചെയ്തത്. ഗോവിന്ദന്റെ കവിത സിനിമയാക്കിയപ്പോൾ സംഭവിച്ചതോ?

നോക്കുകുത്തിയിൽ ഹൃദയത്തിൽ തൊട്ടു കഥ പറയുകയാണ്, നായകനായ കടമ്മനിട്ട മലങ്കുറവനായ് വേഷമിട്ട സിനിമയിൽ കവിതയും സിനിമയും ഇരുധ്രുവങ്ങളിലാണ്. ഇവ തമ്മിലുള്ള ദൂരം കുറയ്ക്കൽ അസാധാരാണവുമാണ്. കടമ്മനിട്ട സ്വന്തം ശബ്ദത്തിൽ സിനിമയിൽ മുഴങ്ങുക തന്നെയാണ്. കടമ്മനിട്ട എന്ന കവിയെ കണ്ടെത്തി വളർത്തിയത് എം. ഗോവിന്ദനായിരുന്നുവല്ലോ!

പട്ടാമ്പിപ്പുഴക്കരയിൽ
പാട്ടു പന്തൽ പടിക്കരികിൽ
പത്തു നൂറു കരിമ്പനകൾ
പാർത്തു നിൽക്കും വരമ്പരികിൽ
ഉയരത്തിലുയരത്തിൽ
ഒരു കമ്പിൽ തലയോട്

ഇങ്ങിനെ മലങ്കുറവൻ പാടിത്തുടങ്ങുകയാണ്. ഒരു കമ്പിൽ തൂങ്ങുന്ന തലയോട് അതെങ്ങനെ അവിടെ വന്നു? അതിന്റെ കഥ പറയുമ്പോൾ നാട്ടുമ്പുറത്തെ, മാന്യന്മാരുടേയും മങ്കമാരുടെയും ഉള്ളുലയുന്നതും നമ്മൾ കാണുകയാണ്.

കുന്നത്തെ കാവുകളിൽ
കൊമ്പന്മാർ പൊന്നണിഞ്ഞു
അങ്ങാണ്ടും ഇങ്ങാണ്ടും
അമ്പലമണി മുഴങ്ങുമ്പോൾ

അതിന്റെ പശ്ചാത്തലത്തിരുന്നു കഥ പറയാൻ ഗോവിന്ദന് നല്ല വിരുതാണെന്ന് ഗുരു നിത്യ ചൈതന്യയതി. അപ്പോൾ ഫ്രോയിഡും, യുങ്ങും ആഡ്ലറും ഓട്ടോയും എല്ലാം അവിടെ കാതുകൂർപ്പിച്ച് നിൽക്കും. ഗോവിന്ദൻ നമ്മെ വിടുന്നില്ല.

കരിമ്പനകൾ കളിച്ചിരമ്പും
കാറ്റിലുരുളും കാൽ നടയിൽ
യക്ഷികളും പക്ഷികളും
കക്ഷിചേരും കവലയൊന്നും
കമ്പിൻമേൽ കഴുത്തുരച്ച്
പൊന്തിനിൽക്കും തലയോട്!
ആരുടെയീ തലയോട്?
നേരറിയാനെറികേട്?

എല്ലാ രഹസ്യവുമറിയുന്ന മലങ്കുറവനെ കടമ്മനിട്ടയുടെ വേഷത്തിൽ നമ്മൾ കാണുന്നു. കുറവൻ പാടുന്നു.

മഷി ചൊല്ലി കൃഷിചൊല്ലാം
കളമെഴുതി കഥ പറയാം
അടിഞ്ഞമർന്ന പഴമകളെ
അടിവേരിൽ പിഴുതെടുക്കാം

മേനോന്റെ അന്വേഷണ കൗതുകം കണ്ടിട്ട് മുരുകന് സന്തോഷമായി. കമ്പിലുള്ള തലയോടിന്റെ മുമ്പുരാണമെന്താണെന്ന് പറയാൻ തുടങ്ങുകയാണിവിടെ. നാടൻ കലകളുടെ ശേഖരണപ്പെട്ടികൂടിയാണാ സിനിമ. ഇങ്ങനെ പല നാടൻ കലകളും ഉണ്ടെന്ന് ഞാനറിഞ്ഞത് ആ സിനിമയിൽ നിന്നാണ്.

തുടിയടിച്ച മുരുകയ്യൻ
തുണക്കാരി മുടിയഴിച്ച
ഉറയുരിഞ്ഞ വാളുപോലെ-
ഉരവിളങ്ങി ഒലി മുഴങ്ങി!

സന്നാഹങ്ങൾ തീർന്നപ്പോൾ മുരുകയ്യൻ കഥ പറയാൻ തുടങ്ങി.

മൂന്നല്ലോ ലോകങ്ങൾ!

മൂന്നല്ലോ കാലങ്ങൾ!
ഇരവന്റെ തിരുവേലിൽ-
ഇരണ്ടല്ല മൂന മൂന്ന്!

കഥ അക്കിരാമനെന്ന നമ്പൂതിരി യുവാവിനെക്കുറിച്ചായി

ഇരുപത്തിനാലുകാരൻ
ഇല്ലത്തെ അക്കിരാമൻ
അഴകിലവൻ അലരമ്പൻ
അറിവിലാഴ്വാം ചേരി!

പിന്നീട് അക്കിരാമന്റെ കാമിനിയായ്ത്തീരുന്ന പെണ്ണിനെക്കുറിച്ചും പാടുകയാണ് കുറവൻ.

വാരിയത്തെ ചിരുതേയി
കഴകക്കാരി കന്നിയാള്
അമ്പലകാട്ടിലവൾ
ഇമ്പമാർന്നു നീങ്ങുമ്പോൾ
അമ്പലപൊയ്കകളിൽ
ആമ്പൽപ്പൂനുള്ളുമ്പോൾ
അന്തി വരും മുമ്പേതോ
ചിന്തകളിൽ മുളയുമ്പോൾ
പതിനേഴിൻ പൂപ്പൊഴിയിൽ!
പതക്കമായി മഴവില്ല്!

ഇരുയുവ മിഥുനങ്ങളും പ്രകൃതിയും പുഷ്പിക്കുന്ന വേളയാണത്, പ്രേമം മൂക്കുന്നു!

വണ്ടിണപോൽ രണ്ടു കണ്ണ്
പെൺകൊടിതൻ പിന്നാലെ!
കണ്ണുകളിൽ കാമത്തിൻ
കതകില്ലാക്കലവറകൾ

പഴങ്കഥകളിലെ നമ്പൂതിരികളെപ്പോലെ അക്കിരാമനും ചിരുതേയിയെ തൊട്ടു. അവൾ 'അരുതരുതേ അവിടേയ്ക്കി വിടവേല വെടക്കല്ലീ' എന്നുപദേശിച്ചു. പിന്നെ മാറി നിന്നുകേഴുന്നു, വിട്ടുന്നില്ല. പിന്നെയും കേണു ചിരുതേയി. അക്കിരാമൻ വിട്ടുന്ന മട്ടില്ല. പ്രകൃതി യായി ശിരസ്സ് കുനിച്ചു നിൽക്കുന്ന ചിരുതേയിയെ മാല ചാർത്തുന്നു.

വിടനല്ല വിഢ്ഢിയല്ല
വീരനുമല്ലക്കിരാമൻ
വിപ്രനായാൽ പ്രേമമെന്ന

സിദ്ധിയെന്തേ പാടില്ലേ
പാരിനതിൻ പതിവില്ലേ
നീതിയില്ലേ രീതിയില്ലേ
നിലവിളക്കിൽ തീയില്ലേ!

അമ്പലത്തിലെ ഇത്തരം പൊരുത്തക്കേടുകളിലും അവൾക്കെതിർപ്പുണ്ട്. ബാല്യകാലങ്ങളോർമ്മവരുന്നു.

കുമ്പോളക്കോണകമായ്
കൂവളപ്പൂവിറുത്തനാളിൽ
തോലിട്ടൊരുണ്ണിയായ്
തോളിലേറ്റി നടന്ന നാളിൽ...

ഇങ്ങിനെ കഥ വല്ലാതെ താളത്തിലും മേളത്തിലും മുന്നേറുകയാണ്. യതി പറയുന്നതിങ്ങനെ അവിടം തൊട്ടങ്ങോട്ട് ഗോവിന്ദനിൽക്കൂടി ഹാവ് ലോക് എല്ലീസും, ഫ്രോയ്ഡും മാത്രമല്ല റൊമേങ്ങ് റോളങ്ങും, വിക്ടർയൂഗോയും ദസ്തേയവസ്കിയും, ടോൾസ്റ്റോയിയും എല്ലാം മാറി മാറി വരുന്നു. ഒരു തത്വ ചിന്തയ്ക്കും ഹൃദയത്തിന്റെ തീരുമാനത്തെ മറിച്ചാക്കാൻ കഴിയുകയില്ല എന്നും ഗോവിന്ദൻ ജിതമാനസൻ എന്ന പഠനത്തിൽ യതി പറയുന്നു.

തന്റെ ഉള്ളം കോവിലിൽ കുടികൊള്ളും തേവരെ തേടിയുള്ള എഴുത്തല്ലേ കവിതയെന്നു ഗോവിന്ദൻ ചോദിക്കുന്നു. കലയുടെ ക്രമവും നിയമവും പൊതു ഉടമയുടേതാണ് എന്ന് ഗോവിന്ദൻ പറഞ്ഞിട്ടുണ്ട്. ഗോവിന്ദൻ ആ പൊതു ഉടമയാണ്. പൂച്ചെടികളിൽ ഒത്തിരി ഇലകൾ, അതിനിടയിൽ ഒരു പൂവ് അതു പോലെയാണ് ഗോവിന്ദന്റെ കവിതയെയും നാം കാണുന്നത്.

കയറിയിറങ്ങണം
കായലും തോട്ടം മേട്ടം
പാടവും തൊടികളും

ഈ പദാവലി കാറ്റിലാടുന്ന ഒരു വല്ലിയിലെ കുഞ്ഞുകുഞ്ഞ് ഇലകളാണ്. അതിനിടയിൽ ഊതനിറത്തിൽ ഗോവിന്ദൻ ഒരു കുഞ്ഞിപ്പൂവ് വരച്ചുവെക്കുന്നു. നോക്കു, ആ വല്ലിയുടെ മട്ടുമാറി. അതിൽ കവിത പൂത്തിരിക്കുന്നു. ഇനിയും വായിച്ചു നോക്കു.

ടയറിൻ ചെരിപ്പേറി
കറിമുണ്ടുടുത്താലും
വെയിലേല്ക്കാൻ വെയ്ക്കു
കച്ചയിൽ തലപ്പാവും

കയറിയിറങ്ങണം
കായലും തോട്ടും മേട്ടും
കവിത വിളയുന്ന-
പാടവും തൊടികളും:

ആ എട്ടു വരികളിൽ കവിത വിരിയുന്ന എന്ന കുഞ്ഞിപ്പൂവ് വരച്ചുവെച്ചില്ലെങ്കിൽ ബാക്കിയെല്ലാം വെറുതെയാവുന്നു.

എല്ലാവർക്കും കവിതയെഴുതുവാൻ ആവുകയില്ല. കവിയാകാൻ പോകുന്നവൻ പേനയും എടുത്തു പിടിച്ചു ശീലു മൂളിക്കൊണ്ടിരിക്കുമ്പോൾ പാത്തും പതുങ്ങിയും കവിത അവിടെ വരും. ആറോ ഏഴോ വരി എഴുതിക്കഴിയുമ്പോൾ പിന്നത്തെ വരിയിൽ ഒരു സംശയവും കൂടാതെ കവിത കയറി ഇരുപ്പുറപ്പിക്കും.

മീൻ പിടിക്കാൻ പോകുന്നവൻ ഒറ്റാലും കൊണ്ടു പോകുന്നതു പോലെയാണ് ഞാനെന്റെ കവിതക്കണ്ണട ശരിയാക്കി വച്ചുകൊണ്ട് ഗോവിന്ദന്റെ പുസ്തകത്തിൽ വിളിക്കാതെ കയറിവന്ന് ഗോവിന്ദന്റെ തൂലികയെ ഏല്പിച്ചുകൊടുത്ത കവിതാശകലങ്ങൾ തേടുന്നത്.

ഏതു വരിയിൽ എപ്പോൾ എങ്ങിനെ കവിത വരുമെന്നൊന്നും പറയാൻ ആവില്ല. ഒരിക്കൽ കവിത വരുന്നത് ശബ്ദപ്പൊലിമയായിട്ടാണെങ്കിൽ പിന്നൊരിക്കൽ അത് വരുന്നത് ചായം തേച്ച് മിനുക്കേണ്ടാത്ത ശുദ്ധസത്യത്തിന് അടിവരയിടുന്നതു പോലെയായിരിക്കും.

പൊന്നാനിയിലെ കഥ പറയുന്നത് ഇങ്ങനെ.

മാപ്പിളമാരേറനാട്ടി-
ലൊട്ടേറെ നസ്രാണിക-
ളൽപ്പാൽപ്പം ഹിന്ദുക്കളു-
ണ്ടായിരം ജാതിക്കാരും
ജാതിയില്ലെന്നോതുന്ന
ജാടയിലെല്ലാവരും

അത്രയും പറഞ്ഞുവന്നപ്പോഴേയ്ക്കും പിന്നെ സത്യത്തിന് വായ്മൂടാൻ കഴിയുന്നില്ല. അതു തനിയെ വന്നു ഗോവിന്ദന്റെ വാക്കുകളെ പൂരിപ്പിക്കുന്നു.

ജാതിയിൽ തുടങ്ങുന്നു
ജാതിയിലൊടുങ്ങുന്നു

ഗോവിന്ദൻ കുസൃതിക്കാരനാണ്. മര്യാദ രാമനായി നല്ല വാക്ക് പറഞ്ഞുകൊണ്ടിരിക്കുന്നതിനിടയ്ക്ക് നോവിക്കാത്ത പരിഹാസം പറഞ്ഞുകളയും.

ഭാരതപ്പുഴപോലും
പാതിമെയ് മറച്ചവൾ, പാരിച്ച
പരിസര-
മേട്ടകൾ പച്ചപ്പാവും
ആരെയുമെതിർക്കാതെ
യാരെയും ചവിട്ടാതെ
പാലേക്കും പശുക്കളി-
പ്പൊന്നാനിച്ചാവാളികൾ

നമ്മൾ വിചാരിക്കുന്നില്ല പാലു തരുന്ന പശുക്കളെ പൊന്നാനിയുടെ ചാവാളികൾ എന്നു വിളിക്കുമെന്ന്.

ചിലപ്പോൾ ഞാൻ വിചാരിക്കും ഗോവിന്ദൻ കവിതയെഴുതുകയല്ലെന്ന്. എഴുത്തു പഠിച്ചിട്ടില്ലാത്തവർക്ക് സ്ഫോടന ദർശന മഹാരഹസ്യം പറഞ്ഞു കൊടുക്കുകയാണെന്ന്.

ഞഞ്ഞം പിഞ്ഞം പറഞ്ഞു നട
ന്നമ്മിഞ്ഞയീമ്പും കാലം മുതൽ
ഉടലുമുയിരിലുമിന്നോളം
തുടിക്കുമീട്ടുവെപ്പവേറെന്ത്

ഞഞ്ഞഞ്ഞ മുഞ്ഞഞ്ഞ എന്നൊക്കെയുള്ള അക്ഷരങ്ങളും വാക്കുകളും എങ്ങിനെയുണ്ടായി എന്നു കണ്ടുപിടിക്കാൻ എനിക്കു പണ്ടേ കൊതിയുണ്ട്. അപ്പോഴാണ് ഗോവിന്ദൻ പറയുന്നത്.

ഞഞ്ഞം പിഞ്ഞം പറഞ്ഞു നട-

ന്നമ്മിഞ്ഞയീമ്പുംകാലം മുതൽ

കുഞ്ഞിനറിയാമോ എങ്ങിനെ ശബ്ദം ഉച്ചരിക്കണമെന്ന്. അവൻ കുഞ്ഞായിരിക്കുന്നതുതന്നെ ഞഞ്ഞം പിഞ്ഞം എന്നു പറയുന്നതുകൊണ്ടാണ്. മലയാളത്തിൽ ഞ്ഞ എന്നു പറയുന്നതുപോലെ മനോഹരമായ ഒരു അക്ഷരമുണ്ടോ? പാവലിലും പടവലത്തിലുമെല്ലാം ഞ യോടു ഞ ചേർത്താണല്ലോ ഞ്ഞാ പോലുള്ള വള്ളിയുണ്ടാകുന്നത്. ഞ്ഞ യിൽ വാസ്തവത്തിൽ ഒരക്ഷരവുമില്ല. വലിച്ചാൽ ഞ്ഞ പോയിട്ട് അതു വരപോലെയാകും ആഞ്ഞുവലിക്കണമെന്നേയുള്ളൂ.

നല്ലതു പറഞ്ഞുകൊടുക്കാൻ പൊന്നമ്മയായിരുന്നാൽ മതി. അല്ലാതെ ലാലശ്രീ ജഗത് ഗുരു മഹാരാജ് ഒന്നും ആകേണ്ട. മോനെ ഓർത്ത് ഉരുകുന്ന മനസ്സോടെ അമ്മ ചുണ്ടനക്കിയാൽ തങ്കത്തിൽ ചാലിച്ചെടുത്ത ഉപദേശം വരും.

അമ്മ മകനെയുറ്റുനോക്കി
ചെങ്ങിച്ചുമച്ചുരച്ചു
അമ്പലപ്പുഴ അരചനല്ല
തിരുവാങ്കോട് തിരുമേനിയല്ല
ആഴ്വാഞ്ചേരി തമ്പ്രാക്കളെ
അടിയിരുത്തി അണഞ്ഞാലും
അനങ്ങരുത് നീ മോനെ
അനങ്ങൻ മലപോലവെ
ആനയ്ക്കു തന്നാല കൈലാസം
ആടിനു തൻ കൂട്ടു വൈകുണ്ഠം.

നിത്യചൈതന്യയതി ഗോവിന്ദനെക്കുറിച്ച് തുടങ്ങുന്നതിങ്ങനെ. ഒരെഴുത്തുകാരനാകാൻ വലതു കൈയ്യിൽ പേന എങ്ങനെ പിടിക്കണം, എത്ര പരത്തി എഴുതണം, പേനയുടെ മുന ആഴത്തിലേക്കു പോയാൽ പത്താം തരം വരെ പഠിച്ച വായനക്കാരനെ വേഗത്തിൽ ഓർമ്മിച്ച് മുന അതിൽനിന്ന് ഊരിയെടുക്കണം, എന്നെല്ലാം പറഞ്ഞു തന്നത് എൻ. വി. കൃഷ്ണവാര്യർ ആണ്.

എന്തെഴുതണം, ആർക്കുവേണ്ടി എഴുതണം, എങ്ങനെയെഴുതണം എന്നുപറഞ്ഞുതന്നത് എം. ഗോവിന്ദനാണ്. അദ്ദേഹം എന്നോട് ആദ്യം എഴുതാൻ ആവശ്യപ്പെട്ടത്, കേരളത്തിന് എന്താണ് തകരാറ്? എന്ന വിഷയമായിരുന്നു. ഒരു പൊന്നാനിക്കാരൻ മദ്രാസിലെ ഹാരിസ് റോഡിൽ താമസിക്കുമ്പോഴും പൊന്നാനിയെ മറന്നുപോകാതെ മൂന്നു ലോകത്തെയും നോക്കി എന്താണ് തകരാറ് എന്നന്വേഷിക്കുന്നത് ഒരു മാതൃകയാക്കി. ഇന്നും ഞാൻ ഈ ചോദ്യം തന്നെ ചോദിക്കുന്നു. എന്താണ് തകരാറ്? എന്താണ് പോംവഴി? ഗോവിന്ദൻ പിടിച്ചുനിർത്തിയ ചക്കിന്റെ ചുറ്റും തന്നെ ഇന്നും ഞാൻ നടക്കുന്നു. ചക്കിലാണ് പണിയെങ്കിലും വട്ടത്തിലാണ് നടക്കുന്നതെങ്കിലും അന്നും ഇന്നും ചക്കിൽ നിന്നും ഊറിവരുന്നത് സ്നേഹമാണ്, എണ്ണ. ആ എണ്ണയിൽ ഞാൻ ഗോവിന്ദൻ എറിഞ്ഞു തന്ന ചോദ്യം കാണുന്നു, ഗോവിന്ദന്റെ സ്നേഹവും.

തുടക്കം ഇങ്ങനെ ആയിരുന്നെങ്കിൽ ആ പഠനം അവസാനിക്കുന്നതോ! യേശു പറയുന്നതുപോലെ ഗോവിന്ദൻ സമഷ്ടി മനസ്സിലുള്ള പുളിപ്പാണ്. ആ പുളിപ്പുകൊണ്ട് എല്ലാമനസ്സും ഗോവിന്ദന്റെ ജീവിത ലക്ഷ്യത്തെ പൂർണ്ണതയുള്ളതാക്കുവാൻ ശ്രമിക്കും. ഗോവിന്ദനാണ് നമ്മുടെ മങ്ങലേല്ക്കാത്ത മനസ്സാക്ഷി. എന്നേക്കാൾ എനിക്കു സത്യമായി

ഉള്ളിലിരിക്കുന്ന എം. ഗോവിന്ദൻ സ്തുതിവചനങ്ങളിൽ പ്രീതനാവുന്നവന ല്ല. അതുകൊണ്ട് ഞാൻ ആ ഹൃദയചോരനെ നോക്കി മന്ദഹസിക്കുന്ന തേയുള്ളൂ. ഗോവിന്ദന്റെ കോണിപ്പടികൾ കയറിയിറങ്ങുന്നവരിലൊരാൾ യതിയുമാണ്.

നിത്യചൈതന്യയതി പറഞ്ഞു നിർത്തുന്നിടത്തു നിന്നും നമുക്ക് കെ. അയ്യപ്പപണിക്കരെന്ന ഗോവിന്ദന്റെ മിത്ര കവി പറയുന്നതും കേൾക്കാം. ഗോവിന്ദന്റെ പവിത്രസംഘത്തിലെ ഒരു കണ്ണികൂടിയാണ് അയ്യപ്പപ ണിക്കർ.

ഇന്നും ഗോവിന്ദന്റെ കവിത അർഹിക്കുന്ന പരിഗണനയും അംഗീകാരവും സ്വാധീനതയും നേടിക്കഴിഞ്ഞിട്ടില്ല. വിമർശകന്റെ പാഠപാരായണ സാമർത്ഥ്യത്തെ ചൊടിപ്പിക്കുന്ന ഒരംശം അതിലുണ്ട്. സാഫല്യമടഞ്ഞ കവിതയെന്നതിനേക്കാൾ സാഫല്യം പുറകേ ഓടി എത്തിക്കൊള്ളാൻ ആജ്ഞാപിച്ചിട്ട് മുന്നോട്ട് പോകുന്ന കാവ്യമാർഗ്ഗമാ ണത്. ഒരിക്കലും ഓടിത്തീരാത്ത ഒരുവഴി പിൻതുടരുന്നവർ ഓടുന്തോറും പിറകോട്ടായിത്തീരുന്ന വഴി. ഗോവിന്ദനുമാത്രം പയറ്റാൻ പറ്റിയ മുറകൾ അതിന്റെ ദൈർഘ്യവും ഗതിയും നിയന്ത്രിക്കുന്നു. ഗോവിന്ദനോടൊപ്പം, മുന്നോട്ട് നീങ്ങുന്ന വഴിയായതുകൊണ്ട്, ഓട്ടവും ഓട്ടക്കാരനും, ഓടുന്നപ ന്ഥാവും, ഒരു ബിന്ദുവിൽ തന്നെ എന്ന് തോന്നും. ജ്ഞാനസ്നാനത്തിൽ നിന്നും മേനകയിലേക്കും, അവിടെ നിന്നും നോക്കുകുത്തിയിലേക്കുമുള്ള യാത്ര, കേവല ഋജുരേഖയിൽ, അടയാളപ്പെടുത്തിയ, നാഴികക്കുറ്റിക ളുടെ എണ്ണം, പറയലല്ല. ഒരേ കേന്ദ്രബിന്ദുവിൽ നിന്നും വിഭിന്ന ദിശ കളിലേക്കു റേഡിയേറ്റു ചെയ്യുന്ന പല രേഖകളിലാണവയ്ക്കെല്ലാം സ്ഥാനം. സർഗ കേന്ദ്രത്തിൽ നിന്നുള്ള ദൂരം ഏറിയാലും ഇല്ലെങ്കിലും ആ ദൂരം തന്നെ ഹ്രാസവികാസ വിധേയമായതുകൊണ്ട് ഒരാൾ ഒരിക്കൽ എടുക്കുന്ന അളവ് എക്കാലത്തേക്കും പ്രസക്തമായിരിക്കുകയില്ല. പഠനാസ്വാദനങ്ങളെ കുഴക്കുന്ന മറ്റൊരു കുഴഞ്ഞ പ്രശ്നമാണത്.

ഇടയിൽ പറഞ്ഞുകൊള്ളട്ടെ. ഗോവിന്ദൻ തന്റെ അരങ്ങേറ്റം എന്ന കവിത തന്റെ പുരുഷത്വം തുടിക്കുന്ന ശബ്ദത്തോടെ വായിച്ചുകേട്ട അനുഭ വത്തെ അയ്യപ്പപണിക്കർ സ്മരിക്കുന്നുണ്ട്. ഗോവിന്ദന്റെ കവി വ്യക്തിത്വം എന്തായിരുന്നു എന്ന ഒരു അന്വേഷണത്തിന്റെ ആരംഭമാണീകാവ്യസൃ ഷ്ടി എന്നുപറയാം. സത്യാന്വേഷണത്തിന്റെ തലത്തിലാണീകവിതയ്ക്ക് പ്രസക്തി. കലക്കത്തു കുഞ്ചൻ നമ്പ്യാരെ തന്റെ തത്സ്വരൂപത്തിൽ പുന പ്രതിഷ്ഠിക്കാനുള്ള ശ്രമമായി ഇതിനെ കണക്കാക്കാം. മുഖക്കുറിയിൽ പറഞ്ഞിരിക്കുന്നതിങ്ങനെ.

കുഞ്ചൻ നമ്പ്യാർ താരതമ്യേന കലാപകാരിയായ ഒരു കലാകാരനായിരുന്നു. അഥവാ തന്റെ കലാപം കലയാക്കി മാറ്റിയ പ്രതിഭാശാലി. ഇത്തരം കലാകാരന്മാർ നമുക്കേറെയില്ല. പല കൊട്ടാരങ്ങളിലും അമ്പലങ്ങളിലും നമ്പ്യാർ കയറി ഇറങ്ങി. ഒരു താവളത്തിലും നമ്പ്യാരെ തളച്ചിടാനായില്ല. ഹരിജനങ്ങൾക്കു ക്ഷേത്രപ്രവേശനം ഒരവകാശമായി തീരുന്നതിന് എത്രയോ മുമ്പ് അവരുടെ കലാരൂപങ്ങൾക്കു ക്ഷേത്രപ്രവേശനം നൽകി എന്നതാണ് കുഞ്ചന്റെ കലാപത്തിന്റെ ഒരു നേട്ടം. ഇതിനു രാജനിയോഗം ഉണ്ടായിരുന്നില്ല.

കൂത്തിൽനിന്നു വേർപെട്ടപ്പോൾ തനിക്ക് തന്റേതായ കളി, വേണമെന്ന് നമ്പ്യാർക്ക് ബോദ്ധ്യപ്പെട്ടുകയും ആ കളി അതേവരെ അമ്പലം തീണ്ടാത്ത ഒന്നാവുകയും വേണമെന്ന് ശാഠ്യംതോന്നുകയും ചെയ്തു. ഇത് ചെയ്തതു ബോധപൂർവ്വമോ അല്ലയോ, എന്ന് വിശകലനം ചെയ്യുന്നതിൽ അർത്ഥമില്ല, നമ്പ്യാരതു ചെയ്തു. നാട്ടുകാർ കണ്ടാസ്വദിച്ചു. പറയന്റെ കല മറവനും കാട്ടിക്കൊടുത്തു. ഭൂദേവനു മാത്രമല്ല, സാക്ഷാൽ ദേവനും. റാഡിക്കൽ ഹ്യൂമനിസത്തിന്റെ കലാ (പ) പരമായ ആവിഷ്ക്കരണം അരങ്ങേറ്റത്തിൽ നാം കാണുന്നു. അത് അതിലെ കവിതയുടെ സന്ദേശം മാത്രമല്ലാ. ഓരോ വരിയിലും ഖണ്ഡികയിലും കൂടി ഉരുത്തിരിയുന്ന കലാബോധത്തിന്റെ നേട്ടമാണ്. ആറു ഖണ്ഡങ്ങളിൽ അവതരിപ്പിക്കുന്ന ഒരു ആഖ്യാനമാണീകവിത. തനിക്കു പറയുവാനുള്ളത് പറഞ്ഞുതീർത്ത കവിയാണ് കുഞ്ചൻ നമ്പ്യാർ.

ക്ഷേത്രമായാലും കൊട്ടാരമായാലും കവി കവിതന്നെ ആയിരിക്കണമെന്നാണ്, വ്യാസനും വാല്മീകിയും, കാളിദാസനും, തുഞ്ചനും കുഞ്ചനും നമുക്ക് കാട്ടിതന്നിട്ടുള്ളത്. ആ കവി പരമ്പരയിൽ കുഞ്ചന്റെ സ്ഥാനമുറപ്പിക്കുന്ന അഭിദർശനങ്ങളാണ് കാവ്യത്തിന്റെ മുഖ്യധാര. ഒന്നാം ഖണ്ഡത്തിൽ അതിങ്ങനെ സൂചിതമാകുന്നു:

അമ്പലപ്പുഴ വാഴുന്നോർക്കും
അനന്തശയനം തൊഴുന്നോർക്കും
കളി കണ്ടു കൺ കുളിർത്തു
കളിക്കാരനെയാരോർത്തു
ആടിപ്പാടുന്ന പാടോരാൻ
നാട്ടുവാഴിക്കോ നട്ടുകഴപ്പ്?

അമ്മയുടെ ഉള്ളിലും ഇതേവിശ്വാസം, മകൻ ഒറ്റയ്ക്കല്ല. തിരുവള്ളുവർ ശൈലിയിൽ തന്നെ സംഘകാല ദ്രാവിഡത്തിന്റെ ഉശിര് ഉണർന്നു വീഴുന്നു:

പണ്ടാരക്കണ്ടം നമുക്കില്ല
പയ്യാരം പറഞ്ഞ കിഴിയില്ല
ചേരിയ്ക്കൽ ചെലവെഴുത്തില്ല
ചേന നടാൻ ചെനച്ചതടമില്ല
ഇന്നത്തെ കുറുവീട്ടുകാർക്ക്
അമ്പലത്തിൽ കഴകമില്ല
തമ്പുരാന്റെ ചെമ്പോലയില്ല
ഇല്ലായ്മയിലമ്മയ്ക്കില്ല പരാതി
ഇരിക്കുമിടമേ ഇല്ലം
ഇയലുന്നതു ചെല്ലം.

അധികാര സ്ഥാപനങ്ങളേയും രാജശാസനങ്ങളേയും കൂസാതെ തനിക്കു താൻ പോന്നവനായി തന്റെ മകനെ കണ്ട അമ്മ ഇങ്ങനെയും ഉരയ്ക്കുന്നു. ദ്രാവിഡ മങ്കയുടെ സ്വപ്രത്യേയസ്ഥൈര്യം:

അമ്പലപ്പുഴ അരചനല്ല
തിരുവാങ്കോട്ടു തിരുമേനിയല്ല
ആഴവാഞ്ചേരി തമ്പ്രാക്കളേ
അടിയിരുത്തി അണഞ്ഞാലും
അനങ്ങരുത് നീ മോനേ,
അനങ്ങൻ മലപോലവേ.
ആനയ്ക്കു തന്നാല കൈലാസം
ആടിനതിൻ കൂട്ടുവൈകുണ്ഠം!

രണ്ടാം ഖണ്ഡത്തിൽ ഈ വായ്ത്താരി കൂടുതൽ ദൃഢമാകുന്നു. എഴുത്തോനിന്റെ കഴുത്തോ എന്ന സമസ്യ വിരിച്ച കുറും കവിതയിലെ ഗോവിന്ദത്വം ഇവിടെ മുഴങ്ങുന്നു: അയ്യപ്പപണിക്കർ ഗോവിന്ദന്റെ അരങ്ങേറ്റം എന്ന കുഞ്ചൻ നമ്പ്യാരെക്കുറിച്ചെഴുതിയതിലെ ഓരോ ഖണ്ഡികകളും വിസ്തരിച്ചുതന്നെ പറയുന്നുണ്ടതിൽ. അതത്രമാത്രം, മാധുര്യവും, ഗഹനവുമുൾക്കൊള്ളുന്നുമുണ്ട്. കുഞ്ചന്റെ ജീവചരിത്രം മുഴുവനും, ഗോവിന്ദൻ അരങ്ങേറ്റത്തിൽ കൊട്ടിപ്പാടുന്നുമുണ്ട്. അമ്മയും മകനും മഹത്തായ രണ്ടു കഥാപാത്രങ്ങളായി വരുന്നു. അമ്മ മിഴാവുകൊട്ടിപ്പാടുന്നതിങ്ങനെ:

ചൊല്ലുമോനെ ചൊറുക്കാർന്നു
കല്യാണ സൗഗന്ധികം
തുള്ളു മോനേ മലമുടിയിൽ
വെള്ളിക്കിരീടമിട്ടുമിളപോലെ
ചൊല്ലുമോനേ തുള്ളുമോനേ

കല്യാണകൃഷ്ണനു കാണിക്ക
മറ്റൊരിടത്ത് മോൻ അമ്മയോട് ഇങ്ങനെ:
തേനിലല്ല തേനിൻ തനിമ
തേൻ തേട്ടം തൊഴിലിലാണമ്മെ
പൂവും തേനും പുറം ചിറകും
പോയാലും പുത്തനായ്‌വരും

തുള്ളലും പാടലുമായി അരങ്ങേറ്റത്തിന്ററുതി വരുമ്പോഴേക്കും അതിങ്ങനെ:

തുള്ളിതുള്ളിയായ് തുവേരിപോലെ
തുട്ടം തുടമായ് തുകിലടിപോലെ,
ഉണ്മയൂർന്നെട്ടുക്കും കടക്കോലുപോലെ
വേർപാട്ടുപോലെ,
വെളിപാട്ടുപോലെ-

വേർപാട്ടും വെളിപാട്ടും, എളുപ്പത്തിൽ ഒന്നിക്കുന്നതല്ല. പക്ഷേ വൈരുദ്ധ്യാത്മകത ഏറ്റവും അടുത്തിണങ്ങുന്ന ഒരു വ്യക്തിത്വം, ഒരു ശൈലീവിശേഷം, ഒരു ജീവിത ദർശനം അരങ്ങേറ്റത്തിലും അതിന്റെ പിന്നിലുമുണ്ട്. ആ കവിത വായിച്ചാസ്വദിക്കുന്നവനിലും അത്തരമൊരു ദ്വൈതം അദ്വൈത ഭാവത്തിൽ വർത്തിക്കണം. അതില്ലാത്ത ആൾക്ക് ഗോവിന്ദന്റെ കവിത ഇഷ്ടപ്പെട്ടുമോ? അനുകരണ വിധേയമല്ലാത്ത ആ പാണി എന്നെങ്കിലും വേണ്ടപോലെ ശ്രദ്ധിക്കപ്പെടാതിരിക്കില്ല. അന്നതിന്റെ സ്വാധീനതയും ഏറിവരും, തീർച്ച.

ഇങ്ങിനെ വിധിപറഞ്ഞുകൊണ്ടാണ് അയ്യപ്പപണിക്കർ ഗോവിന്ദന്റെ അരങ്ങേറ്റം എന്ന കാവ്യപാഠനം അവസാനിപ്പിക്കുന്നത്.

ആരുടെയോ നെഞ്ചിലുള്ള വാക്കേ- നീ
നിന്റെ നെഞ്ചിൻകൂട്ടിൽ നിന്നും നിന്റെ
വാക്ക് തേടരുതോ എന്നൊരു അശരീരി മുഴങ്ങുന്നു!
തന്റെ ഉള്ളം കോവിലിൽ കുടികൊള്ളും
തേവരെത്തേടിയുള്ള എഴുന്നള്ളത്തല്ലേ
കവിതയെഴുത്ത്? (ചോദിക്കുന്നതാരോട്?)
കണ്ണാടിയുടെ കെണിയിലകപ്പെടാതെ,
തന്നകത്തേ തന്നെ കണ്ടെത്താൻ
കഴിയുന്നവനാരോ, അവനാകുന്നു കവി
അവൻ കവി മാത്രമല്ല
ഋഷിയും കൂടിയാകുന്നു(എന്നതല്ലേ ശരി?)

ഗോവിന്ദൻ ഋഷിപരമ്പരയിൽപെടുന്നു എന്നതിന് ഇതും ഒരു ചൂണ്ടുവിരൽ തന്നെയാണ്. (നെല്ലിക്കപോലത്തെ കവിതകൾ)

കലയുടെ ക്രമവും നിയമവും പൊതുവ്യടമയുടേതാണ്. ഉറവിൽ തനിമ:

നിറവിൽ പൊതുവായ പുതുമ,

ഗോവിന്ദൻ തന്റെ ഭൂതകാലത്തിന്റെ ചിപ്പികളത്രയും, തേടി, മുത്തുള്ളതത്രയും ഭാവിക്കുവേണ്ടി കോർത്തുവെച്ചു. വർത്തമാനകാലത്തതിന്റെ അക്ഷരപ്പൊതികളിൽ, സൂക്ഷ്മമായിത്തന്നെ. എന്തിന്? കലാപകാരികളായി നമ്മുടെ ഇടയിൽ ജീവിക്കാൻ ഉഴിഞ്ഞുവച്ചവരെ പറ്റി കൂടുതൽ ശ്രദ്ധ ചെലുത്തേണ്ടത്. നമ്മുടെ കാലഘട്ടത്തിന്റെ തന്നെ ഒരാവശ്യമായിരിക്കുന്നു കാമ്പില്ലെങ്കിൽ കാലത്തിനുമില്ല നാമ്പ്

ഇനി ഗോവിന്ദന്റെ കവിതകളിലെ ചിലവരികൾ. പലതിൽ നിന്നും കൊറിച്ചുനോക്കാൻ ഗോവിന്ദൻ പറയുന്നതുകേൾക്കു:

- കവിത ഒരു-

കായകല്പ ചികിത്സാരീതിയാണെന്ന്
ഞാൻ ഉറച്ചു വിശ്വസിക്കുന്നു.
വെറും വാക്കുകളിലൂന്നിയുള്ള
വിശ്വാസമല്ല,
എന്റെ അനുഭവമാണ്
- ജീവിതം നാനാരീതിയിൽപ്പെട്ട
സമ്മർദ്ദങ്ങളാൽ അന്യാധീനമാകുമ്പോൾ
അതിനെച്ചറുക്കുവാനും തന്റെ-
ആത്മാവിലെ തിരികൊളുത്തി അതിന്റെ
വെട്ടത്തിലും വെളിപാടിലും തന്നെ
കണ്ടെത്താനുള്ള വെമ്പലാണ് കവിക്ക്-
ഇമ്പമുണ്ടാക്കുന്ന സപര്യ
വീട്ടിലേക്കു തിരിച്ചുചെല്ലലല്ല.
തന്നിലേയ്ക്കു തന്നെ മടങ്ങിയെത്തൽ;

- പേനയെടുക്കും വിരലുകൾ

പേടികൊണ്ട് വിറച്ചാൽ

പേൻ നിറഞ്ഞ തലച്ചോറിൽ!
പേയുറഞ്ഞാൽച്ചെയ്‌വതെന്ത്?
ചൊടിയില്ലാത്ത വിരലാൽ
ചൊറിടാൻ വയ്യാ, ചൊട്ടാനും;
വാക്കുകകളെഴുത്താണിത്തുമ്പിൽ
നാക്കു തുറിച്ച ചാവുമ്പോൾ
മരിക്കുന്നു, മകനേ, മറ്റൊന്നും:
സ്വാതന്ത്ര്യം, എന്റെയും നിന്റെയും
എഴുത്തോ നിന്റെ കഴുത്തോ
ഏറെ കുറിനേതിനോട്?
എന്നു ചോദിച്ചൊരുവൻ.
എന്നരികിൽ വരും മുമ്പെ,
എന്റെ ദൈവമേ
നീ ഉണ്മയെങ്കിൽ-
എന്നെക്കെട്ടിയെടുത്തേയ്ക്ക്
നരകത്തിലെങ്കിലങ്ങോട്ട്,

- ആരുടെയോ തന്ത
മരണപ്പെട്ടാൽ, അതുകേട്ടാൽ-
നിരണത്തിലും നതോന്നതയിലും
നിറഞ്ഞു കവിഞ്ഞു കരയും
കരുവല്ല, കണ്ണീരല്ല
എല്ലം പല്ലുമുള്ള മലയാള വാക്ക്;
മുഖമില്ലാത്ത നടികൾക്ക്-
മുലയും മൂട്ടും കുലുക്കാൻ,
ഇളിച്ചി വായന്മാരീണം കൂട്ടി
ത്തുളിക്കും മെഴുക്കല്ലേ
പാണന്റെ ഉടുക്കിലും
പാടത്തിൻ മുട്ടക്കിലും

പാടിയാടിയ പുന്നാര വാക്ക്
മനസ്സിലെ യതിസാരത്താൽ
മന്ത്രിമാരുരച്ചുറ്റമ്പോൾ-
അതു പെറുക്കിയധിപന്റെ
മുഞ്ഞിമൊഴിയും പിഴിഞ്ഞൊഴിച്ച്
പാത്രത്തിലുടച്ച ചേർക്കാൻ-
പറ്റും പയറ്റമണിയല്ല
പറയന്റെ ചെണ്ടയിലും
ഉറയുന്ന തൊണ്ടയിലും
ഉയരം കൊണ്ടുയിർപെറ്റ്-
ഊറ്റമുട്ടിയ നമ്മുടെ വാക്ക്
വാക്കേ വാക്കേ കൂടെവിടെ?
വളരുന്ന നാവിന്റെ കൊമ്പത്ത്
വാക്കേ വാക്കേ കൂടെവിടെ?
ഒളിതിങ്ങും ചുവലിൻ തുമ്പത്ത്!
വാക്കേ വാക്കേ കൂടെവിടെ?

- ആടിമേനക അപ്സര മോഹിനി
മനസിജരതി മാരതികുതുകാൽ
ആരണ്യത്തിൽ താരുണ്യത്തിക
വാർന്നു കവർന്നു നുകർന്ന
രതി ക്രീഡാരീതി വിചിത്രങ്ങൾ!
ആടി മേനക:
തന്മണവാളൻ തീക്കണ്ണാലൂരി
വെണ്ണീർത്തരിയായ് വീണൊരു ചരിതം!
രതിയുടെ ദുരിത വിലാപം
(മേനക എന്ന കാവ്യം)

• കണ്ടതും കാണാത്തതു

മായ കുണ്ടെല്ലാമേ വൈ-

കുണ്ടമായ് വാഴ്ത്തും യാത്രാ

സാഹിത്യ പ്രാണേതാവേ

എംബസീമുറികളി-

ലമ്പലമട്ടപ്പാവി-

ലമ്പലപ്പിറാവായി

മുളയും മഹാത്മാവേ...

ഞങ്ങടെ ലോകം നന്നെ

ച്ചെറുതാണൊരു കുറി

അങ്ങുന്നേ വന്നാലുമി

പ്പൊന്നാനിത്താലൂക്കിലും!

ഇങ്ങിനെ തന്റെ ഒരു പൊന്നാനിക്കാരന്റെ മനോരാജ്യം എന്ന കവിത നമ്മെ കൂട്ടിക്കൊണ്ടു പോകുന്നു, ഒരു കാന്തശക്തിയാൽ ആവാഹിക്കപ്പെട്ടതുപോലെയാകുന്നു നമ്മൾ. പുസ്തകം കൈയ്യിൽനിന്നും വായന പൂർത്തിയാക്കാതെ താഴെ വെക്കാൻ സാദ്ധ്യമല്ലതന്നെ.

കപ്പയും കടൽമത്തി

ക്കുഴമ്പും ചമ്മന്തിയും

പൂക്കൈതത്തഴപ്പായിൽ

കപ്പലിൻ നാട്ടിൽതിന്നാം

ശവവും മഞ്ചുകാലും

മാന്തളും ചകിരിയും

ശിവനാമവും വാങ്കു

വിളിയും പൊന്നാനിയായ്

എന്നുള്ള സകല ചരിത്രവും ആ കവിതയിൽ കഥയഴകായി സ്പന്ദിക്കുന്നു

• രാത്രിയിൽ പ്പുഞ്ചവെള്ളം

വയലിൽത്തേകും കാലേ

കൊച്ചു പ്ലാവില കോട്ടി

വയറ്റിൽ പഴം കഞ്ഞി
ജീവിതകാലം മൊത്ത
മേത്തമിട്ടിവനൊട്ടു
വാകുമ്പോൾ മണ്ണിന്മാറിൽ
മുതലക്കുളപ്പായ് വീഴും
എന്ന നേരും പറഞ്ഞുതരുന്നു, കവി.

- തുഞ്ചനും വള്ളത്തോളും
തുമ്പെട്ടുത്തൊരു വള
ക്കുമ്പുള്ള മണ്ണിൽ നെട്ടും
കതിരായിടശ്ശേരി

- പാക്കനാർ പണ്ടു ചത്ത
പയ്യിനെ നടത്തിയ
ദിക്കു കേരളം, കാള-
ക്കമ്പത്തിൻ വിളംമ്പരം
കോമനിട്ടൊരു വിള
ജപ്തിചെയ്തേക്കാം, കൊയ്യാം
കോടതിയധികാരം
ജന്മിതൻ പ്രതികാരം
പത്തുക്കെ ഗോവിന്ദത്വം പുറത്തു ചാട്ടുന്നു.

- ഇഴയായ് പാവിൽച്ചേർക്കാൻ
ആരുമാരെയും വിളി-
ച്ചോതേണ്ട കാലക്കേട്ടു
മാറണം, മാറ്റേണം നാം,
അല്ലായ്കിൽ മൃഗങ്ങളേ!

അതൊരു തീരുമാനമായിരുന്നു. തന്റെ നാടിന്റെ നേരും നുണയും, നരജീവിതവും ഒരു അക്ഷര ചലചിത്രത്തിലൂടെ കാട്ടാൻ വായനക്കാരന്റെ ഉള്ളിലെ ക്യാമറകൾക്ക് സി. ഡി. നൽകുകയാണ് ഗോവിന്ദൻ.

ഇന്നത്തെ വെറും ഒരു ക്യേമറയുമായ്‌വന്ന ഒരാൾക്കും അതത്രയും ഒപ്പിയെടുത്തു പോകാൻ പറ്റുന്ന വിധത്തിൽ ഒരു തിരക്കഥപോലെ ആ കാവ്യം ഗോവിന്ദൻ പടച്ചുവെച്ചിരിക്കുന്നു.

വേദന കാവ്യത്തിന്റെ
ചേതന, യോതീ തത്വ-
വേദികളുളു വെറും
പതിരോ പഴമെന്നോ!

ഇങ്ങിനെ പിൻമാറുകയുമാണ്.

കൂടിയാട്ടത്തിന്റെ കഥ തുടങ്ങുന്നതോ!
താത്രി, കുളങ്ങരെ രാത്രി മുഴുവനും
എത്ര, എങ്ങെല്ലാം തിരഞ്ഞു ഞങ്ങൾ?
ചൂണ്ടുവിരലിന്മേൽ ഭീഷണി, ഏഷണി,
ചുണ്ടിൽ തെറി, ചൊറിച്ചൊല്ലെറിഞ്ഞു:

ഗോവിന്ദൻ കേരളപ്പഴമയെ പകർത്തിവെച്ച കവി ആയിരുന്നുവോ? പാരമ്പര്യത്തിൽ നിന്ന് ഉൾക്കൊണ്ട അംശങ്ങളെയെല്ലാം പുതിയ ജീവിതാവബോധത്തിന്റെ മൂശയിൽ ഉടച്ചുവാർത്ത് സമകാലികമായ ജീവിത സത്യങ്ങൾക്കു കവിതാരൂപം നൽകാൻ അദ്ദേഹം ഫലപ്രദമായി ഉപയോഗിച്ചു.

കണ്ണുകൾ സ്വയം കുത്തി-
പ്പൊട്ടിച്ച സൗന്ദര്യത്തിൻ
കണ്ണികൾ, ചത്തകുഞ്ഞിൻ
കയ്യിലെ ക്കളിപ്പാട്ടം;
ഗതികെട്ട പുള്ളിപ്പുലി
ഒരു കെട്ട പുല്ലുതിന്നു.
അതുകണ്ട മച്ചിപ്പശു
വിത്തുകാളയെ വിഴുങ്ങി;

ഇനി ചില കടങ്കഥകൾ:

വയറു വലിയോനു
വലിയ മൂത്തക്കൊടി

ഉത്തരം: കിണ്ടി

ഒരോലക്കുടച്ചുവട്ടിൽ
ഒരുകുടം ചെമ്പൊന്ന്

ഉത്തരം: ചേന

മൂട്ടിലെ വെട്ടം കെട്ടാൽ
മുഞ്ഞി മങ്ങി മറയും
മിന്നാമിനുങ്ങല്ല മിന്നല്ല
പുന്നാരേ പിന്നെ എന്ത്?

ഉത്തരം: സിനിമ

മർത്ത്യനെത്തീർത്താനീശൻ
തികച്ചും പരുക്കനായ്
മർത്ത്യന് മനുഷത്വ-
മേകിയോൻ ചൈത്താനത്രേ
ഇബിലീസില്ലെങ്കിലീ-
യുലകിൽ പ്പടച്ചോനു-
മബലൻ ആലസ്യത്താ-
ലങ്ങോരു തുങ്ങിച്ചാവും.
ഭൂതവും ഭാവിയും തമ്മിലേവം
ബോധപൂർവ്വം നിന്നുമല്ലടിക്കെ
വർത്തമാനത്തിന്റെ മണ്ട രണ്ടു-
പക്കവും ശുദ്ധകഷണ്ടിയായി:
നീലക്കുറിഞ്ഞി വിരിഞ്ഞല്ലോ
നിങ്ങളറിഞ്ഞില്ലേ മാളോരേ-!

നമുക്കിതിവിടെ നിർത്താം, ഗോവിന്ദന്റെ വാഴ്ത്തുക്കളോടെ

വാഴ്ക! മനുഷ്യാ നീ
വാഴ്ക വരാന്നിധി
വാനിടം ഭൂവിങ്ങെല്ലാ-
മുള്ളെരെൻ സൃഷ്ടിക്കുമേൽ

ഗോവിന്ദന്റെ കവിത, കഥ, നാടകം, സിനിമ സങ്കല്പങ്ങളിലൂടെ ഒരെത്തിനോട്ടം

പല എഴുത്തുകാരെയും പോലെ എം. ഗോവിന്ദനും കവിതയിലായിരുന്നു തുടക്കം. പിന്നീട് പദ്യഭാഷയിൽ നിന്നും ഗദ്യത്തിലേക്ക് കടന്നു. ലേഖനങ്ങൾക്കു വേണ്ടിയായിരുന്നു ആ കർക്കശമായ ഗദ്യം ഗോവിന്ദൻ ആദ്യം പ്രയോഗിച്ചിരുന്നത്. അധികാരത്തിന്റെ ദുരവസ്ഥകൾക്കെതിരെ ആദ്യം തൊട്ടവസാനം വരെക്കും ആ വിരലുകളും നാവും സ്പന്ദിച്ചുകൊണ്ടിരുന്നു. യാതൊരു മാറ്റവുമില്ലാതെ അവസാനം വരെയ്ക്കും അതു തുടർന്നു.

തിരുവിതാംകൂറിലെ തൊഴിലാളി, സചീവൻ, രാജ്യാഭിമാനി, നവജീവൻ, കൗമുദി എന്നീ പത്രങ്ങളായിരുന്നു ഗോവിന്ദന്റെ ലേഖനങ്ങൾ ആദ്യം പ്രസിദ്ധീകരിച്ചത്. ആലപ്പുഴ കയർ ഫാക്ടറി യൂണിയന്റെ പത്രമായ് തൊഴിലാളിയിലെഴുതിയ രണ്ടാമത്തെ ലേഖനത്തിന്റെ പേര് ചോരതിളപ്പിക്കട്ടെ എന്നായിരുന്നു. തിരുവനന്തപുരം സയൻസ് കോളേജിലെ വിദ്യാർത്ഥികളെ സർ. സിപി. യുടെ പോലീസ് മർദ്ദിച്ചതിനെ ശക്തിയോടെ അധിക്ഷേപിച്ചുകൊണ്ടുള്ളതായിരുന്നു അത്. സർക്കാർ ആ ലേഖനത്തിന്റെ പേരിൽ പത്രത്തിന്റെ ലൈസൻസ് റദ്ദു ചെയ്തു. അത് എന്നന്നേക്കുമായി നിലച്ചു. സ. പി. കൃഷ്ണപിള്ളയും ആർ. സുഗതനുമായിരുന്നു തൊഴിലാളിയുടെ പത്രാധിപന്മാർ. ഇരുവരുമായി ഗോവിന്ദന് നല്ല ആത്മബന്ധങ്ങളുണ്ടായിരുന്നു.

1937-39 കാലത്ത് പന്തളത്തു നിന്നിറങ്ങിയ രാജ്യാഭിമാനിയിലും ധാരാളം രാഷ്ട്രീയ ലേഖനങ്ങൾ പ്രകോപനപരമായി ഗോവിന്ദനെഴുതിയിരുന്നു. പന്തളം സി. ബി. പണ്ടാരത്തിൽ എന്നൊരാളായിരുന്നു അതിന്റെ ചുമതലക്കാരൻ. അദ്ദേഹം പാർട്ടിയിൽ നിന്ന് പോയ ശേഷം എം. എൻ. ഗോവിന്ദൻ നായർ അത് മുമ്പോട്ടും നയിച്ചു. കെ. ദാമോദരൻ, പി. കൃഷ്ണപിള്ള, ഇ. എം. എസ്., പി. ടി. പുന്നൂസ്, എം. ഗോവിന്ദൻ എന്നിവരാണതിൽ എഴുതിയിരുന്നത്. പത്രം ഇടതുപക്ഷത്തിന്റേത്.

1938-ൽ തന്നെ എം. ഗോവിന്ദൻ, റോയിസ്റ്റാണെന്ന് എല്ലാവർക്കുമറിയാമായിരുന്നു. യുദ്ധം വന്നപ്പോൾ പത്രം കുഴപ്പങ്ങളിൽപെട്ടു. 1938-ൽ ഗാന്ധിജി രാജ്ഘട്ടിൽ ഉണ്ണാവ്രതമിരുന്നതിനെതിരെയും ഗോവിന്ദനെഴുതി. കൗമുദിക്കും പ്രശ്നങ്ങൾ വന്നു. 1957-58 കാലങ്ങളിൽ പത്രാധിപർ, കെ. സുകുമാരന്റെ നിർദ്ദേശമനുസരിച്ച്, കേരളകൗമുദി ഞായറാഴ്ചപ്പതിപ്പിൽ ലേഖനങ്ങളെഴുതി.

അക്കാലത്ത് എഴുതപ്പെട്ട പല ലേഖനങ്ങളും ഒട്ടും മാറ്റം വരുത്താതെ തന്നെ, 1986-ൽ ഗോവിന്ദൻ തന്റെ ഉപന്യാസങ്ങളിൽക്കൊടുത്തു. ആ ഒറ്റക്കാരണം കൊണ്ടുതന്നെ ആ മനുഷ്യന്റെ കാഴ്ചപ്പാടുകളിൽ കാലം പോറലേൽപ്പിക്കുന്നില്ലെന്ന സാക്ഷ്യപ്പെടുത്തലുകളുണ്ട്. കാലം അത്രമേൽ തിരിഞ്ഞും മറിഞ്ഞും കൊണ്ടാണിവിടെ എത്തുന്നത്. അത് തുടരുകയുമാണ്. മുതലാളിത്തത്തിന്റെ അടിക്കല്ലിൽ വീഴുന്ന തുളയെക്കുറിച്ച് ഗോവിന്ദൻ തന്റെ ലേഖനങ്ങളിലന്നേ കുറിച്ചുവെച്ചിട്ടുള്ളതും കാണാവുന്നതാണ്. റഷ്യയിലും ചൈനയിലും സംഭവിക്കാൻ പോകുന്നതും 1938 -കളിൽ തന്നെ ഗോവിന്ദൻ എഴുതിയിട്ടുണ്ട്. മുതലാളിത്തത്തിന്റെ മത്സരിച്ചോട്ടങ്ങളും.

കൗമുദിയിൽ സഹോദരൻ അയ്യപ്പന്റെ കോളമുണ്ട്. അദ്ദേഹത്തോടൊപ്പമായിരുന്നു ഗോവിന്ദന്റെ കോളവും. സെക്രട്ടറിയേറ്റിൽ സ്റ്റൂട്ടിനി ഓഫീസറായിരുന്നു ഗോവിന്ദനന്ന്. ഇ.എം.എസ്സിന്റെ ആദ്യ മന്ത്രിസഭ നിലവിൽ വരുന്ന കാലം. കൃഷ്ണയ്യരും മറ്റും അന്ന് മന്ത്രിയാണ്. ഗോവിന്ദൻ ആരോടും മമത കാട്ടിയില്ല. എല്ലാം തുറന്നെഴുതാൻ തുടങ്ങി. ഗോവിന്ദന്റെ എഴുത്തിനെ-ആശയങ്ങളെ നേർക്കുനേർ നേരിടാനാവാതെ പലരും കുഴങ്ങി. ശത്രുക്കളുടെ ആരംഭവും അവിടെ ആയിരിക്കാം. അവർ കുതന്ത്രങ്ങൾ പ്രചരിപ്പിച്ചു.

1945-ന്ന ശേഷം കമ്മ്യൂണിസത്തെപ്പറ്റിയുള്ള ധാരണ ഗോവിന്ദനിൽ ഇളകാൻ തുടങ്ങി. അവസരവാദപരമായ റഷ്യൻ കമ്മ്യൂണിസത്തിന്റെ അന്നത്തെ നിലപാടുകളൊക്കെ കാരണമായിരുന്നുതാനും. ഏതാണ്ടെന്തെല്ലാമോ മനസ്സിലാക്കലിൽ നിന്നുമാണ് ഗോവിന്ദന്റെ എഴുത്ത്. കമ്മ്യൂണിസത്തെയല്ല ഗോവിന്ദനെതിർത്തത്. ആ പേരിൽ പ്രചരിച്ച സ്റ്റാനിലിസ്റ്റ് വക്രതകളെയാണ്. അതിന്റെ ചൊല്ലാൾക്കാരായിരുന്ന ഇന്ത്യൻ കമ്മ്യൂണിസ്റ്റുകളെയും എതിർത്തു. സ്വന്തമായി ചിന്തിക്കുന്നത് അവർക്കൊരു ശല്യം പോലെയായിരുന്നു. അവർക്ക് ആ ശീലവും നന്നേകുറവ് എന്ന് ഗോവിന്ദൻ പറഞ്ഞു. ഒരു സംഘടനയാകുമ്പോൾ അച്ചടക്കം അയഞ്ഞു പോകുമല്ലോ. ഗോവിന്ദന് അതിന്റെ ബാധ്യതകളില്ലെന്നതും ഒരു സൗകര്യമാണ്. സാഹിത്യ ധർമ്മമെന്നതൊഴികെ, മറ്റൊരു വൈരാഗ്യവും അതിലില്ലതന്നെ. അതാർക്കും മനസ്സിലാവാതെ പോയി.

1938-മുതൽ മാർക്സിസ്റ്റ് ചിന്തയുമായി ഗോവിന്ദൻ ഇടപഴകിയെങ്കിലും എം.എൻ. റോയി വിശകലനം ചെയ്ത ചിന്തകളിലൂടെയുള്ള മാർക്സിസത്തിലാണ് ഗോവിന്ദൻ എത്തിച്ചേർന്നത്. എം.എൻ. റോയി ഇന്ത്യയിലെ ആദ്യത്തെ കമ്മ്യൂണിസ്റ്റുകാരനായിരുന്നു. അനുഭവങ്ങളിലൂടെ ലോക കമ്മ്യൂണിസം പഠിച്ചും പഠിപ്പിച്ചും കൊണ്ടിരിക്കെ അതിന്റെ ഗതിവിഗതികൾ, മനസ്സിലാക്കിതീരുന്നതോടെ റോയ് ഇന്ത്യയിലെ ആദ്യ എക്സ് കമ്മ്യൂണിസ്റ്റായും പരിണമിച്ചു. പ്രധാനമന്ത്രിയോ ഗവർണ്ണറോ പാർട്ടി സെക്രട്ടറിയോ ആകാൻ വേണ്ടിയായിരുന്നില്ല, കോടികൾക്കധിപനാകാനുമായിരുന്നില്ല, റോയി കമ്മ്യൂണിസത്തിൽ നിന്നും മുന്നോട്ട് പാഞ്ഞത്. പലതുള്ളി പെരുവെള്ളമായിത്തീരുന്ന മഹാജനപ്പോരാളികൾക്ക് തകർന്നടിയാത്തൊരു പാത നെയ്തെടുക്കാനായിരുന്നു.

പ്രൊ. സാനുമാഷുടെ വാക്കുകൾ താഴെ.

ആദ്യമായി എം. ഗോവിന്ദന്റെ വ്യക്തിപരമായ ഗുണങ്ങളെ കുറിച്ച്

ഞാനറിയുന്നത് ബഷീറിൽനിന്നാണ്. മലയാളത്തിന് ഏറെ സേവനങ്ങൾ നൽകാൻ ഗോവിന്ദനെപ്പോലെ സന്നദ്ധതയുള്ള മറ്റാരെയും താൻ കണ്ടിട്ടില്ലെന്ന് ബഷീർ ഒരിക്കൽ എന്നോട് പറഞ്ഞു. ബഷീർ ബുക്ക് സ്റ്റാളിൽ തങ്ങൾ രണ്ടാളും മാത്രമുള്ള സന്ദർഭത്തിലാണ് അദ്ദേഹമത് പറഞ്ഞത്. അൽപ്പസമയത്തിനുള്ളിൽ, സി. ജെ. തോമസും അവിടെ വന്നു ചേർന്നു. അപ്പോഴും ബഷീർ അതാവർത്തിച്ചു. അതിൽ ആർക്കും അഭിപ്രായവ്യത്യാസമുണ്ടായിരുന്നില്ല. ഇതു പറഞ്ഞത്, എം. ഗോവിന്ദന്റെ ജീവചരിത്രഗ്രന്ഥത്തിൽ. എം. ഗോവിന്ദന്റെ ഉപന്യാസങ്ങൾ എന്ന ഗ്രന്ഥം 1986-ലാണ് പ്രകാശിപ്പിച്ചത്. അതുപ്രകാശിപ്പിക്കുന്നതിനുള്ള ഭാഗ്യം തനിക്ക് ലഭിച്ചതിൽ അതീവ സന്തുഷ്ടനാണ് താനെന്നും ബഷീർ കോഴിക്കോട്ടുവെച്ച് ആ പ്രകാശനവേളയിൽ പറഞ്ഞു.

വെറും ഒരു സാഹിത്യകാരനിൽ ഒതുങ്ങുന്നതായിരുന്നില്ല ഗോവിന്ദന്റെ സർഗ്ഗവാസനകൾ എന്ന് ഏവർക്കും ബോദ്ധ്യമാണല്ലോ. കുഞ്ഞുനാളിലിരുന്നേ വേദാന്ത കൃതികളൊക്കെ അറിഞ്ഞും ദൈവത്തിനും ആത്മാവിനും നവീനമായ അർത്ഥതലങ്ങൾ കണ്ടും, യുക്തിക്കെത്താൻ കഴിയുന്നിടം ദൈവത്തെ നിർത്തി തന്നെ താനറിഞ്ഞാൽ ദൈവത്തെയുമറിയാം എന്ന കണ്ടെത്തൽ. അറിവിനെ തേടുന്നതാണ് ദൈവാരാധാന. ദൈവാന്വേഷണവും സത്യാന്വേഷണവും രണ്ടല്ല. മനുഷ്യാന്വേഷണമാണേറെ പുണ്യം. ചോദ്യോത്തരങ്ങളിൽ ഒതുങ്ങുന്നതാണ് ഭാരതീയത. സത്തായതത്രയും ഉപന്യാസങ്ങളിലുണ്ട്. അതത്രയും അകക്കാമ്പുകളാണ്. അതു ഗോവിന്ദനാദ്യമേയറിഞ്ഞു. അത്തരം നേരറിവുകളാണ് ഗോവിന്ദനെ മനുഷ്യനെകണ്ടെത്തുവാനുള്ള നെട്ടോട്ടത്തിന് പ്രാപ്തനാക്കിയത്.

ദിവ്യത്വം സാക്ഷാത്ക്കരിച്ചാണ് ഒരാൾ ദിവ്യനാകുന്നത്. വിഗ്രഹങ്ങളും പള്ളികളും ഗ്രന്ഥങ്ങളുമെല്ലാം ഈ ശൈശവത്തിലെ താങ്ങും തണലും മാത്രം. ക്രമേണ അവൻ തന്നെ വളരണം. അതൊരു മണലെഴുത്താണെന്നറിയാൻ വിവേകാനന്ദന് ശ്രീരാമകൃഷ്ണ പരമഹംസന്റെ സഹായമാവശ്യമായി വന്നു. ഗോവിന്ദനത് സ്വയമേ നേടേണ്ടിയും വന്നു. എന്ത്? എന്തിന്? എങ്ങിനെ? എപ്പോൾ? എവിടെവെച്ച്? ഇങ്ങിനെ ശാസ്ത്രത്തിന്റെ വെളിച്ചത്തിലാണ് ഗോവിന്ദൻ തന്റെ ചിന്തകൾ ബലംവെപ്പിച്ചത്.

ഭൗതിക ശാസ്ത്രവും ആത്മീയശാസ്ത്രവും സ്വന്തം മൂശയിലിട്ടു വാർത്ത തത്വശാസ്ത്രങ്ങളാണ് ഗോവിന്ദത്വം. ആദ്ധ്യാത്മീക പ്രഭാഷണങ്ങൾ പലതും പാഷണങ്ങളായും ആചാരങ്ങൾ അരുതാചാരങ്ങളായും

ഗോവിന്ദന് തോന്നി. ഇത്തരം നാനാതര ധാരണകളുടെ മരുന്നു കുപ്പിക ളാണ്, ഗോവിന്ദന്റെ കലാസമ്പത്തുകളത്രയും. ചിലതിൽ ആരംഭത്തിന്റെ വീഞ്ഞ് ഇത്തിരി കൂടുതലാണെങ്കിൽ വളരുന്നതോടെ ഭാവിയിലേക്കുള്ള കലാമൃതായും കലാശിക്കുന്നുണ്ട്. അതിനൊരു ഉദാഹരണം മാത്രമാണ് സർപ്പം എന്ന നീണ്ട കഥ (നോവലെറ്റ്), ചെകുത്താനും മനുഷ്യനും (കവിതാ നാടകം), നീ മനുഷ്യനെ കൊല്ലരുത് (ഗദ്യ നാടകം, യുദ്ധത്തി നെതിരെ), ഒസ്യത്ത് (ഗദ്യ നാടകം മനുഷ്യ അത്യാർത്തികൾക്കെതിരെ). കലയിൽ ഇത്തിരി കലാപവും ആവാം എന്ന തോന്നലിൽ നിന്നാണ് ആദ്യകാലത്തെ റാണിയുടെ പട്ടി എന്ന കഥ രൂപം പ്രാപിച്ചതെന്ന് പറയാം. അധികാരത്തിന്റെ ദുഷ്കർമ്മങ്ങൾക്കെതിരെ, സർ. സി. പി. രാമസ്വാമി അയ്യരെ ബ്രിട്ടീഷ് രാജ്ഞിയുടെ പട്ടിയായാണ് ഗോവിന്ദന ന്ന് ചിത്രീകരിച്ചത്. അതിന്റെ ഭവിഷ്യത്തുകളും കഥാകൃത്തും അതച്ചടിച്ച മാസികകളും അനുഭവിക്കേണ്ടി വന്നു.

റാണിയുടെ പട്ടി മുതൽ സർപ്പം വരെയുള്ള ഇരുപത്തിരണ്ടു ചെറു കഥകൾ വി.ബി. (വാഗ്ഭടൻ) എന്ന പേരിലായിരുന്നു എഴുതപ്പെട്ടത്. ഇതു കൂടാതെ ചില മിനിക്കഥകൾ, ചില ലോകകഥകളുടെ പരിഭാഷ, എന്നിവയാണ് മലയാള കഥാസാഹിത്യത്തിനു എം. ഗോവിന്ദന്റെ സംഭാവന. ഗോവിന്ദൻ ഒരു കവിയും ചിന്തകനുമെന്ന നിലയിലാണ് പലരും ഗോവിന്ദന്റെ കഥകളെ വിട്ടുകളയുന്നത്. കമ്മ്യൂണിസ്റ്റ് വിരുദ്ധ നായ ചിന്തകനെന്ന് അല്പായുസ്സായ വിരുദ്ധർ പടച്ചുണ്ടാക്കിയതാണ് കൂടുതലും. ഏതെങ്കിലും ഒരു കൂട്ടിൽ ചെന്നണയുക, മ്യൂസിയത്തിൽ ഏവരെയും മിമിക്രി കാട്ടി സന്തോഷിപ്പിക്കുക, എന്ന തോതിലാണ്, കക്ഷി രാഷ്ട്രീയക്കാർ പലരും എഴുത്തുകാരെ ഇപ്പോഴും കാണുന്നത്. ഓരോ കക്ഷിയും കരുതുന്നത് ഞങ്ങളാണ് ഈ ഭൂമിയുടെ, സർവ്വാ ധികാരികളെന്നും അവർ കരുതുന്നതും പറയുന്നതും മാത്രമാണ് സംസ്കാരമെന്നും. കക്ഷിരാഷ്ട്രീയക്കാരുടെ തലയിൽ ഉണ്ടായിരിക്കേണ്ട ചോദ്യം ഞങ്ങൾ ഈ ഭൂമിയിൽ സ്വന്തമായി എന്തുണ്ടാക്കിയെടുത്തു എന്നതാണ്. ഒറ്റയ്ക്കും തെറ്റയ്ക്കും കക്ഷികളുടെ പേരിലും കുന്നായ് കൂട്ടുന്ന സ്വത്തിനെക്കുറിച്ചല്ല ചോദ്യം.

നമ്മുടെ കഥകൾ ഇങ്ങനെയും ആവാം എന്ന ഒരുദാഹരണമായി ട്ടാണ് ഗോവിന്ദൻ സർപ്പം എന്ന കഥ മലയാളത്തിന് തന്നത്. അതിൽ തന്നെ ദൈവം തമ്പുരാന്റെ പുന്നാര പ്രാവെന്ന മറ്റൊന്നു കൂടിയുണ്ട്. ആധുനിക ജീവിതഭാഷകളും ഭാവനകളും നവീനതയോടെ ആവി ഷ്ക്കരിച്ച സർപ്പം നിലവിലുള്ള ലാവണ്യ സമ്പ്രദായങ്ങളെ അപ്പാടെ

മാറ്റിക്കുറിച്ചു. അതിനോടടുക്കുന്ന ഒരു കഥയും മലയാളത്തിൽ ഇന്നേ വരെയില്ല.

മനസ്സിൽ ചുറ്റിപ്പിണയുന്ന ഒരു കഥ എന്നാണ് പ്രശസ്ത നിരൂപകനും നടനുമായ പ്രൊ. നരേന്ദ്രപ്രസാദ് സർപ്പം എന്ന കഥയെപ്പറ്റി എഴുതിയത്. മണിയറയിൽ കിടക്കുന്ന നവവധുവിനെക്കുറിച്ചുള്ള ഉൽകണ്ഠകൾ രതിയെ കലയാക്കി മാറ്റുന്നതിനെക്കുറിച്ചുള്ള ബ്രിഗ്സി ന്റെ സംവാദവുമായി കൂടിച്ചേരുകയാണ്. കലയും, കാമവും മരണവും തമ്മിലുള്ള ബന്ധത്തിൽ തത്തിക്കളിക്കുകയാണ് വക്താവും ബ്രിഗ്സും. നോബൽ സമ്മാനം കിട്ടിയ ബ്രിഗ്സ് പറയുന്നു, അസ്തിത്വത്തിന്റെ സത്തയും സൗന്ദര്യവും സെക്സാകുന്നു. സർഗ്ഗാത്മകത സെക്സ്മാത്രമാണ്, മറ്റെല്ലാ സർഗ്ഗ പ്രക്രിയയും സെക്സിന്റെ പ്രതിഫലനമാണ്.

പാശ്ചാത്യർ ഈ സെക്സിനെയാണ് കൊന്നത്. നമ്മുടേത് ആറ്റിൻ തീരത്തിന്റെ സംസ്കാരമാണ്, ചാക്രികമാണത്, വർത്തുളമാണത്. മരു ഭൂമിയിലെ ലിംഗങ്ങളുടെ അനുകരണങ്ങളാണ് അംബരചുംബികൾ. ബേബൽ മാളിക അണുബോംബിന്റെ കൂൺ, എന്നിവയും അതുതന്നെ. ഗർഭപാത്രത്തിന്റെ അനുകരണമാണ് ശവപ്പെട്ടിയും നോഹയുടെ പെട്ടകവും. ബ്രിഗ്സ് പറയുന്നു, ഞങ്ങളുടെ ലിംഗങ്ങൾ കലാസൃഷ്ടിക ളാണ്. സെക്സ് എന്നാൽ ഈസ്തെറ്റിക്സിന്റെ ഉയർന്ന നിലവാരത്തിൽ വിഹരിക്കുന്ന ഒരു വൈകാരികോന്മാദമാണ്, കലയും കാമവും എന്ന ലേഖനത്തിൽ ഗോവിന്ദൻ പറയുന്നു. സർപ്പം എന്ന കഥ എഴുതിയ പ്പോൾ കുറിയേടത്ത് താത്രിക്കുട്ടിയുടെയും കീചകവേഷം കെട്ടിയാ ടിയ കാവുങ്ങൽ ശങ്കരപ്പണിക്കരുടെയും ഓർമ്മയും ചിത്രവും എന്റെ മനസ്സിലും കഥയിലും എങ്ങിനെ വന്നുപെട്ടു എന്നറിയില്ല.

സർപ്പം ഇന്നു കാണുന്ന രൂപത്തിൽ വേണമെന്ന, ഒരു മുൻ വിധിയും എനിക്കില്ലായിരുന്നു. എന്നിട്ടും ആ കഥയിലെമ്പാടും കലയും കാമവും ചുറ്റിപ്പിണഞ്ഞു, നാമ്പായും കാമ്പായും.

കലയും കാമവും വിശദീകരിച്ചുകൊണ്ട് ഗോവിന്ദൻ പറയുന്നു, പ്രകൃതിയിലെ ഭാവാന്തരങ്ങളും രൂപപരിണാമങ്ങളും സൗന്ദര്യത്തി ന്റെയും സമന്വയത്തിന്റെയും ദർശനങ്ങളാകുന്നതുപോലെ ജന്തു ജീവിതത്തിലും ലാവണ്യവും വൈരുദ്ധ്യവും പ്രസക്തി കൊള്ളുന്നു. പ്രകൃതിയിൽ നിന്ന് ഒട്ടൊട്ടു സ്വതന്ത്രമായിത്തീർന്ന ജന്തു വർഗ്ഗത്തിന് പ്രകൃതിക്കൊത്തു തന്നെ പെരുക്കത്തിനും പെരുമാറ്റത്തിനും പറ്റിയ അനുകൂല പശ്ചാത്തലം ഏർപ്പെടുത്തേണ്ടി വരുന്നു. കാമം ജന്തുലോക ത്തിന്റെ അസ്തിത്വത്തെ നിലനിർത്തുകയും മുന്നോട്ട് നീക്കുകയും ചെയ്യുന്ന

കർമ്മനിഷ്ഠയാണ്. ഉല്പാദനവും പുനരുല്പാദനവും വെറും ക്രീഡാരീതിയല്ല, സൃഷ്ടിയാണ്. കാമം വറ്റിപ്പോയാൽ ജീവിതം കാലത്തിന്റെ കലവറയിൽ ചത്തു മരവിക്കും. ഉയിർത്തെഴുന്നേല്പ് പ്രതീക്ഷിക്കാൻ വയ്യാതെ വീണ്ടും. കാമത്തിനെപ്പോഴും അഴകുമായി പൊരുത്തവും ഇഴയിണക്കവും വേണം. ഇവിടെ കലയും കാമവും തമ്മിലുള്ള ബന്ധം ആരംഭിക്കുന്നു.

കാമമിങ്ങൊരു കളിയല്ല! അസ്തിത്വത്തിന്റെ ആദിമൂലമാണ്. പ്രകൃതി നൽകുന്ന നിറപ്പകിട്ടും ചലനവും കൂട്ടുമാണ് അണിഞ്ഞൊരുങ്ങലിനുള്ള കോപ്പുകൾ. ജന്തുക്കൾക്ക് സൗന്ദര്യമുണ്ടോ? ഇല്ലെന്നു തീർത്തു പറയാൻ നമുക്കെന്തവകാശം. അവയുടെ കാമവും കലാത്മകമാകുമ്പോൾ ഇങ്ങനെ ഗോവിന്ദന്റെ സാക്ഷ്യപ്പെടുത്തലുകൾ നീളുന്നു.

കാമത്തെ യാന്ത്രികമാക്കിയ ഒരു ലോകത്തിനെതിരെയുള്ള കലാപമാണ് സർപ്പം എന്ന കഥയുടെ ചൈതന്യം എന്ന് പ്രൊ. നരേന്ദ്രപ്രസാദ് വിശദീകരിക്കുന്നു.

രതിയെ സംബന്ധിച്ച കുറ്റബോധത്തിനും പരിഷ്കൃതലോകം രതിയോടു പുലർത്തുന്ന കപട നാട്യത്തിനും അതീതമായി സ്വയം ഭ്രഷ്ടനായ ഒരു കലാപകാരിയുടെയും കലാകാരന്റെയും ജീവിതകാമനയുടെ വെളിപാടായി സർപ്പം നമ്മുടെ സാഹിത്യത്തിൽ ഒരു പ്രമുഖസ്ഥാനം നേടുന്നു. ഗോവിന്ദന്റെ ബുദ്ധിപരതയും രൂപങ്ങളുടെ കൂടിക്കുഴയലും പരിഹാസവും എല്ലാം കൂടിച്ചേർന്ന് ഇവിടെ ഒരു പുതിയ ഘടന നേടിയിരിക്കുന്നു. പാശ്ചാത്യനെ പാശ്ചാത്യന്റെ ഭാഷയിൽതന്നെ നേരിടുന്ന മി. ബ്രിഗ്സും ഗ്രാമത്തിന്റെ സൗരഭ്യങ്ങളിലേക്കും താന്ത്രിയിലേക്കും സർപ്പത്തിലേക്കും സഞ്ചരിക്കുന്ന വക്താവും തമ്മിലുള്ള സംവാദം ഒരു ആന്തരഭാഷണത്തിന്റെ ഫാന്റസിയാണ്. മിത്തും ഫാന്റസിയും കൂടിക്കുഴഞ്ഞ് ചിന്തയും വികാരവും തത്വചിന്തയും ഇഴപിരിഞ്ഞ് ചെകുത്താനെയും ലിംഗത്തെയും കേരളത്തിന്റെ സർപ്പാരാധനയേയും ഓർമ്മിപ്പിച്ചുംകൊണ്ട് ഈ കഥയും പുളഞ്ഞ് പിരിഞ്ഞ് മലയാളിയായ വായനക്കാരന്റെ സ്വത്വാന്തരാളത്തിലേയ്ക്ക് ആണ്ടിറങ്ങുന്നു, ഇങ്ങനെ പ്രൊ. നരേന്ദ്രപ്രസാദ് തന്റെ സർപ്പത്തെക്കുറിച്ചുള്ള നിരൂപണം അവസാനിപ്പിക്കുകയാണ്.

മനുഷ്യമനസ്സിന് മൂന്നുഭാവം, വിശ്വാസം-വിഭ്രമം-വൈകല്യം (ഫെയിത്ത്, ഫാന്റസി, ഫ്രാഗ്മെന്റ്നസ്). ഇ ഭാവത്രയത്തിന്റെ ഏറ്റിറക്കങ്ങൾക്കൊത്തിരിക്കും ഓരോരുത്തരുടെയും സൗന്ദര്യവും സത്തയും. നമുക്കെന്നും ഗഹനതയോടെ തന്നിട്ടുള്ളത് ഋഷീശ്വരന്മാരാണ്. കാമസൂത്രംപോലും വാത്സ്യായനനെന്ന ഋഷിയുടെ വരദാനമാണ്.

വാത്സ്യായനൻ ബ്രഹ്മചാരിയും കൂടിയാണ്. നാട്യശാസ്ത്രത്തിലെ ഭരതമുനിയെക്കുറിച്ചും നമുക്കറിയാം. ഇനിയുംമുമ്പോട്ട് പോകുമ്പോൾ വിസ്മയിപ്പിക്കുന്ന പലതും നമ്മൾ കാണുന്നു. ആരംഭത്തിൽ സൂചിപ്പിച്ചതുപോലെ ഗോവിന്ദന്റെ രൂപവും ഭാവവും ജീവിതശൈലിയും അറിയുന്ന ഒരാളും സർപ്പം പോലുള്ള ഒരു കഥ ഗോവിന്ദനിൽ നിന്നും പ്രതീക്ഷിക്കാൻ ന്യായമില്ല.

കാലത്തിനൊത്ത് വളരുക എന്നത് ഗോവിന്ദന്റെ സന്ദേശമാണ്. വരും തലമുറകൾക്കായ് പലതും കരുതിവെച്ച കൊച്ചുപൊന്നാനിക്കാരൻ. ഏതൊരാളെയുംപോലെ സാധാരണക്കാരൻ. കലയും ജീവിതവും രണ്ടല്ലെന്നറിഞ്ഞ് ജീവിതം അസ്വസ്ഥതകളുടെ അശാന്തിയുടെ കടലാക്കിമാറ്റിയ ഒരാൾ അതിനിടയിൽ നിന്നും കിട്ടിയ കുഞ്ഞിചിറകുകളുള്ള ചിപ്പികൾ തന്നെയായിരുന്നു ആ സർഗ്ഗസൃഷ്ടികളോരോന്നും. അതിൽ മനുഷ്യഭാഗധേയം നിർണ്ണയിക്കുന്ന രാഷ്ട്രീയ ചിന്തനകളുംപെടുന്നു. അതാണു സത്യം. എന്നാലതു നിത്യത അവകാശപ്പെടുന്നുവെന്നതേ മുഖ്യം.

1949-ൽ മലയാളത്തിൽ ഏറെ ചർച്ച ചെയ്യപ്പെട്ട മൂന്ന് നാടകങ്ങളാണ് സി. ജെ. തോമസ്സിന്റെ അവൻ വീണ്ടും വരുന്നു, ഇടശ്ശേരിയുടെ കൂട്ടുകൃഷി, എം. ഗോവിന്ദന്റെ നീ മനുഷ്യനെ കൊല്ലരുത്. ഈ നാടകം പുസ്തകരൂപത്തിലിറങ്ങുന്നത് 1954- ൽ ആണ്.

ഇവിടെ കേസരി ബാലകൃഷ്ണപിള്ളയുടെ സാഹിത്യപ്രവർത്തനം, നാലപ്പാട്ട നാരായണമേനോന്റെ വിക്ടർ ഹ്യൂഗോവിന്റെ പാവങ്ങളുടെ വിവർത്തനം, വി. ടി. ഭട്ടതിരിപ്പാടിന്റെ അടുക്കളയിൽ നിന്ന് അരങ്ങത്തേക്ക്, എൻ. കൃഷ്ണപിള്ളയുടെ ഭഗ്നഭവനംപോലുള്ള നാടകങ്ങളുടെ അരങ്ങേറ്റം, എന്നതും ഓർമ്മിക്കാവുന്നതാണ്.

നീ മനുഷ്യനെ കൊല്ലരുത് എന്ന ഗോവിന്ദന്റെ നാടകം അന്നേറെ പ്രാധാന്യമർഹിക്കുന്ന ഒന്നായിരുന്നു. എന്നാലിന്നും ആ നാടകത്തിന്റെ പുതിയ അവതരണങ്ങൾക്ക് പ്രാധാന്യം കൂടുതലാണ്. കാലംതെറ്റിപിറന്ന നാടകം എന്നാണ് കാട്ടുമാടം നാരായണൻ ആ നാടകത്തെക്കുറിച്ച് പറഞ്ഞത്. ഈ നാടകം കണ്ടുകഴിഞ്ഞശേഷം സി. ജെ. തോമസ് എഴുതിയ ലേഖനത്തിൽ (ധിക്കാരിയുടെ കാതൽ ചത്തും കൊന്നും) പറയുന്നത്, മനുഷ്യർ കാട്ടാളത്തത്തിൽ നിന്നുയരണമെന്ന് ന്യായവാദംചെയ്യണമെങ്കിൽ കാട്ടാളത്തം മോശമാണെന്നൊരു ബോധം ഹൃദയത്തിലുണ്ടാക്കണമല്ലോ. ആ ബോധം അനുഭവങ്ങളിൽ നിന്നുമാത്രമേ ഉണ്ടാകൂ. അധികാരിയുടെ അനുഭവം നാടകത്തിലൂടെ

നമ്മിലേക്കു പടരുന്നു. അധികാരിയിലുണ്ടാകുന്ന മാറ്റത്തിന്റെ ചലനം ഒരു കണക്കിൽ നമ്മുടെ മനസ്സിന്റെ തന്നെ ഒരു വിശകലനമാണ്.

നീ മനുഷ്യനെ കൊല്ലരുത് എന്ന നാടകത്തിന്റെ പ്രസക്തി നഷ്ടപ്പെടണമെങ്കിൽ ഇന്നത്തെയും എന്നത്തേയും അധികാര ദ്രംഷ്ടകളില്ലാതാകണം. കലയിലൂടെ മാത്രേ മാറ്റം സാധ്യമാകൂ, സത്യം.

1957-ലാണ് ഒസ്യത്ത് എന്ന ഏകാങ്കനാടകം രംഗത്തെത്തിയത്. സാമൂഹ്യ-കുടുംബ വ്യക്തിബന്ധങ്ങളുടെ അതിർത്തികൾ രേഖപ്പെടുത്തുന്ന ഒരു രസികൻ നാടകമായിരുന്നു അത്. ചെകുത്താനും മനുഷ്യനും എന്ന നാടകം 1959-ലാണ് പ്രസിദ്ധീകരിച്ചത്. മഹത്തായ ധീരമായ ഒരു പരീക്ഷണമാണ് നാടകം. കഥ മുഴുക്കെയും കവിത്വം തുളുമ്പുന്ന രണ്ടു ഗായക സംഘങ്ങളിലൂടെയാണ് നാടകത്തിന്റെ അവതരണം. പ്രാകൃതമെന്നുതോന്നിപ്പിക്കുന്ന അത്യാധുനികമായ നാടകം, സാറയുമ്മ, ഇബ്രാഹിം ദമ്പതിമാരിലൂടെ നാടകം വളരുന്നു. ജീവിതത്തിന്റെ പരാധീനതകളിലൂടെ നീങ്ങുമ്പോഴാണ്, സുലൈമാൻ വാക്കുകളിൽ സംഗീതവുമായെത്തുന്നത്. പ്രതീക്ഷകളുടെ പൂമഴകൾപെയ്യുന്നു. ഒരുവൻ അപരന്റെ വാക്കുകൾ സംഗീതംപോലെ ആസ്വദിക്കുന്ന കാലത്തെക്കുറിച്ചുള്ള സ്വപ്നം സൂക്ഷിക്കുന്നവർക്ക്, ഒരുവന്റെ വാക്കുകളിൽ, അപരന്നായി, സംഗീതംവഴിഞ്ഞതപ്പോഴാണെന്ന് ഈ നാടകത്തിലൂടെ ഗോവിന്ദൻ കാണിച്ചുകൊടുക്കുന്നു.

നാനാത്വത്തിലെ ഏകത്വം എന്നൊക്കെ നമ്മൾ പറയാറുണ്ടെങ്കിലും അത് പലഭാവങ്ങളിലൂടെ പാഠങ്ങളായ് കലയുടെ ആസ്വാദനത്തോടെ നമ്മുടെ മുമ്പിലെത്തിക്കുകയായിരുന്നു ഗോവിന്ദൻ. മലയാള നാടകരംഗത്ത് മലയാളത്തിന്റേതായ ഒരു നാടകവേദി ഉണ്ടാക്കാനുള്ള അന്വേഷണത്തിന്റെ ആരംഭം കുറിച്ചത്, എം. ഗോവിന്ദന്റെ മുൻകയ്യിലാണെന്ന് നിസ്സംശയം പറയാം. പാശ്ചാത്യനാടകവേദിക്ക് കീഴടങ്ങിക്കഴിഞ്ഞിരുന്ന മലയാളിയുടെ നാദ- ദൃശ്യ- വർണ്ണ ബോധത്തെ വീണ്ടെടുക്കുവാനുള്ള ശ്രമം മലയാളനാടകവേദിയിൽ ആരംഭിക്കുന്നതിനെക്കുറിച്ചുള്ള ചർച്ചയ്ക്കു തുടക്കമിട്ടതും തനതു നാടകവേദി എന്നൊരു പ്രശ്നം ആദ്യമായി ഉന്നയിച്ചതും ഗോവിന്ദനായിരുന്നു. മലയാളനാടകവേദിയിലെ പരിവർത്തനങ്ങൾക്ക് മുന്നിട്ടിറങ്ങിയ സി. എൻ. ശ്രീകണ്ഠൻനായർ, ജി. ശങ്കരപിള്ള തുടങ്ങിയവരുടെ പ്രചോദനവും ഗോവിന്ദനായിരുന്നു. എന്നാൽ ചിന്തകനായ ഗോവിന്ദന്, ചിന്ത ഒരു മുൾകിരീടംപോലെയാണ് മലയാളികൾ ചാർത്തിക്കൊടുത്തത്. പാശ്ചാത്യ നാടകവേദിയിൽനിന്നുരുവായ് പതുക്കെ തനത് നാടകവേദികളായി വികാസം പ്രാപിച്ച

മലയാളനാടകം ഗോവിന്ദന് കടപ്പെട്ടിരിക്കുന്നു. ഒടുവിലായി ഗോവിന്ദനെഴുതിയ കൂടാരം എന്ന നാടകവും അതിനുദാഹരണമാണ്. മകൻ മാനവേന്ദ്രനാഥ് എന്ന ബാബുവാണ് അതിന്റെ അരങ്ങേറ്റംകുറിച്ചത്. അങ്കണം തിയേറ്റേഴ്സിന്റെ ബാനറിൽ ഒരു ജർമ്മൻ നാടകത്തിന്റെ ഒരു സ്വതന്ത്രപരിഭാഷയായിരുന്നു. അതെഴുതുമ്പോൾ ഓരോ രംഗവും വായിക്കാൻ തരികയും അതിന്റെ അഭിപ്രായങ്ങളന്വേഷിക്കുകയും പതിവായിരുന്നു. ഞാൻ ചില നാടകങ്ങളെഴുതിയവതരിപ്പിച്ചത്, ഗോവിന്ദനറിയാമായിരുന്നതാണ് കാരണം. ഞങ്ങൾ തമ്മിലുള്ള ബന്ധത്തിനുള്ള തുടക്കം തന്നെ നാടകമായിരുന്നു. നാടകങ്ങളെഴുതി അവതരിപ്പിക്കുവാൻ എന്നെ പ്രത്യേകം നിർബന്ധിക്കുമായിരുന്നു.

അസ്തിത്വത്തിന്റെ സത്ത പ്രകാശിപ്പിക്കുവാൻ അത്യുത്തമമായിട്ടുള്ളത് നാടകരൂപമാണെന്നും സംഘട്ടനത്തിലൂടെ മനുഷ്യൻ അവന്റെ ആത്മസത്തയുടെ ഉച്ചകോടിയിൽചെന്നുനിൽക്കുമെന്നും ഗോവിന്ദൻ എഴുതിയിട്ടുണ്ട്. അതത്രയും വിശദീകരണത്തോടെ പറഞ്ഞിട്ടുമുണ്ട്.

കഥകളിലും ഗോവിന്ദന്റെ ഉന്നം തനിക്ക് സൃഷ്ടിയിലൂടെ മനുഷ്യർക്കെന്ത് സന്ദേശം നൽകുവാനുണ്ട്, എന്നായിരുന്നു. മണിയോർഡർ എന്ന കഥ മഹത്തായ സേവന സന്ദേശമായിരുന്നു. ബഷീറിന്റെ പുന്നാര മൂഷികൻ എന്ന മറ്റൊരു കഥാസമാഹാരവും ഗോവിന്ദന്റെ വ്യത്യസ്തമായ മികവ് കാട്ടുന്നതാണ്. ഉയിർപ്പ് എന്ന കഥയെക്കുറിച്ച് എത്രപറഞ്ഞാലും അധികമാവില്ല.

“ആദ്യം മനുഷ്യൻ! ദൈവം അതവന്റെ അന്വേഷണം”

മണ്ണാങ്കട്ടയും കരിയിലയും എന്ന കുഞ്ഞും നാളിലെ കഥയായിരുന്നു ഓർമ്മയിൽ. മദ്രാസ്നഗരം മുമ്പ് വെള്ളത്താൽ ചുറ്റപ്പെട്ട ആ വർഷം അന്നത്തെ പാതി പ്രളയമില്ലെങ്കിലും അതിന്റെ പ്രതീതി. തമിഴന്മാരുടെ ചുണ്ടിൽ ഒരേ മന്ത്രം. പേയ് മഴ. മെറീന ബീച്ചിൽ മഴവെള്ളവും കടലും ചേർന്ന് അക്രമാസക്തമായി ജലം മൗണ്ട് റോഡിലേക്കും വരവായ്. ഞാൻ മദ്രാസിലെത്തപ്പെട്ടതിന്റെ അടുത്തവർഷമാണ് മഹാപ്രളയത്തെ ഓർമ്മിപ്പിച്ചുകൊണ്ട് കടൽ കൊടുംകാറ്റിനോട് ചേർന്ന് നഗരം കീഴടക്കാൻ വന്നത്. മെറീന ബീച്ചിലും ഹാർബറിന്റെ അരികിലും കപ്പലുകൾ പലതും നിലതെറ്റി ഒഴുകുകയായിരുന്നു. നാലു കപ്പലുകൾ ആ പരിസരത്ത് അപകടത്തിൽപെട്ടു. അതിൽ ഒന്ന് മെറീനബീച്ചിന്റെ കരയിൽ ഇപ്പോഴും അസ്ഥികൂടമായി കിടക്കുന്നു. കുട്ടികൾ അതിലൊന്നിൽ കയറി ഇരിക്കുന്നു, കളിക്കുന്നു. പിന്നെ പല അപകടങ്ങൾ കാരണം പൊളിച്ചു മാറ്റിയിട്ടും മണലിൽ ആണ്ടുപോയ് നിന്നതാണ് കപ്പൽ. അന്നത്തെ സംഭവത്തിന്റെ സാക്ഷിപത്രമാണിന്നത്. അണ്ണാദുരൈയും എം.ജി.ആറും കരുണാനിധിയും ജയലളിതയും പോലെ അവിടെ ഇതും പഴയതിന്റെ സ്മരണകൾ.

പാരീസെന്ന പാരിമുനയിൽനിന്നും ജോലികഴിഞ്ഞ് പാഞ്ഞു വരികയായിരുന്നു. കടയേക്കുറിച്ചായിരുന്നില്ല ചിന്ത. 98 ഹാരിസ് റോഡിലെ കപ്പൽപോലുള്ള റോഡുവക്കിലെ വീട്ടിൽ, ഒറ്റയ്ക്ക് എം. ഗോവിന്ദനെന്ന മഹാപുരുഷൻ. അതുമാത്രമേ മനസ്സിലുണ്ടായിരുന്നുള്ളു. രാജാജി ഹാളിന്റരികിലൂടെ കടൽ മൗണ്ട്റോഡെന്ന അണ്ണാശാലയിലേക്കും കടന്നിരുന്നു. അരയോളംപോന്ന വെള്ളത്തിലാണ് ഹൈവേയിൽ ജനം

അന്ധാളിച്ച് നടന്ന് ഉഴയുന്നത്. കുടയുള്ളവർ കുറവാണ്. എന്നാലും ഉള്ള കുടകൾ കാറ്റെടുത്ത് കുടകളുടെ അസ്ഥിയും പേറിയാണ് സകലരും.

നടന്നുനീങ്ങാനും ഭയമായിരുന്നു. കൊടുംകാറ്റിന്റെ ഭീകരാക്രമണം. മുകളിൽ നിന്നും പറന്നെത്തുന്ന ഷീറ്റുകളും അവശിഷ്ടങ്ങളും ഓടുകളും. ചവിട്ടു വണ്ടിയായ സൈക്കിൾറിക്ഷകൾ റോഡിലൂടെ മറിഞ്ഞ് ഒഴുകുന്നു. വലിയ വാഹനങ്ങളിൽ ചിലതു മാത്രം യുദ്ധഭൂമിയിലെന്നപോലെ ആക്രോശിച്ച് നീങ്ങുന്നു. പെണ്ണുങ്ങൾ നനഞ്ഞ കോഴികളെപോലെ ആരെയൊക്കെയോ ഭയന്ന് ലജ്ജയോടെ കൈകാലുകൾ കൊണ്ട് ഉഴഞ്ഞ് എതിരെ വരുന്ന ആണുങ്ങളെ ശ്രദ്ധിക്കുന്നു. അവരുടെ സ്ഥാനം തെറ്റിയ വസ്ത്രത്തിലാണ് ശ്രദ്ധ. ദർഗ്ഗ എന്ന മൗണ്ട്റോഡിലെ സർവ്വമത ദേവാലയത്തിന്റരികിലും വെള്ളം നിറഞ്ഞുകവിഞ്ഞു. പ്രളയങ്ങളെത്തു വന്നാലും അവിടെ ദർഗയെ വെള്ളം കീഴടക്കില്ലെന്ന വിശ്വാസമാണ് ഏവർക്കും. അങ്ങിനെ ഒരു പ്രളയത്തിന്റെ കഥപറയുവാനുണ്ട് എന്റെ ശ്രീദേവി ഈശ്വരയമ്മയ്ക്കും. ഞാൻ കെട്ടറുത്തുവിട്ട അറവുമൃഗത്തെപ്പോലെ പായുകയാണ്, 98ലേക്ക്. ഈ ഘോരമായ നേർകാഴ്ചകളിലും എന്നെ ഞെട്ടിച്ചത് നഗരത്തിലെ മാലിന്യഗംഗ എന്ന കൂപ്പയാറാണ്. അതിന്റെ ഇരുകരകളിലും വസിക്കുന്ന മുതിർന്നവരും കുഞ്ഞുങ്ങളും പൂത്തുമ്പിക ളെപ്പോലെ നീന്തിതിമർക്കുന്ന രംഗമാണ്. കൂവാറികളിലൂടെ ഒഴുകി വരുന്ന വസ്തുക്കൾ ശേഖരിക്കുന്നതിന്റെ സാഹസങ്ങളിലാണ് പലരും. നാമൊക്കെ കാണുമ്പോൾതന്നെ അകലാറുള്ള മാലിന്യ കൊതുകുവ ളർത്തൽ കേന്ദ്രമാണ് കൂവാറ്. ഇരുകരകളിലും വസിക്കുന്ന ചേരിനി വാസികൾ ആ മാലിന്യങ്ങളിൽനിന്നാണ് നീന്തൽ പഠിക്കാറ് പതിവ്. ജഗദീശ്വരൻ അക്കൂട്ടർക്ക് പ്രത്യേക പ്രതിരോധശേഷി നൽകുന്നതു കൊണ്ടാവാം ഇങ്ങനെ സംഭവിക്കുന്നത്. തൊടാൻപോലും ഭയമാണ് വെള്ളത്തിൽ. അക്കൂട്ടരുടെ കുടിലുകളോ? സിനിമാ കട്ടൗട്ടുകളും പ്ലാസ്റ്റിക് അവശിഷ്ടങ്ങളുമൊക്കെ ചേർത്തുണ്ടാക്കിയതാണ്. കരുണാനിധി സർക്കാർ ആദ്യം വോട്ട് കൈപ്പറ്റിയത് ആ കൂവാറിനെ സുന്ദരമാക്കി ബോട്ടുസവാരിയുണ്ടാക്കുമെന്ന വാഗ്ദാനങ്ങളിലാണ്. അതിന്റെ സ്മര ണകളും അവശിഷ്ടങ്ങളും ഇപ്പഴും അവിടവിടെ കാണാം. അവരുടെ യൊക്കെ പ്രഭാതകൃത്യങ്ങൾ ആറുവരിപ്പാതയുള്ള ആ റോഡുകളുടെ ഇരുകരകളിലുമാണ്. മുതിർന്നവർ പുലരുംമുമ്പെയതുനിർവ്വഹിക്കും. കൊച്ചുപിള്ളേർ ഒട്ടും ലജ്ജയില്ലാതെ രാത്രിപകലില്ലാതെ അതുചെയ്യുന്നു. ആദ്യമായി ആവഴി വരുന്നവർക്ക് ദൂരക്കാഴ്ചകൾ മഞ്ഞപ്പൂക്കളാണെന്നേ തോന്നൂ. പ്രഭാതസവാരിക്കാർ പലരും വഴുക്കി വീഴാറുണ്ട്.

ഒരിക്കൽ ഈറയുള്ളവനും വീണു. അതോർക്കുമ്പോൾ ഇപ്പോഴും ഛർദ്ദി വരും, കുളിക്കുവാൻ തോന്നും.

പുതുപ്പേട്ടയിലേക്കു നീങ്ങുമ്പോൾ ചിത്രാതീയറ്ററിന്റരികിൽ വെള്ള മുണ്ടെങ്കിലും പ്രളയമില്ല. വെള്ളം മുട്ടോളമേയുള്ളൂ. ഒട്ടും ഭീതിയില്ല. ആശ്വാസത്തോടെ ഹാരിസ് റോഡിൽ കയറി, 98ലേക്കു നോക്കുമ്പോഴും സമാധാനം. അശുഭ ചിന്തകളെല്ലാം മാഞ്ഞുപോയി. സാവധാനം പടികൾ കയറി.

മുകളിലെത്തിയപ്പോഴാണ് സ്തംഭിച്ചു പോയത്. നമ്മുടെ എം. ഗോവിന്ദൻ എന്ന മഹാമുനി തന്റെ എഴുത്ത് മേശക്കരികിൽ ഇരുകാലുകളും കസേരയിൽ കയറ്റിവെച്ച് സാക്ഷാൽ അയ്യപ്പ വിഗ്രഹംപോലെ ഇരിക്കുന്നു! എന്തിനാ കള്ളം പറയുന്നത്. ഞാൻ ആദ്യം വിളിച്ചത് ദൈവത്തെ തന്നെ. നിശ്ചലനായിരിക്കുന്ന അങ്ങേരെ കണ്ടപ്പോൾ ഒരു സംശയം: അതെ; അടുത്തെത്തിയപ്പോഴോ ഒരു അനക്കവുമില്ല, ഭയന്നു. പക്ഷേ കരിമിഴികൾ അനങ്ങുന്നുണ്ട്. ഞാൻ താഴ്മയോടെ അപേക്ഷിച്ചു. "അങ്ങ് ഒന്നു പതുക്കെ സൂക്ഷിച്ച് എഴുന്നേറ്റ് അങ്ങേമുറിയിലെ കട്ടിലിൽ ചെന്നിരിക്കാമോ?" അനുസരണയുള്ള കുഞ്ഞിനെപ്പോലെ, അതു സ്വീകരിച്ചു. വീടിന്റെ അകം മുട്ടോളമെത്തുന്ന വെള്ളമാണ്. അക്ഷരാർത്ഥത്തിൽ ഒരു പ്രേതകുടത്തെ സ്മരിപ്പിക്കുന്ന ദൃശ്യങ്ങളായിരുന്നു അത്. ഞാനതത്രയും വളരെ സമയമെടുത്താണ് വൃത്തിയാക്കിയത്.

ഞാനെന്റെ സംശയം ചോദ്യരൂപത്തിൽ പൂർത്തിയാക്കുവാൻ ശ്രമിച്ചു. "സർ, ഇപ്പോഴെങ്കിലും അങ്ങ് വെറുതേ ദൈവത്തെക്കുറിച്ച്" പടക്കം പൊട്ടുന്നതുപോലെ 'ഠോം' എന്ന ഒരൊച്ചയും ഒരലർച്ചയും വീണ്ടും ഒരൊച്ച! ബലഹീനമായ ആ വലതുകൈകൊണ്ട് തന്റെ മേശമേൽ അടിക്കുന്നതായിരുന്നു ആ ശബ്ദം. തീ പാറുന്ന കണ്ണുകൾ; കിതയ്ക്കുന്നുമുണ്ട്, "ബാലകൃഷ്ണൻ," ഇത്തിരി മൗനത്തിനു പിറകെ പറഞ്ഞു "മനുഷ്യ, മനുഷ്യ, മനുഷ്യൻ, മനുഷ്യനാണ് മുഖ്യം. ദൈവം അവന്റെ അന്വേഷണമാണ്." എനിക്കധികനേരം അവിടെ ഇരിക്കുവാൻ കഴിഞ്ഞില്ല. മേശപ്പുറത്തുള്ള ഫ്ളാസ്കമെടുത്ത് ഒന്നുംപറയാതെ അതൊരു ശിവലിംഗം കണക്കെ നെഞ്ചിലമർത്തിപ്പിടിച്ച് ഞാനാപടിക്കെട്ടുകളിറങ്ങി. പുറത്ത് മഴപെയ്യുന്നുണ്ടെങ്കിലും അകം അശാന്തമായിരുന്നു. ഞാനപ്പോ ചിന്തിച്ചതെന്തായിരുന്നു. എനിക്കിപ്പോഴും വ്യക്തമല്ല എന്റെ ശൂന്യതകളിൽ എന്നും വന്നുനിറയുമായിരുന്നതെന്തോ ഒന്ന്.

അക്കമില്ലെങ്കിൽ, പൂജ്യത്തിനെന്തു പ്രസക്തി?

വ്യക്തി ഇല്ലെങ്കിൽ സമുദായമെങ്ങനെ? വ്യക്തിയെ ശുദ്ധീകരിച്ച്, കണ്ടെത്തുന്നതല്ലേ സമുദായത്തിന്റെ ഉയർച്ച?

ജനാധിപത്യം വോട്ടുപിടുത്ത സമ്പ്രദായമായധപ്പതിക്കുന്നതിനെതിരെ, പ്രതികരിക്കേണ്ടതാര്?

ജനാധിപത്യ ഭൂരിപക്ഷത്തിന്റെ രഹസ്യം തൊട്ടറിഞ്ഞാണ്, ഒരു ഉദ്യോഗസ്ഥനായ ടി. എൻ. ശേഷൻ തിരിച്ചറിയൽ കാർഡുണ്ടാക്കിയത്. കൈയ്യൂക്കുള്ളവർ ജയിക്കുന്നു. നമ്മൾ ജയ് വിളിക്കുന്നു. ജീവൻ കൊടുത്ത് നേടിയ സ്വാതന്ത്ര്യത്തെ, കക്ഷിക്കാർ അവരുടെ സ്വാതന്ത്ര്യമാക്കുന്നു. അവരുടെ ആധിപത്യത്തെ ജനാധിപത്യമെന്ന് നമ്മേക്കൊണ്ടു പറയിപ്പിക്കുന്നു. ആകെയുള്ള സ്വാതന്ത്ര്യം അഞ്ചുകൊല്ലത്തിലൊരിക്കലുള്ള വോട്ടുചെയ്യലാണ്. നമ്മൾ ജനാധിപത്യത്തിനിപ്പഴും യോഗ്യരാണോ? നമുക്ക് പൗരബോധമുണ്ടോ? എന്നുവരും?

നമുക്ക് വികസിപ്പിച്ചെടുക്കാൻ നമ്മുടേതായ വേരുകളുണ്ടായിരുന്നു. ഗാന്ധിജി തുടങ്ങിവെച്ചത് മണ്ണിന്റെ രാഷ്ട്രീയമാണ്. പാഠമാക്കിയത് ഹരിശ്ചന്ദ്രനെന്ന കഥാപാത്രത്തെയും.

ലോകത്താകമാനം പഠിച്ചും പഠിപ്പിച്ചും, കണ്ടും, കൊണ്ടുമറിഞ്ഞെത്തിയ എം.എൻ. റോയ്, ഹ്യൂമനിസം എന്ന സിദ്ധാന്തത്തിലേക്കു വന്നു. അതിലവസാനമില്ല, അന്വേഷണമേയുള്ളൂ. അതുകൊണ്ടതിന് മരണവും ഇല്ല.

ഒരാളുടെ ജീവിതം തന്നെയാണ് അയാളുടെ സത്യവും വിപ്ലവസന്ദേശവും. ആ അർത്ഥത്തിൽ നാരായണഗുരു ലോകത്തേവരുടെയും

വഴിക്കാട്ടിയാണ്, പുഴയിൽ നിന്നൊരു കല്ലെടുത്ത് ശിവനെന്ന്, പറഞ്ഞു കൊണ്ട് തുടങ്ങിവെച്ച നാരായണഗുരുവിന്റെ അദ്വൈതവും എം.എൻ റോയിയുടെ ഹ്യൂമാനിസവും ഭാവിയുടെ വാഗ്ദാനങ്ങളാണ്. രാഷ്ട്രീയ ജീവിതത്തിൽ- ഗാന്ധിജിയുടെ ലോകവും, ഗോവിന്ദന്റെ കലാ-ജീവിതവും, കേരളത്തിനും, ഭാരതത്തിനും ഭാവിയിൽ വെളിച്ചമാകുക തന്നെ ചെയ്യും.

ആദ്യം, താൻ നന്നാവുക. പിന്നെ വീട്, നാട്, ലോകം- ലോകാ സമസ്താ സുഖിനോ ഭവന്തു, ഇത് ഭാരതീയത. ഇതാണ് ഗാന്ധിജിയുടെ ജീവിതവും. അതുതന്നെയാണ് സന്ദേശവും.

പരോപകാരമേ ധർമ്മം
പാപമേ പരപീഡനം.

എന്ന വേദം ഗോവിന്ദനും സ്വീകരിച്ചു. ഉപനിഷത്തുക്കൾ, വേദങ്ങൾ, അത്രയും കടഞ്ഞ് നാരായണഗുരു കുറിച്ചു തന്ന വരികളും ഗോവിന്ദന്റെ ജീവിതം അർത്ഥവത്താക്കി.

അവനവനാത്മ സുഖത്തിനാചരിക്കുന്നവ
യപരന്നു സുഖത്തിനായ് വരേണം.

നേരുള്ള വഴിയറിയുന്ന- തേടുന്ന, ഏതൊരുവനും, ഇതൊന്നും യുക്തിയുടെ പേരിലും തള്ളിക്കളയാൻ സാധിക്കുമായിരുന്നില്ല. ആദ്ധ്യാത്മികത, എന്ന സങ്കല്പത്തെയും പൊളിച്ചെഴുതിയ ഒരു ജീവിതമായിരുന്നു ഗോവിന്ദന്റേത്. അതായത്, യുക്തിക്കു നിരക്കാത്തതൊന്നും ഗോവിന്ദൻ ചെയ്യുമായിരുന്നില്ല.

ഗാന്ധിജിയും ഗോവിന്ദനും തമ്മിൽ ആശയപരമായ വിയോജിപ്പുകളുണ്ടായിരുന്നു. എന്നാലാ ജീവിതം ഗോവിന്ദനെ ആകർഷിച്ചിരുന്നുവെന്നോർക്കണം. ഗാന്ധിജിക്കങ്ങിനെ മാത്രമേ ജീവിക്കാനാകുമായിരുന്നുള്ളൂ. ഗോവിന്ദനിങ്ങിനെയും. ഗാന്ധിജി മഹാത്മാവായിരുന്നില്ലേ എന്ന ഈയുള്ളവന്റെ ഒരു ചോദ്യത്തിന് പൊടുന്നനെ ജീവിതത്തിലായിരുന്നെന്ന് ഗോവിന്ദൻ പറയുമ്പോൾ ആ കണ്ണുകളിൽ, ഒരു പിതാവിനോടുള്ള അതിരറ്റ വാത്സല്യമായിരുന്നെന്നും ഈയുള്ളവൻ സാക്ഷ്യപ്പെടുത്തുന്നു. നിഷ്ക്കളങ്കമായൊരു കുഞ്ഞിന്റെ മിന്നാമിനുങ്ങുകൾ തിളങ്ങുന്ന കണ്ണുകൾ. ഇന്ത്യൻ ജനാധിപത്യ വ്യവസ്ഥിതിയേക്കുറിച്ച് വല്ലാത്ത വേവലാതിയുണ്ട് ഗോവിന്ദന്. ധന- വ്യാപാര-സുഖമോഹികളുടെ, ഒരു ന്യൂനപക്ഷത്തിന്റെ കൈയ്യിൽ അകപ്പെട്ട് ഭരണയന്ത്രം ചില മാന്ത്രിക വിധികളുടെ തന്ത്രിമാർ കൈകാര്യം ചെയ്തേക്കുമെന്ന ഭീതിയും അത് നേരെന്ന് അനുഭവത്തിലേക്കും കാര്യങ്ങൾ നീങ്ങുക തന്നെ അല്ലേ. മുമ്പെയുള്ള ആ ഭയം അധികരിക്കുകയുമാണിന്ന്.

അധികാര വികേന്ദ്രീകരണമല്ല കേന്ദ്രീകരണമാണിവിടെയും. അഴിമതിയും അധികാരവും വർഗ്ഗീയതയും, തീണ്ടുന്ന കക്ഷി രാഷ്ട്രീയക്കാരുടെ കൈയ്യിലകപ്പെട്ടുമ്പോഴുണ്ടാകാവുന്ന ഒരു അനുഭവമായിരുന്നു അടിയന്തിരാവസ്ഥ. എന്നാൽ അന്ന് പതിനാല്ല ബാങ്കുകൾ ദേശസാൽക്കരിച്ച ഇന്ദിരാഗാന്ധിയുടെ കർമ്മത്തെ മനസ്സുകൊണ്ട് അനുകൂലിക്കാനും ഗോവിന്ദന് മടിയുണ്ടായിരുന്നില്ല. എന്നാലത് വോട്ടിനുള്ള ഒരടവായിരുന്നു എന്ന് ഗോവിന്ദന് ബോധ്യമുണ്ടായിരുന്നു. അന്നത്തെ രാഷ്ട്രീയാവസ്ഥയിൽ ജെ. പിയെപ്പോലുള്ളവരെ ആദരിക്കുന്നതിലായിരുന്നു ഗോവിന്ദൻ ശ്രദ്ധിച്ചിരുന്നത്.

ജനാധിപത്യത്തിന്റെ അഭാവത്തിൽ രാഷ്ട്രീയാധികാരം മനുഷ്യമർദ്ദകമായിരിക്കും. മാനുഷീക ജീവിതത്തിനു പകരം പരതന്ത്രമായ കർതൃത്വങ്ങളെ നിർമ്മിച്ചുകൊണ്ടിരിക്കുന്ന ഒരു സമ്പ്രദായമായിരിക്കും അത് നില നിർത്തുക. മനുഷ്യൻ യന്ത്രങ്ങളെ നിർമ്മിക്കുകയും അവയുടെ സമ്പ്രദായം നിലനിർത്തുകയും ചെയ്യുന്നതുപോലെ എന്ന് ഡോ. നിസാർ അഹമ്മദ്. അതായത്, സാമൂഹിക ജീവിതത്തിൽ മനുഷ്യർക്കെന്തു സാധിക്കും എന്ന അന്വേഷണത്തെ അർത്ഥവത്താക്കുന്നതെന്ത്. ജനാധിപത്യവും സ്വാതന്ത്ര്യവും എന്നാലതിൽ മനുഷ്യമൂല്യങ്ങളായ സത്യവും ധാർമ്മികതയും ഉണ്ടാകണം. കോടതികളിൽ സമനീതി ഉറപ്പുവരുത്തണം. ചുരുക്കത്തിൽ ധാർമ്മിക ജനാധിപത്യം തന്നെ വേണം. ശക്തി, അധികാരത്തിലാണ് ചേരുക. ശക്തിയുടെ സ്ഥാപനവത്കൃത രൂപത്തെയാണ് നാം അധികാരം എന്ന് വിളിക്കുന്നത്. സ്ഥാപന വത്കൃതമായ അധികാരത്തിന്റെ പരമോന്നത രൂപമാണ് രാഷ്ട്രീയാധികാരം. അത്തരം അധികാരങ്ങൾ കൈയ്യാളുന്നവൻ ഒരു അഹങ്കാരിയോ, ദുഷ്ടനോ, ഭ്രാന്തമനസ്ഥിതിക്കാരനോ ആയാലുള്ള സ്ഥിതി? അധികാരവികേന്ദ്രീകൃതമല്ലാതാവുമ്പോഴുള്ള അവസ്ഥ പലപ്പോഴും അപകടം നിറഞ്ഞതത്രെ. സ്വാതന്ത്ര്യാത്മാക്കളെ വളർത്തിയെടുക്കേണ്ടുന്നതിലേക്ക് ശ്രദ്ധ പതിയേണ്ടുന്നതിനേക്കുറിച്ച് ഗോവിന്ദൻ പറയുമായിരുന്നു.

മനുഷ്യനറിയേണ്ടത് മനസ്സിന്റെ വിദ്യയാണ്. മനസ്സിലുറങ്ങിക്കിടക്കുന്ന സർഗ്ഗശക്തിയെ ഉണർത്തണം. അവനിലെ പൂജ്യങ്ങളിൽ അക്കങ്ങളുണ്ടാക്കിക്കൊടുക്കണം. മനസ്സിന്റെ ശാന്തിയും സമാധാനവും കലയും സാംസ്കാരിക പ്രവർത്തനങ്ങളിലൂടെയും പെരുകണം.

ആനയുടെ കഥയും ഉദാഹരണമാണ്. കുഞ്ഞായിരിക്കുമ്പോൾ ആനയെ വലിയ മരത്തിലാണ് തളയ്ക്കുക. അത് ചങ്ങല പൊട്ടിക്കാനാണ്

ശ്രമിക്കുക. വലുതായാൽ പഴയ അനുഭവത്തിന്റെ വെളിച്ചത്തിൽ തനിക്കതു പൊട്ടിക്കാൻ സാദ്ധ്യമല്ലെന്നൊരു മുൻവിധി ഉണ്ടാകും. ഭൂരിപക്ഷം വരുന്ന ഭാരതീയരുടെയും മനോഭാവവും ഇതുതന്നെയാണ്. തനിക്കീ ചങ്ങല പൊട്ടിക്കാൻ പറ്റുമെന്ന യാഥാർത്ഥ്യബോധം ചെറുപ്പക്കാരിലുണ്ടാകുന്നതോടെ, പ്രത്യേകിച്ച്, സ്ത്രീജനങ്ങളിലുണ്ടാകുന്നതോടെ, നവഭാരതം അകലെയല്ലെന്ന കാഴ്ചപ്പാടായിരുന്നു ഗോവിന്ദന്.

ഇരുട്ടിനെ മാത്രം പരിചയമുള്ള ഭൂരിപക്ഷങ്ങൾക്ക്, വെളിച്ചത്തെക്കുറിച്ചു പറയുമ്പോൾ പെട്ടെന്ന് മനസ്സിലാവില്ല. അവർ പൊയ്‌വെളിച്ചങ്ങളിൽ കണ്ണ് മഞ്ഞളിച്ചവരാണ്. നീണ്ട അനാചാരങ്ങളുടെയും ജീർണ്ണതകളുടേയും അടിമത്തങ്ങളുടേയും മുരടിപ്പ് മാറ്റണം. പരിശ്രമം വലുതായിരിക്കണം. ഗോവിന്ദൻ തന്റെ അന്വേഷണത്തിന്റെ ആരംഭം എന്ന ഉപന്യാസം തുടങ്ങുന്നതിങ്ങനെ. ഇന്നത്തെ ഇരുൾ നിറഞ്ഞ അന്തരീക്ഷത്തിൽ അൽപം വെളിച്ചം വിതറുന്നതിന് നമുക്ക് ആത്മാർത്ഥമായ പരിശ്രമം നടത്തുക, ഒരുപക്ഷേ നമുക്ക് സാധിച്ചേക്കും. എങ്കിൽ നല്ലത്, അല്ല നാം പരാജയപ്പെടുകയാണെങ്കിൽ ബേജാറായിട്ട് കാര്യമില്ല. വർത്തമാനകാലത്തും ഭാവിയിലും വ്യക്തമായ നിലപാടുള്ള വ്യക്തികൾക്ക് ചിലതെല്ലാം ചെയ്യാൻ കഴിഞ്ഞേക്കും.

1923-ൽ മുസ്സോളിനി, 1933-ൽ ഹിറ്റ്ലറും വിജയശ്രീലാളിതരായി, എന്നിട്ടോ? അവരുടെ പിറകിലും ബഹുജനങ്ങൾ ഉണ്ടായിരുന്നു. ആദ്യകാലത്ത് അവർ ചത്തും കൊന്നും പിടിച്ചടക്കി. ഒടുവിൽ ചാകലും കൊല്ലലും ചാവാനും കൊല്ലാനും ഇപ്പോൾ ആളുകൾ അധികരിക്കുന്നു, ഇങ്ങനെയാണ് ഉപന്യാസത്തിന്റെ മുന്നേറ്റം. അന്ന് മനുഷ്യബോംബുകളെന്ന വാക്കുകൾ അജ്ഞാതമായിരുന്നു. ഇന്ന് ഓരോ ഗ്രാമങ്ങളും ബോംബിനേക്കാൾ വിലകുറഞ്ഞ മനുഷ്യബോംബുകളാണ് അധികവും. അതിൽ കണക്കുപറഞ്ഞ് വോട്ട് ചേദിക്കുന്ന കക്ഷികളും, അഞ്ചുകൊല്ലത്തിലൊരിക്കൽ വോട്ടുചെയ്യാനുള്ള അധികാരം പൗരാധികാരവും അത്രയും മതിയോ? നമ്മൾ വോട്ട് ചെയ്ത് ജയിപ്പിച്ച ഒരു പ്രതിനിധിയെ തിരിച്ചുവിളിച്ച് അധികാരം തിരികെ വാങ്ങാനുള്ള പൗരാവകാശം ഇപ്പോഴും വിദൂരമാണ്.

എം. ഗോവിന്ദനെന്ന എഴുത്തുകാരനെ ഇന്ത്യാഗവൺമെന്റിന്റെ സാംസ്കാരിക വകുപ്പ് സോവ്യയറ്റ് റഷ്യയിലേക്കും കിഴക്കൻ യൂറോപ്പിലേക്കും പറഞ്ഞയച്ചു. അവിടെ എത്തിയ ഗോവിന്ദൻ തന്റെ ദ്വിഭാഷിയോട് ആവശ്യപ്പെട്ടത് ഹംഗറിയുടെ മഹാകവി റ്റിബോർ ഡെറിയെ (Tibor Déry) കാണണം എന്നായിരുന്നു.

1987-ലാണെന്നോർമ്മ. ഒരു സഞ്ചാരസാഹിത്യത്തിന്റെ പുതുമയോടെ ഗോവിന്ദൻ ഈ കഥ പറഞ്ഞു തരുമ്പോൾ, ഗോവിന്ദന്റെ ഇമ്പമുള്ള ശബ്ദത്തിൽ അത് കേൾക്കാനുണ്ടായ ഭാഗ്യം ഉണ്ടായ ആളാണ് ഞാൻ. ഒരു കവിയോടുള്ള ആദരവും, ആ കവിയുടെ പാരതന്ത്ര്യവും ദുഖവും അതിലേറെ ആ നാടിനേയും നാട്ടാരേയും സ്നേഹിക്കുന്ന മനുഷ്യപ്പറ്റും ചില്ലറയൊന്നുമായിരുന്നില്ല. ഇമവെട്ടാതെയദ്ദേഹത്തെ നോക്കിനിന്നു.

റ്റിബോർ ഡെറിയെ കാണണമെന്ന് പറഞ്ഞപ്പോൾ ദ്വിഭാഷിയൊന്ന് ഞെട്ടി. നിങ്ങൾ റഷ്യൻ പക്ഷത്തോ അമേരിക്കൻ പക്ഷത്തോ എന്നായിരുന്നത്രേ ദ്വിഭാഷിയുടെ ചോദ്യം. സംശയം ലേശമില്ലാതെ ഗോവിന്ദൻ പുഞ്ചിരിച്ചുകൊണ്ട് പറഞ്ഞു **മനുഷ്യപക്ഷത്ത്**, രണ്ടു പക്ഷത്തുമല്ലെന്നും വിശദീകരിച്ചു. പിന്നെ, **ഞങ്ങൾക്കിങ്ങനെയൊന്നും സംസാരിക്കാൻ പാടില്ല** എന്ന് ദ്വിഭാഷി പറഞ്ഞുപോലും. ഞങ്ങൾക്ക് രാഷ്ട്രത്തിന്റെ മനസ്സിൽ നിന്നുകൊണ്ടേ സംസാരിക്കാൻ പറ്റുകയുള്ളൂ. ഗോവിന്ദൻ പിന്നെ പറഞ്ഞു ഒരു കൊച്ചു കവി ഹംഗറിയുടെ മഹാകവിയെ കാണണമെന്നേ പറഞ്ഞുള്ളൂ. മഹാകവി വീട്ടു തടങ്കലിൽ ആയിരുന്നു. ദ്വിഭാഷി ഗോവിന്ദനെ റ്റിബോർ ഡെറിയെ പാർപ്പിച്ചിരിക്കുന്നിടത്തു കൊണ്ടുപോയി. താങ്കളുടെ ഭാഷാസഹായം എനിക്കുവേണ്ട, ഗോവിന്ദൻ ദ്വിഭാഷിയോടു പറഞ്ഞു. ഗോവിന്ദൻ മലയാളത്തിലും റ്റിബോർ ഡെറി തന്റെ ഭാഷയിലും. ഹൃദയവും ഹൃദയവും കൊണ്ടവർ ഭാഷകൾ മറന്നു. അവർ ഏറെനേരം സംസാരിച്ചിരുന്നു, പല കവിതകളും പാടി. സംശയലേശമന്യേ അവരിരുവരും ഹൃദ്യമായി ആസ്വദിച്ചിരുന്നത്രെ.

ഇ കഥ ഗോവിന്ദൻ കവിതയാക്കി, റ്റിബോർ ഡെറിയോട് എന്നതാണ് പേര്. ഹംഗറിയൻ മഹാകവിയും ഗോവിന്ദനെക്കുറിച്ചെഴുതിയെന്നു കേട്ടു. ഞങ്ങൾക്കന്യോന്യം ഭാഷ ഒരു പ്രശ്നമേയല്ലെന്ന് ഗോവിന്ദൻ പറഞ്ഞു. മനുഷ്യ ഹൃദയങ്ങൾക്കും മനുഷ്യഭാഷകൾക്കും മതിലുകൾ ആവശ്യമില്ല, അതാണെന്റെ വിശ്വാസം, ഈ സത്യമാണെന്റെ സ്വപ്നം. അപ്പോൾ ദ്വിഭാഷി നിരാശയോടെ ഇങ്ങനെ പറഞ്ഞു. ഞങ്ങൾക്ക് ഈ സ്വപ്നങ്ങളുമില്ല. ഈ സ്വാതന്ത്ര്യവുമില്ല. ഗോവിന്ദൻ ദ്വിഭാഷിയോടു പറഞ്ഞു, **നിങ്ങൾക്കും പൂർണ്ണസ്വാതന്ത്ര്യം ലഭിക്കുമാറാകട്ടെ.**

മനുഷ്യരുടെ സ്വാതന്ത്ര്യത്തെക്കുറിച്ചാണ് ഗോവിന്ദൻ എവിടെ ചെന്നാലും ആദ്യം അറിയാനാഗ്രഹിക്കുന്നത്. പാരതന്ത്ര്യത്തെക്കുറിച്ച് ഓർക്കുന്നതേ വെറുപ്പ്. അതും ഒരു കവിയുടെ പാരതന്ത്ര്യമാകുമ്പോൾ. ഇത്തരം അവസ്ഥകളിലാണ് **എഴുത്തോ നിന്റെ കഴുത്തോ** എന്ന

ചോദ്യം ഗോവിന്ദൻ സ്വയം ചോദിച്ച പോകാറുള്ളത്. പൂർണ്ണമായ ജനാധിപത്യവും സ്വാതന്ത്ര്യവുമാണ് തന്റെ നാടിനാവശ്യമെന്ന് ഗോവിന്ദൻ ആഗ്രഹിച്ചിരുന്നു. ഇന്ത്യ സ്വാതന്ത്ര്യം നേടുകയാണെങ്കിൽ അന്ന് സ്വീകരിക്കേണ്ട വ്യത്യസ്ത നയങ്ങളെപ്പറ്റി ചർച്ചചെയ്യാൻ ഗോവിന്ദൻ ഒരു യോഗം വിളിച്ചു കൂട്ടി. അത് മദിരാശിയിലെ ഹാരിസ് റോഡിലുള്ള ഗോവിന്ദന്റെ വീട് തന്നെയായിരുന്നു. പ്രമുഖരായ പലരും വന്നു ചേർന്നു, എന്നാൽ സി. എൻ. അണ്ണാദുരെയുടെ മാത്രം വിവരമില്ല. പക്ഷേ യോഗത്തിനുമുമ്പേ അണ്ണാദുരെ ഗോവിന്ദന്റെ വീട്ടിലെത്തി. അണ്ണാദുരെയും ഗോവിന്ദനും റോയിയുടെ, രണ്ട് പ്രതീക്ഷകളായിരുന്നു. പെരിയോർ ഇ.വി.കെ രാമസ്വാമി നായിക്കർക്ക് ജീവിതത്തിലെവിടെയോ വാക്കും പ്രവൃത്തിയും തമ്മിൽ പൊരുത്തമില്ലാത്ത അവസ്ഥ വന്നു. അണ്ണാദുരെയ്ക്ക് തന്റെ വളർത്തച്ഛനായ പെരിയാറിനോട് നീരസം തോന്നി. ഗോവിന്ദനാണ് അണ്ണാദുരെയോട് അൽപം കാത്തിരിക്കാൻ ആവശ്യപ്പെട്ടതത്രെ. പിന്നീടാണ് അണ്ണാദുരൈ ദ്രാവിഡമുന്നേറ്റ കഴകമുണ്ടാക്കിയത്. 1938-ൽ റോയിയുടെ റാഡിക്കൽ മൂവ്മെന്റിൽ ആദ്യമേ വന്നവനായിരുന്നു ഗോവിന്ദൻ. 1940-ൽ റാഡിക്കൽ ഡമോക്രാറ്റിക്ക് പാർട്ടി രൂപീകരിച്ചു. 1947-ൽ ഇന്ത്യയ്ക്ക് സ്വാതന്ത്ര്യം ലഭിക്കുന്ന 15-ാം തീയ്യതി റോയ് **ന്യൂഹ്യൂമാനിസം** എന്ന ഗ്രന്ഥം പുറത്തിറക്കി. 1948-ൽ റോയ് തന്റെ പാർട്ടി പിരിച്ചുവിട്ടു. പക്ഷേ തന്റെ മാനുഷിക സാംസ്കാരിക പ്രവർത്തനങ്ങൾ സംബന്ധിച്ച ആശയങ്ങൾ പങ്കുവെക്കുന്നതിലും പുസ്തക രചനകളിലുമായിരുന്നു റോയ് ഏർപ്പെട്ടിരുന്നത്. 1940-ൽ തന്നെ ഗോവിന്ദൻ പാർട്ടി വിട്ടിരുന്നു.

1954-ൽ റോയ് മരിച്ചപ്പോൾ, ഗോവിന്ദനെഴുതി. എം. എൻ. റോയിയുടെ നിര്യാണം നിമിത്തം ലോകത്തിന് ഒരു ഉജ്ജ്വല ചിന്തകൻ നഷ്ടപ്പെട്ടു. എനിക്കാകട്ടെ ഒരു വഴികാട്ടിയും തത്വചിന്തകനും ചങ്ങാതിയും. പക്ഷേ അദ്ദേഹം മറ്റൊരു തരത്തിൽ ഇന്നും ജീവിക്കുന്നു. റോയിയുടെ ഒരംശം എന്നിലുണ്ടെന്ന് പറയാൻ, ഞാൻ ഇഷ്ടപ്പെടുന്നു. ഇരുപതാം നൂറ്റാണ്ടിലെ കായംകുളം കൊച്ചുണ്ണിയായി അദ്ദേഹം പലരുടെയും ഹൃദയത്തിൽ, ജീവിക്കുന്നു. ഈ കൊച്ചുണ്ണി മരിക്കാനിനിയെത്ര കാലം വേണ്ടിവരും? മേലെ കാണുന്ന ഗോവിന്ദന്റെ ചോദ്യം തന്നെയാണ് മാലോകരിൽ ചിലർ ഗോവിന്ദനെക്കുറിച്ചും ചോദിക്കുന്നത്. മനുഷ്യഭക്തനായ ഗോവിന്ദനെ മനുഷ്യർക്കത്രവേഗം, മറക്കാനൊക്കുമോ? മലയാളത്തെ, മനതാരിലിട്ട്, താലോലിച്ചും കൊണ്ട് കഥകളും കവിതകളും പറഞ്ഞ ഗോവിന്ദനെ, മലയാളവും എക്കാലവും മറക്കില്ലല്ലോ?

ഐൻസ്റ്റൈൻ എന്ന തലക്കെട്ടിലും ഒരു ലേഖനം ഗോവിന്ദന്റേതായിട്ടുണ്ട്. ഇങ്ങനെയാണ് തുടക്കം. സാധാരണ ഒരാളുടെ മരണം ബന്ധുമിത്രാധികളെ സങ്കടപ്പെടുത്തുന്നു. ഒരു ദേശീയ നേതാവിന്റെ മരണം ആ നാട്ടിലെ ആളുകളേയും. എന്നാൽ മഹാനായ ഒരു പ്രതിഭാശാലിയുടെ മരണം ഒരു കുടുംബത്തിന്റേയോ ദേശത്തിന്റേയോ മാത്രമല്ലാ മുഴുവൻ ലോകത്തിന്റേയും നഷ്ടമാണ്. ഡോ. ഐൻസ്റ്റൈൻ ഒടുവിലത്തെ വകുപ്പിൽപ്പെടുന്നു. അദ്ദേഹത്തിന്റെ നിര്യാണം നിമിത്തം ദരിദ്രമായ്ത്തീർന്നത് മനുഷ്യവർഗ്ഗമാസകലമാണ്. അദ്ദേഹത്തെപ്പോലുള്ള ഒരു വിശ്വശാസ്ത്രജ്ഞനും വിശ്വസ്തമനുഷ്യസ്നേഹിയും ചരിത്രത്തിലെ ഒരത്ഭുത സംഭവമെന്ന നിലയിൽ യുഗപരിവർത്തനത്തിന്റെ പ്രചോദകശക്തിയെന്ന മട്ടിൽ വളരെ അപൂർവ്വമായിമാത്രം പിറക്കുന്നു. സ്വന്തം രാജ്യത്തിൽ അദ്ദേഹം നായാടപ്പെട്ടു. അഭയം പ്രാപിച്ച അമേരിക്കയിലാകട്ടെ അദ്ദേഹത്തിന് ലഭിച്ച ജീവിതം അനഭിലഷണീയമായിരുന്നു. പ്രത്യേകിച്ച് അവസാന ഘട്ടങ്ങളിൽ. എന്നിട്ടും ഇസ്രയേലിന്റെ സ്ഥാപകനും പ്രസിഡണ്ടുമായ വീസ്സർമാൻ മരിച്ചപ്പോൾ അടുത്ത പ്രസിഡണ്ടാവണമെന്ന അഭ്യർത്ഥന ഐൻസ്റ്റൈൻ നിരാകരിക്കുകയാണുണ്ടായത്. ഈ നൂറ്റാണ്ടിലാണിതുസംഭവിച്ചത്. വിശ്വസിക്കാൻ വിഷമം; എങ്കിലും അതുണ്ടായി. ഒരു ബുദ്ധനോ ഗാന്ധിക്കോ മാത്രമെ ഇതിനു കഴിഞ്ഞിട്ടുള്ളൂ.

ഐൻസ്റ്റൈൻ ലോകത്തിനുചെയ്ത ത്യാഗപൂർണ്ണമായ സേവനങ്ങളത്രയും അനുസ്മരിച്ചുകൊണ്ട് ഗോവിന്ദൻ പറയുന്നു. സോവിയറ്റ് റഷ്യയിലും ഐൻസ്റ്റൈൻ അംഗീകരിക്കപ്പെട്ടിരുന്നില്ല ആദ്യം. ഈ നൂറ്റാണ്ടിലെ സുശക്തമായ മൂന്നു രാഷ്ട്രീയ വ്യവസ്ഥകൾ (ഫാസിസം, കമ്മ്യൂണിസം, മുതലാളിത്തം) ഐൻസ്റ്റീനെ പോലുള്ള ഒരു പ്രഗത്ഭ ശാസ്ത്രജ്ഞനെയും മഹാനായ മനുഷ്യസ്നേഹിയെയും അംഗീകരിക്കാൻ കൂട്ടാക്കിയില്ല. ഭാവി ചരിത്രത്തിന്റെ നീതിന്യായക്കോടതിയിൽ ഈ വിഷയത്തെ സംബന്ധിച്ച തർക്കം വന്നാൽ ഈ രാഷ്ട്രീയ- സാമ്പത്തിക വ്യവസ്ഥകളുടെ നിലനിൽപ്പ് പ്രതിക്കൂട്ടിലായിരിക്കാനേ ഇടയുള്ളൂ.

വിസ്മയാന്വിതവും വിനയാദര പൂരിതവുമായ അന്വേഷണത്തിൽ നിന്നാണ് സയൻസിന്റെ തുടക്കം. മനുഷ്യന്റെ ഈ അന്വേഷണ സ്വഭാവം സയൻസിന്റെ വികാസപരിണാമങ്ങളെ നയിക്കുകയും നിയന്ത്രിക്കുകയും ചെയ്യുന്നു.

ഇന്ന് നമ്മൾ ഇന്ത്യക്കാർക്കും ചന്ദ്രനിലിറങ്ങാനുള്ള നേരം അടുത്തെത്തി നിൽക്കുന്നു. വൈകാതെ അത് സംഭവിക്കും. എന്നാൽ ഗോവിന്ദൻ തന്റെ ഉപന്യാസത്തിലതിനെക്കുറിച്ചും ദീർഘമായി പഠനം നടത്തിയിട്ടുണ്ട്.

കുഞ്ഞുങ്ങളുടെ അമ്മാവനായതുകൊണ്ട് മാത്രമല്ല, അമ്മമാരുടെ ഋതുവുമായും ചന്ദ്രന് ബന്ധമുണ്ട്. സൃഷ്ടിപരതയുടെ മഹത്തായ ഒരംശം ചന്ദ്രനിലുണ്ട്. മനുഷ്യരുടെ ജീവിതത്തിലെ ഉദയം, വളർച്ച, തിരോഭാവം എന്നിവ ചന്ദ്രനിലൂടെ മനുഷ്യന് കാണാൻ സാധിക്കുന്നു. പടിപടിയായ പൂർണ്ണത, അതിൽനിന്ന് ക്രമേണയുള്ള തിരോഭാവവും, മനുഷ്യ പുരോഗതി, നാശം, എന്നീ സങ്കൽപ്പങ്ങൾക്ക് ആദി നിദാനം അമ്പിളിയമ്മാവനായിരുന്നില്ലെന്ന് ആർക്ക് പറയാം?

മനുഷ്യൻ ചന്ദ്രനിലിറങ്ങുന്നതിന്റെ പരിണിത ഫലങ്ങളെന്തായിരിക്കും? കൊളംബസ്സിനുശേഷം ചെന്നെത്തുന്ന ഈ പുതിയ ലോകം, മറ്റുലോകങ്ങളിലേക്ക് പോകാനുള്ള തൃഷ്ണയെ വർദ്ധിപ്പിക്കും. ഇതര ഗ്രഹങ്ങളിൽ ജീവനുണ്ടോ? ഉണ്ടാകാനിടയുണ്ടെന്ന് ശാസ്ത്രജ്ഞന്മാർ അനുമാനിക്കുന്നു. ഈ അനുമാനം യാഥാർത്ഥ്യമായി തെളിയിക്കപ്പെട്ടുകയാണെങ്കിൽ മനുഷ്യജീവിതത്തിൽ അതുണ്ടാക്കാനിടയുള്ള പ്രതികരണങ്ങൾ വിപ്ലവകരങ്ങളായിരിക്കും. വിചാരമേഖലകളിൽ മതത്തെയും ദർശനത്തെയും സംബന്ധിക്കുന്ന മഹത്തായ പ്രശ്നങ്ങൾ, പുനരാവിഷ്ക്കരിക്കുന്നതിന് നാം നിർബന്ധിതരാവും. ഇന്ന് പരിഹൃതമല്ലെന്ന് തോന്നുന്ന ഒട്ടേറെ പ്രശ്നങ്ങൾ പരിഹരിക്കുന്നതിന് സാദ്ധ്യമാവുകയും ചെയ്യും. പക്ഷപാത ബുദ്ധിയോടെ പാരമ്പര്യത്തിൽ ങ്ങുന്ന വിശ്വാസികൾക്ക് ശാസ്ത്രത്തിന്റെ സാഹസ സഞ്ചാരത്തിൽനിന്നുളവാകുന്ന അറിവ് അരോചകമായിക്കൂടെന്നില്ല.

ലോകോല്പത്തിയെക്കുറിച്ചും ദൈവത്തെക്കുറിച്ചും പുതിയ പ്രശ്നങ്ങളും സങ്കല്പവൈവിധ്യങ്ങളും ഉളവായേക്കാം. ഒരു തരം ധർമ്മസങ്കടത്തിൽ വിശ്വാസികൾപെട്ടുകൂടെന്നില്ല.

സൃഷ്ടിയുടെ മാറ്റൊലിയായി കരുതാവുന്ന ചില ശബ്ദങ്ങൾ ജ്യോതിശാസ്ത്രജ്ഞന്മാർ പിടിച്ചെടുത്തിട്ടുണ്ട്. ആകാശങ്ങളിൽ നിന്ന് എമ്പാടുംവരുന്ന അഥവാ എങ്ങുനിന്നുമല്ലാതെവരുന്ന, നേർത്ത മൈക്രോ തരംഗങ്ങൾ മഹാസ്ഫോടനമെന്ന പേരിലറിയപ്പെടുന്ന പ്രപഞ്ചോൽപ്പത്തിയുടെ പ്രതിസ്പന്ദനങ്ങളെപ്പോലെ ഇപ്പോഴും അലഞ്ഞുനടക്കുന്നു. 1500- മുതൽ 2000- കോടിവരെ കൊല്ലങ്ങൾക്കുമുമ്പ് സംഭവിച്ചൊരു സ്ഫോടനത്തിന്റെ സാക്ഷ്യങ്ങളായിട്ട്, ഐൻസ്റ്റൈന്റെ സിദ്ധാന്തങ്ങൾ ഇന്നും പ്രസക്തം എന്നുമാത്രമല്ല ശാസ്ത്രീയരംഗത്ത് ഏറ്റവും മികച്ച പ്രചോദകശക്തിയായും നിലനിൽക്കുന്നു. ഇത്രയും വൈശിഷ്ട്യം അവകാശപ്പെടാൻ ഈ നൂറ്റാണ്ടിൽ മറ്റൊരു ശാസ്ത്രജ്ഞനും ഇതേവരെ സാധ്യമായിട്ടില്ല. മുൻനൂറ്റാണ്ടുകളിലും സാധ്യമായിട്ടുണ്ടോയെന്ന്

ന്യൂട്ടനെ ഒഴിച്ചുനിർത്തിയാൽ, ഒരുപക്ഷേ മറ്റൊരു ശാസ്ത്രജ്ഞനും അപാരമായ ഈ മഹത്വത്തിലേക്ക് ഉയരാൻ സാധിച്ചിട്ടില്ല.

വളരെ കൊല്ലങ്ങൾക്കുമുമ്പ് തത്വചിന്തകനായ ആൽബർട്ട് വൈറ്റ് ഹെഡ് ചെയ്ത പ്രഖ്യാപനം ഈ ഘട്ടത്തിൽ ഓർക്കത്തക്കതാണ്. കുരങ്ങിൽ നിന്ന് മനുഷ്യൻ ഉണ്ടായി എന്ന പരിണാമത്തേക്കാൾ പ്രാധാന്യവും സവിശേഷതയും അർഹിക്കുന്ന സമസ്യയാണ് മനുഷ്യരിൽ നിന്ന് എങ്ങിനെ ഒരു ഐൻസ്റ്റൈൻ ഉണ്ടായി എന്നത്. ഗോവിന്ദന്റെ വിഷയം മനുഷ്യന്റെ സകല മേഖലകളിയും മേയുന്നുവെന്നതിന്റെ ഒരുതരി മണല്പ മാത്രമേ നമുക്കിവിടെ അടയാളപ്പെടുത്താനാവുന്നുള്ളു. ഇത് ഗോവിന്ദൻ എഴുതിയ വർഷവും ഇവിടെ അടയാളപ്പെടുത്തുമ്പോഴേ നമുക്കാമനുഷ്യന്റെ അന്വേഷണത്വര ലേശമെങ്കിലും തിരിച്ചറിയാനൊക്കൂ.

അവസാനത്തെ കാവൽക്കാരൻ

ഒരു വെളുപ്പിന്, ഒന്നരവയസ്സുള്ള എന്നെയും തോളിലിട്ട്, 'അമ്മ' അഴീക്കോടിലെ മുല്ലപ്പള്ളി തറവാട്ടിൽനിന്നും പടിയിറങ്ങി! അച്ഛന്റെ പാദങ്ങളിൽ തൊട്ടുവന്ദിച്ചശേഷം, തന്റെ മണ്ണിലേക്ക്, 'മാതമംഗലത്തേക്ക്'-സ്വാതന്ത്ര്യത്തിലേക്ക്!

എന്റെ ഏഴാംവയസ്സിൽ 'അമ്മ' പൂർണ്ണസ്വാതന്ത്ര്യത്തിലേക്കുപറന്നു! അതൊരു ചതിയായിരുന്നു. അങ്ങിനെ ഞാൻ അനാഥനായി, സ്വതന്ത്രനായി. അനാഥനെന്നാൽ 'സ്വതന്ത്രൻ' എന്ന അർത്ഥം ഞാനറിഞ്ഞു. അമ്മയുടെ നേരാങ്ങളയുണ്ടായിരുന്നു. ദുഷ്ടനും സ്വാർത്ഥനും, പോക്കിരിയുമായ വല്യമ്മാമനെ മനസ്സിൽ, കംസമ്മാമൻ എന്നേ വിളിക്കാറുള്ളൂ. എന്റെ പ്രായത്തിലുള്ള അന്നത്തെ ഏതൊരു ബാലനേക്കാൾ പീഡനങ്ങൾ ഞാൻ ഏറ്റുവാങ്ങാറുണ്ടായിരുന്നു. അമ്മമ്മ പ്രാണനായിരുന്നു. പക്ഷെ ആ അമ്മമ്മേയേയും കംസമ്മാമൻ ചവിട്ടും! മുടിയിൽപിടിച്ച് കറക്കും! ഒരിക്കൽ അമ്മാമന്റെ ഒരു ഫൗണ്ടൻപേന അവർ അരവഞ്ചാലിൽ പണിക്കുപോയ മാസത്തിൽ, ഞാനെടുത്ത് സ്കൂളിൽ പോയി. കംസമ്മാമൻ തന്ന ശിക്ഷ: എന്നെ, അരയിൽ കിണറിന്റെ കയർ കുരുക്കി കിണറ്റിലേക്കിട്ടു. ഞാൻ പാമ്പുപുളയുന്നതുപോലെ പുളഞ്ഞു. ഹൊ, കഠോരമാണാ ചിന്ത! അമ്മമ്മ കിണറിലേക്കെടുത്തു ചാടിയെങ്കിലും, മാമൻ ആ മുടിയിഴയിൽ പിടിച്ചു പുറത്തേക്കെറിഞ്ഞു! കിണറ്റിൻകരയിൽ നിന്നലറി. വഴിപോക്കർ പാഞ്ഞുവന്നു. കരുവഞ്ചാലിലേക്കു, പുനംകൃഷിക്കുപോവുമ്പോൾ, അമ്മായിയേയും കൂട്ടമായിരുന്നു. അവർക്കൊരു മോള് പിറന്നപ്പോൾ എന്നെയും. ആറേഴ് നാഴിക നടന്ന് പോകണം. എനിക്കുള്ള പണി കുരങ്ങുപടയെ ടിന്നുകൊട്ടിപ്പായ്ക്കലും, (കമലാക്ഷിയെ മുലകൊടുക്കലൊഴികെ) മറ്റെല്ലാജോലികളും. അപ്പികോരി വൃത്തിയാക്കൽ അതിൽപെടും. പിന്നീട് അതിനോടുള്ള അറപ്പുകുറയ്ക്കാൻ അത്

കാരണമായി. അമ്മാമൻ കാരണം ഞാൻ കുറേയേറെ പുറംപണികളും പഠിച്ചു. കല്ല് ചുമക്കൽ, മരംകയറി കശുവണ്ടി ശേഖരിക്കൽ, പശുക്കളെ മേയ്ക്കൽ, പച്ചക്കറികൃഷിയും മറ്റും മറ്റും!

അയൽക്കാർ എന്നെ കാണുമ്പോഴൊക്കെ, അമ്മയുടെ പേരുപറഞ്ഞ് സഹതപിക്കും. 'തനിക്കു കിട്ടിയ അരി വേവുന്ന അടുപ്പിൽനിന്നും കോരിതന്നവളാണ് നിന്റെ അമ്മ,' ഇങ്ങനെയിങ്ങിനെ. അമ്മ, എന്റെ പ്രാണനിൽ നിർത്താതെ ജ്വലിച്ചു. അമ്മയ്ക്കു വേണ്ടിയെങ്കിലും എനിക്കൊരു നല്ലകുട്ടിയായി വളരണമെന്ന വാശിയും! ഞാൻ അപരന്റെ സകല ദിനചര്യകളും നിരീക്ഷിക്കാറുണ്ട്. ക്ലാസ്സിൽ പോകാത്തതിന്, നാലാം ക്ലാസ്സിൽ തോറ്റു. അഞ്ചാം ക്ലാസ്സിൽ ചെന്നതും, കൊല്ലപരീക്ഷകളിൽ ഉത്തരക്കടലാസിൽ ചോദ്യങ്ങൾ നിറയ്ക്കാൻതുടങ്ങി! അന്നത്തെ പല ചോദ്യങ്ങൾക്കും ഇന്നും ഉത്തരങ്ങളില്ല. അതിലൊന്നാണ്, ദൈവം! പ്രേതം! മന്ത്രവാദം! ജ്യോതിഷം! പോലുള്ളത്. മൂന്നാംവർഷവും അഞ്ചാം ക്ലാസ്സിൽ തോറ്റപ്പോ കണ്ണൻ മാഷ്, കംസമ്മാമനെ കണ്ടു. അന്ന് കയറുകൊണ്ടുണ്ടാക്കിയ ചാട്ടവാർ പലവട്ടം ചുഴറ്റി. പല്ലുകൾ കടിച്ചമർത്തി അതത്രയും സ്വീകരിച്ചു. അന്ന് ഞാൻ കൊതിച്ചത് കംസമ്മാമന്റെ അടികൊണ്ട് അവിടെ ചാവണം എന്നായിരുന്നു. കൊന്നില്ല. ചവിട്ടിയാൽ താഴേക്കുരുണ്ടുപോയി കിളയിൽ വീഴും. എഴുന്നേറ്റോടിവന്ന് അടിക്കാൻ പാകത്തിൽ നിൽക്കണം. അതാണ് നിയമം. അന്ന്, ഞാൻ ഉരുളാതെനിന്നു. അടിക്കുന്ന കൈകൾ തളർന്നു.

മൂന്നാം ദിവസം, കംസമ്മാമൻ ഉമ്മറത്ത് വലിയ കിണ്ണത്തിൽ കട്ടൻചായ, വെല്ലത്തിന്റെ കഷണം കടിച്ചുകൊണ്ട് കുടിക്കുന്നു. അമ്മമ്മ പടിഞ്ഞാറ്റയിൽ, മുമ്പ് അമ്മ മരിച്ചപ്പോഴെന്നപോലെ, അലമുറയിടുന്നു! ഞാൻ പടിയിറങ്ങി. ഞാനേറെ സ്നേഹിക്കുന്ന സ്കൂളിനേയും, മാതമംഗലത്തേയും, അമ്മമ്മയേയും, അമ്മ അന്തിയുറങ്ങുന്ന സ്ഥാനത്തേയും സ്മരിച്ച് ബസാറിലെത്തി! പഴയങ്ങാടി വരെ ബസ്സ്. പിന്നെ കണ്ണൂരിലേക്ക് തീവണ്ടിയിൽ. ആദ്യമായി കണ്ണൂരിനെ കണ്ടു. നഗരത്തിൽ അലഞ്ഞു.

അന്നൊക്കെ ഹോട്ടലുകളിൽ പണി എടുക്കാൻ വീടുവിട്ടുവരുന്ന പിള്ളേരെ പിടിക്കാൻ ഏജന്റുമാരുണ്ടായിരുന്നു. ഒരാളെന്നെയും വലയിലാക്കി.

കണ്ണൂരിലെ ജയഭാരതി വിലാസത്തിലേക്കാണ് കൊണ്ടുപോയത്. അവിടുത്തെ നല്ലവനായ മുതലാളി ബാലകൃഷ്ണൻ നമ്പ്യാർക്ക് സഹതാപം. അദ്ദേഹമെന്നെ 'കണ്ണൂർ ബേക്കറി' മുതലാളിയായ അമ്പൂട്ടിയേട്ടന്റടുത്താക്കി. അമ്പൂട്ടിയേട്ടൻ ഒരു കന്നിപ്പേറിൽ ഇരട്ടിപാൽ ലഭിക്കുന്ന പശുവിനേപ്പോലെ എന്നെ സ്നേഹിച്ചു. അയാൾ മറ്റൊരു

കംസമ്മാമനായിരുന്നു. വെളുപ്പിന് അഞ്ചുമണിക്കുണർന്ന് പത്തുമണിവരെ ജോലി. മദ്രാസ് നഗരത്തിലെത്തിയപ്പോഴും ഞാൻ തിരഞ്ഞെടുത്തത് ബേക്കറി! ഇപ്പോഴും, ആരെങ്കിലും ജോലി എന്തെന്നു ചോദിച്ചാൽ ഞാൻ അഭിമാനത്തോടെ പറയാനാഗ്രഹിക്കുന്നത് 'ഞാനൊരു അപ്പക്കൂട്ടുകാരൻ.' അതെ മദ്രാസ്സിലും ബാംഗ്ലൂരിലും, കേരളത്തിലും ഞാൻ ബേക്കറികൾ നടത്തി. പേര് 'ജയ്ഹിന്ദ് ബേക്കറി.' ആ പേരുകാരണം ഞാൻ ശിക്ഷിക്കപ്പെട്ടിട്ടുണ്ട്. പാപ്പിനിശ്ശേരിയിലും, രാമമൂർത്തി നഗറിലും, മറ്റും. എന്നിട്ടും ഞാൻ ആഗസ്റ്റുപതിനഞ്ചിനും, റിപ്പബ്ലിക്ക് ദിനത്തിലും, ബേക്കറികളിൽ പതാക ഉയർത്തും! ഗാന്ധിജയന്തിക്കു പായസം വിളമ്പും. അതെ, അന്ന് ആകെ കിട്ടിയ ഒരു 'ഗുരുമുഖം, സ്നേഹബന്ധു, ഗാന്ധിജി മാത്രമായിരുന്നു.' 'പുസ്തകങ്ങളും ലക്ഷ്യബോധവുമുണ്ടെങ്കിൽ, നിശ്ചിത സ്ഥാനത്തെത്താൻ കഴിയും,' ഗാന്ധിജി പറഞ്ഞു. അത് ഊണിലും ഉറക്കത്തിലും സ്മരിക്കും, മന്ത്രിക്കും. ഗാന്ധിജിയുടെ ചിത്രം, വേസ്റ്റുകടലാസിൽ കണ്ടാലും ഞാൻ ഇപ്പഴും തൊഴാറുണ്ട്! അപ്പഴും ഞാൻ ജീവനുള്ള ഒരു ഗുരുവിരൽ കൊതിച്ചിരുന്നു. അജ്ഞാതമായ ആ വിരലുകളേയും!

എന്നെപ്പോലുള്ള സ്വതന്ത്രരെ (അനാഥരേ) ഞാൻ ആവുംവിധം സഹായിക്കാൻ ശ്രമിച്ചിരുന്നു. കോളറയും, മലമ്പനിയും, മറ്റുംവന്ന് പുറന്തള്ളുന്ന പിള്ളേരെ ഞാൻ തേടിയെടുത്ത് ആസ്പത്രികളിൽ കൊണ്ടുചെല്ലുമായിരുന്നു. സകല ആസ്പത്രികളിലും (മദ്രാസ്സിലെ), ഡോക്ടർമാർക്ക്, എന്നോടിഷ്ടമായിരുന്നു. അതിന്റിടയിലാണ് സാധുവായ ബാലാമണി എന്റെ ജീവിതത്തിലേക്ക് ഒരു 'തുളസിമാലയുമായ്' വന്നത്. വിധിവശാൽ ഞാനും, ഒരധികാരിയായി, കുടുംബത്തിന്റെ അധികാരി.

ഇരുട്ടും വെളിച്ചവും, ഇടിവെട്ടലും, മിന്നലുകളും, ജീവിതത്തിൽ പതിവായിരുന്നു. ഏതൊ ഒരരൂപി ഇടയ്ക്കിടെ എന്റടുത്ത് വരാറുണ്ട്. 'ഹരിശ്ചന്ദ്രന്റെ രാപ്പകലുകൾ' എന്ന ഒരു നാടകം, മലയാള കലാഗ്രാമത്തിൽനിന്നാണെഴുതിയത്. അതിലെ അയാൾ ആ അരൂപിയാണ്. തമിഴ് രാഷ്ട്രീയത്തിന്റെ വളർച്ച, ഞാൻ എന്റേതായരീതിയിൽ തൊട്ടറിഞ്ഞിട്ടുണ്ട്. സകല നേതാക്കളേയും കേൾക്കും, നിരീക്ഷിക്കും. പെരിയാർ, കാമരാജ്, അണ്ണാദുരൈ, കരുണാനിധി, രാജാജി, എം.ജി.ആർ പോലുള്ളവരെ. ഞാൻ പോറ്റമ്മയായിക്കാണുന്നത് തമിഴ്നാടിനെയാണ്. കൂടുതൽ അറിഞ്ഞതും വായിച്ചതും തമിഴിൽ നിന്നാണ്. ഇംഗ്ലീഷിനെയും ഇംഗ്ലീഷുകാരെയും ശത്രുവായി കണ്ടു. അവരെ കൊള്ളക്കാർ എന്നാണ് വിളിക്കാറ്! പണ്ടത്തെ ചോദ്യത്തിന്റെ ഭാഗങ്ങളായാണ് നാടകമെഴുത്ത്! ഗോവിന്ദനുമായുള്ള അടുപ്പം നാടകങ്ങളാണ്. അതുവരെ

ഒരഭിപ്രായമാരായാൻപോലും ഒരാളുണ്ടായിരുന്നില്ല. പക്ഷേ, ഗോവിന്ദന്റെട്ടത്തെത്തുമ്പോൾ ഞാൻ നാടകവും സാഹിത്യവും കളഞ്ഞിരുന്നു.

'മുന്നോട്ട് മുന്നോട്ട്' എന്ന മന്ത്രം ഒരു ശീലമായിരുന്നു. ബാംഗ്ലൂരിൽ അത് വലുതായി ഞാൻ ചുമരിലും ഒട്ടിച്ചുവെച്ചു. അതുകണ്ടുപോയതാണ് 'കെ.ജി. രഘുരാമൻ' എന്നെ ഹൃദയത്തിലേക്കേറ്റെടുത്തത്. എന്നെ എഴുത്തുകാരനാക്കാമെന്ന് കരാറെടുത്തപോലെയാണ് രഘുരാമന്റെ യജ്ഞം. ഗോവിന്ദനുമായ് അടുപ്പിച്ചതും, അയാളുടെ കൗശലംതന്നെയാണ്. 'അധികാരങ്ങളെ ചോദ്യം ചെയ്യുവാനുള്ള അധികാരമായാണ് ഞാൻ നാടകങ്ങൾ തിരഞ്ഞെടുത്തതിന്റെ യുക്തി.' അതെന്നെ അടിയന്തരാവസ്ഥയിലെ (അപസ്വരങ്ങൾ എന്ന നാടകം) അരുതായ്മ ചോദ്യം ചെയ്യുവാനുള്ള കരുത്തുണ്ടാക്കി. മദ്രാസ്സിലാണത് അരങ്ങേറിയത്. 'റിപ്പബ്ലിക് ദിനാചരണം:' അന്ന് ജോൺ അബ്രഹാം ക്ഷണിക്കാതെവന്നു. പോലീസിന്റെ ഇടപെടൽ ചെറുത്തു! ജയിൽവാസമില്ലാതെ കാത്തു! എങ്കിൽ- ഞാനില്ലാതെ, മറ്റാശ്രയമില്ലാത്തഎന്റെ കുടുംബം, അനാഥമാവുമായിരുന്നു.'

'ഗാന്ധിജിയാണ് എന്റെ കച്ചവടങ്ങളൊക്കെ തകർത്തത്.' ഒരു കപ്പിത്താനോളം ത്യാഗം ഒരു കച്ചവടക്കാരനുമുണ്ടാവണമെന്നുപറഞ്ഞു! ഇരുട്ടുമാത്രമല്ല വെളിച്ചവും മാറിമാറി വന്നുകൊണ്ടേയിരുന്നു! 'മുന്നോട്ട്, മുന്നോട്ട്' എന്ന മന്ത്രം ഇപ്പോ 'എങ്ങോട്ട്' എന്ന ചോദ്യത്തിൽ തടഞ്ഞു നിൽക്കുന്നു! ഇനി ഞാൻ എങ്ങോട്ടേക്കാണാവോ?

വീട്, ഒരു തടവറയാണെങ്കിലും ഗതികേടുകൊണ്ട് ഞാനും ഒരു വീട് പണിതെടുത്തുണ്ടാക്കി. മാതമംഗലത്തുള്ള മണ്ണവകാശം കംസമ്മാമന് പണ്ടേ എഴുതിക്കൊടുത്തു. അതിൽക്കൂടി കുടിച്ച കഞ്ഞിവെള്ളത്തിന്റെ കണക്കും തീർത്തുകൊടുത്തു. ബാലാമണിയെ കൈപിടിച്ചതിന്റെ പേരിൽ എന്റെ ചിറ്റാരിപ്പറമ്പ് മാമൻ തകർത്തു. ചെറുമരങ്ങളത്രയും മുറിച്ച വിറകുകളാക്കി വിറ്റു. ഞാനത് ആദ്യം വിലപറഞ്ഞ ആൾക്ക് വിറ്റിട്ടാണ് ബേക്കറി മുതലാളിയായത്. അത് ഞാൻ പണിയെടുത്തുണ്ടാക്കിയ പണമായിരുന്നു. പതിനെട്ടു വയസ്സായിരുന്നുവന്ന്. അതിൽ ഒരു മൺ വീടുണ്ടാക്കിത് പതിമൂന്നാം വയസ്സിലാണ്. അതിനു പേരിട്ടത് ചിറ്റാരി എന്ന്. മോറാഴയിൽ ഭാര്യക്ക് ഗുണമാകുമെന്ന് കരുതിയാണ് അവരോടൊപ്പം അവരുടെ വീട്ടിൽ മക്കളെ പറഞ്ഞയച്ചത്. അവിടെയും എനിക്ക് തെറ്റി. അവിടെ ലഭിച്ചത് പീഡനങ്ങളായിരുന്നു. ഒടുവിലൊരു വീടിനുവേണ്ടി കൊതിച്ചു! അറുപത്തിയാറാം വയസ്സിലും പണി എടുത്തുണ്ടാക്കിയ ഒരു കളിവീട്! മൂന്നരസെന്റ് സ്ഥലത്ത്. എന്റെ ഭാര്യയും മക്കളും മരുമക്കളും നല്ലവർ! മക്കളെ പഠിപ്പിച്ചിട്ടുണ്ടായിരുന്നു. തനതായ

രീതിയിൽ അവരും മുന്നേറുന്നു! അഞ്ചു ചെറുമക്കളുണ്ട്. മലയാള കലാഗ്രാമത്തിലെ ജോലികളയുമ്പോ ഞാൻ ഒരു മുങ്ങുന്ന തോണിയായിരുന്നു! എന്നാൽ ഇന്ന് പരാശ്രയമില്ലാതെ കഴിയുന്നു! ആരാണാവോ ആ കരുത്തു നൽകുന്നത്? എന്നെ ഏറ്റവുമധികം സ്നേഹിച്ചതാരെന്നു ചോദിച്ചാൽ, ഉത്തരം എം. ഗോവിന്ദനെന്നേ പറയൂ. കെ.ജി. രാഘവരാമനുമുണ്ട് സ്നേഹം. ഇ.വി. ശ്രീധരനെ ഗോവിന്ദൻ തന്നതാണ്. ഞങ്ങളുടെ ഇടപെടൽ ദർശിച്ച ഗോവിന്ദന്റെ കമന്റ് ഇങ്ങിനെ. 'ഇനം, ഇനത്തോടു ചേരും, കലാഗ്രാമത്തിൽ വന്ന നമ്മുടെ മഹാകവി കെ. സച്ചിതാനന്ദനെ ഓർക്കുന്നു!' 'ബാലകൃഷ്ണനെന്താ ഇപ്പോ എഴുതാത്തത്?' ഞാനപ്പോ വിതുമ്പി. 'എഴുത്ത് മുട്ടിപ്പോയി സച്ചിയേട്ടാ,' ഞാൻ പറഞ്ഞു. 'ബാലകൃഷ്ണൻ കടലാസും പേനയുമായ് ഒരു മൂലയിൽ ചെന്നിരിക്കൂ, എഴുത്ത് താനേ വരും,' മഹാകവിയുടെ പ്രവചനം; അതാണിപ്പോ ഈ രണ്ടാമൂഴത്തിനിടയാക്കിയതെന്നു തോന്നുന്നു. സ്നേഹം : മഹാകവിയേ, സ്നേഹം! എഴുത്തിനായ് ഞാനെന്നും ശ്രമിച്ചു. തോല്ക്കും. 'സച്ചിതാനന്ദായ നമ:' എന്നുപോലും ജപിച്ചു. സാക്ഷാൽ സച്ചിതാനന്ദനും തുണച്ചില്ല. പിന്നെ ആദ്യം എഴുതി ഒരുക്കിയതാണിത്. 'അവസാനത്തെ കാവൽക്കാരൻ' ആദ്യം വെളിച്ചപ്പെട്ടത് പക്ഷെ ഗോവിന്ദം, ഗോവിന്ദനിലേക്കുള്ള ആ മുഖം മാത്രമാണ് ഗോവിന്ദം. ആ പുസ്തകത്തിന് ഗോവിന്ദം എന്നാണ് പേരിടേണ്ടതെന്ന് പറഞ്ഞത്, നമ്മുടെ സ്നേഹാഭിമാനിയായ, പത്രാധിപർ മലയാളത്തിന്റെ, എഴുത്താളൻ 'സുഭാഷ് ചന്ദ്രൻ'(മാതൃഭൂമി ഓഫീസിൽ നിന്ന്) അവിടെയും സ്നേഹമേയുള്ളൂ; പ്രണാമം!

ഗോവിന്ദനെന്ന മഹാമുനി എന്നെ 'വല്യ' എഴുത്തുകാരനാക്കാൻ, വൃഥാ ശ്രമിച്ചു. ഞാൻ പരിഹാസത്തോടെ ചിരിച്ചു. കുടുംബമായിരുന്നു മുഖ്യം. എന്നിട്ടും ഒരു കുറ്റിപ്പുറം യാത്രാവേളയിൽ, പോലീസ്ശൈലിയിൽ അദ്ദേഹത്തിന്റെ ഒരു ശാസന! 'നിങ്ങൾ പെട്ടെന്ന് രണ്ടുകഥകളെഴുതി കുറ്റിപ്പുറത്തേക്കയക്കണം; നട്ടങ്ങിപ്പോയി. ഇതെന്താ വല്ല...! പക്ഷെ ഗോവിന്ദനെന്ന ആ ചെറുരൂപം 'ഹിമാലയം'പോലെ വളരുന്നു! 98 ഹാരിസ് റോഡിലെ ആ ഉറങ്ങാത്ത രാത്രി ഞാൻ ഒരു കഥ നാടകരൂപത്തിലെഴുതി. മറ്റൊന്ന് 'ഇന്ദുമതി' എന്ന മോള് ബാലപംക്തിയിലേക്കേഴുതിയ കഥ തിരുത്താൻ തന്നതാണ്, തിരുത്തി മറ്റെന്തോ ആക്കി വെച്ചു. അതും കടമെടുത്തു ഗോവിന്ദനിലേക്കയച്ചു. പെട്ടെന്നു വന്നു മറുപടി, 'കഥ ഒന്നു വായിച്ചു. നന്ന്. ഇനിയും നന്നാവണം' മറ്റതും വായിക്കും.' വായിച്ചിരിക്കും. പക്ഷെ ഗോവിന്ദനും ചതിച്ചു. കൊട്ടുംചതി; മരണമെന്ന ചതി.

ഉത്തരകടലാസിൽ ചോദ്യങ്ങളെഴുതി നാട്ടുവിട്ടലഞ്ഞത് 98 ഹാരീസ് റോഡിലെ മഹാമുനിയെക്കാണുവാനാണെന്ന് ഞാൻ

തിരിച്ചറിഞ്ഞപ്പഴായിരുന്നു, ഇടിമിന്നൽപോല്പള്ള ആ പാഞ്ഞുപോക്ക്. 1989 ജനുവരി 22, 'അന്നായിരുന്നുവത്' അന്നായിരുന്നു ശരിക്കും ഞാൻ അനാഥനായത്! അതെ, ഞാൻ സ്വതന്ത്രനായത്. സ്നേഹത്തിന്റെ തീച്ചുളയിലിട്ട് ഗോവിന്ദൻ എന്നെ ഭ്രാന്തനാക്കി കടന്നുപോയി. ആദിവസം വിവരണാതീതമാണ്.' 'മരണമേ മടങ്ങി വരൂ.'

സാനുമാഷ് വന്നു. പറഞ്ഞു 'എഴുതൂ ഗോവിന്ദനെക്കുറിച്ച്,' ഞാൻ ഗോവിന്ദന് പരലോകത്തേക്കൊരു കത്തയച്ചു. എത്രയും പ്രിയപ്പെട്ട എന്ന തലക്കെട്ട്! വിലാസം സാനുമാഷിന്റേത്. കുങ്കുമത്തിൽ പ്രാധാന്യത്തോടെ വന്നു. പിന്നീടൊന്നെഴുതി. ഗോവിന്ദന്റെ ജന്മദിനത്തേ തുടർന്ന്. പത്രം തലക്കെട്ട് മാറ്റി. കേരള കൗമുദിയാണ് 1990ൽ പ്രസിദ്ധീകരിച്ചത്. 'ആവസാനത്തെ കാവൽക്കാരൻ.'

ഗോവിന്ദനും എ.പി.യും തമ്മിലുള്ള ചേർച്ച; അത് രണ്ട് ഒന്നുകൾ അലിഞ്ഞൊന്നായ്ത്തീരുന്നപോലെ; ഞാനെന്ന ഒരിറ്റുവെള്ളവും ഗോവിന്ദനെന്ന സമുദ്രത്തിലലിഞ്ഞുപോയ പോലെ! ഗോവിന്ദൻ തരാൻ ബാക്കി വെച്ച സ്നേഹവുമായാണ് എ.പി. യുടെ പുറപ്പാട്. പക്ഷെ അതദ്ദേഹം തന്റെ ഹൃദയത്തിലെ എനിക്കു കാണാത്ത കുഞ്ഞറകളിൽ എനിക്കു വേണ്ടി കർമ്മ മേഖലകൾ അന്വേഷിച്ചുറപ്പിക്കലിലായിരുന്നു. എന്നെ ഒരു വല്യ കോടീശ്വരനാക്കുവാനുള്ള പുറപ്പാട്! അതിന്റെ ആരംഭപ്രവർത്തനങ്ങളും തുടങ്ങി. ശ്രീധരൻ മുഖേന അത് എന്നെ വെളിപ്പെടുത്തി. ഞാൻ നിരായുധനായിരുന്നു. നിസ്സഹായനായിരുന്നു. ബുദ്ധന്റെ മനവും അമ്മക്കിളിയുടെ വിഭ്രാന്തിയുമായിരുന്നു എനിക്കന്ന്!

അദ്ദേഹത്തെ അനുസരിച്ചില്ല. ഗോവിന്ദനും ആവതും ശ്രമിച്ചു. എന്നിലെ വിശ്വാസം തകർന്ന നേരത്തായിരുന്നുവത്. എന്നാലാ നിഷേധിക്കൽ എ.പി. എന്ന എന്റെ മാതൃകാപുരുഷനിൽ ക്രോധമുണ്ടാക്കി. അകത്തെ സ്നേഹം പുകഞ്ഞ് കത്തലായ്; അത് ക്രോധമായി കലാശിച്ചു! ഞാനും ഗോവിന്ദനോടെന്നപോലെ ചിലപ്പോ ഒച്ചവെച്ചും മറുപടികൾ പറഞ്ഞു. ചുറ്റിലും സ്വാർത്ഥർ അവരവരുടേതായ കുഴിബോംബുകളൊരുക്കുകയായിരുന്നു; അതിന്റെ നീറ്റലിലായിരുന്നു എന്റെ വൈരൂപ്യം. വൈകി, രാജാവു നഗ്നനാണെന്നോതിയ എന്റെ പൈതൽമനസ്സ് അങ്ങേരുതിരിച്ചറിഞ്ഞു. സത്യം സത്യത്തെ തിരിച്ചറിയുമല്ലോ! വൈകിയോ? വൈകിയില്ല. അവസാനത്തെ കാവൽക്കാരൻ എന്ന എന്റെ അക്ഷരക്കൂട്ട് ആ കൈകളിൽ സമർപ്പിക്കുവാൻ കഴിഞ്ഞു. ഗ്രന്ഥരൂപത്തിലായാൽ അതൊരു അവിൽപ്പൊതിപോലെ കുഞ്ഞിക്കണ്ണനെന്ന കൃഷ്ണന് സമർപ്പിക്കുന്ന നാൾ കാത്തിരിക്കുകയായിരുന്നു ഞാൻ. എ.പി. യുടെ പരലോകത്തേക്കുള്ള യാത്രയുടെ തലേന്നാണ്

അദ്ദേഹത്തിന്റെ സഹോദരനായ എ.പി. ബാലേട്ടൻ വിളിച്ചത്. 'ഗോവിന്ദം' എന്ന കൃതിക്ക് ഗുരുദേവനാമത്തിലുള്ള കീർത്തിപുരസ്കാരം, ലഭിച്ച ആഹ്ലാദം അറിയിക്കാനായിരുന്നു വിളി. 'നമ്മുടെ എ.പി?' ഞാനന്വേഷിച്ചു. 'ഇന്ന് കുറേ മെച്ചപ്പെട്ടിട്ടുണ്ട്. ഐ.സി.യു. വിലാണ്.' ഞാനാഹ്ലാദിച്ചു. 'മുപ്പതാംതീയ്യതിയാണ് ഗ്രന്ഥത്തിന്റെ പ്രകാശനം. ഇ.വി. ശ്രീധരനാണ് പ്രകാശന കാർമ്മികൻ! അതുകഴിഞ്ഞ് ഞാൻ ശ്രീധരനേയുംകൂട്ടി അങ്ങോട്ടുവരും. ആ കൈകളിലതു സമർപ്പിക്കുവാൻ.' ബാലേട്ടൻ ചിരിച്ചു. ആ ചിരിക്ക് ഒരു ദിവസത്തിന്റെ ആയുസ്സുമാത്രമോ?

ഞാൻ മുമ്പ് കലാഗ്രാമത്തിൽവെച്ച് എ.പി. യെക്കുറിച്ച് മാധ്യമത്തിലൊന്നെഴുതിയിരുന്നു. 'ഒറ്റപ്പെട്ട ഒരു മനുഷ്യനെന്തുകഴിയും?' മുപ്പതുകൊല്ലം കഴിഞ്ഞുകാണും. ഇപ്പഴും ആ തലക്കെട്ടുതന്നെയാണ് എ.പി.യെ കുറിച്ചോർക്കുമ്പോൾ മനസ്സിൽ. കലാഗ്രാമം വിട്ട് മോറാഴയിൽ അമൃത കലാകുടം സ്ഥാപിക്കുമ്പോഴും ആദ്യത്തെ രൂപം എ.പി.യുടേതായിരുന്നു. ഇപ്പോ അതിന് 24 വർഷം! ചിലരന്നത്തെ ലേഖനം സ്വാർത്ഥലാഭത്തിനെന്നു പറഞ്ഞു. ഒന്നറിയുക, അവരിരുവരും എന്നെ സാമ്പത്തികമായും സാഹിത്യപരമായും പ്രോത്സാഹിപ്പിക്കുവാൻ അത്യുത്സാഹത്തോടെ യജ്ഞിച്ചുവെങ്കിലും ഞാൻ ഗോവിന്ദനിൽ നിന്നും, എ.പി.യിൽ നിന്നും വിനയത്തോടെ അകന്നു നിന്നതേയുള്ളൂ. ഋഷിയായിരുന്നു ഗോവിന്ദൻ. എ.പി. ഗോവിന്ദനുശേഷം ആ ദൗത്യം ഏറ്റെടുത്തു. എനിക്കു വേണ്ടി, കൂടുതൽ പ്രവർത്തനത്തിലേക്കിറങ്ങി. പ്രിയപ്പെട്ട എ.പി. അതൊന്നും എനിക്കു പറഞ്ഞതല്ലല്ലോ! ഞാനോരു...!! കലാഗ്രാമത്തിലേക്കു ഞാൻ വന്നത്, അങ്ങയുടെ വെറും ഒരു തണലും കൃപയും മാത്രം കൊതിച്ചായിരുന്നല്ലോ, പിന്നെ; ഒട്ടും പക്വതയില്ലാത്ത ഒരു പ്രകൃതമായിപ്പോയിഞാൻ. മാപ്പാക്കണേ, ഈയുള്ളവൻ അങ്ങയെ നിസ്വാർത്ഥതമായി സ്നേഹിക്കുന്നു. അങ്ങയുടെ പുത്ര സമാനനായ പിൻഗാമിയാണ് യു.പി. കരുണൻ എന്നാണ് ഞാൻ മനസ്സിലാക്കുന്നത്. അദ്ദേഹത്തിനറിയാം അനുജൻ ഡോ. എ.പി. ശ്രീധരനുമറിയാം, വിതയും- പൊള്ളും പതിരുകളും! എ.പി. എന്നുപറയുമ്പോൾ എന്തുകൊണ്ടോ കരുണനും മനസ്സിലേക്കു വരുന്നു! സ്നേഹം. സ്നേഹമാണ് കരുണനും; വ്യത്യസ്തമായ കാരുണ്യം. നമിക്കുന്നു കരുണാ.

മലയാള കലാഗ്രാമത്തിനെ കേരളത്തിലെ ഒരേയോരു 'താജ്മഹൽ' എന്നു വിളിക്കാനാണ് ഞാനീ അവസരം ഉപയോഗിക്കുന്നത്. മദ്രാസ്സിലെ 'കാശ്മീർ ലോഡ്ജ്' അങ്ങയുടെ ഭവനം കൂടിയായിരുന്നല്ലോ! അവിടുന്നങ്ങ് പറഞ്ഞിരുന്നു, 'ഞാൻ സൈക്കിൾ ചവിട്ടിക്കൊണ്ടാണ് ആദ്യം ഗോവിന്ദന്റെ വീട്ടിൽ ചെന്നത്' എന്ന്. ഇ.വി. ശ്രീധരൻ ഒരുക്കിയ

അങ്ങയുടെ ജീവചരിത്രഗ്രന്ഥം (ഒരു ജീവിത ജാതകം). കലാഗ്രാമം അങ്ങ് അവസാനമായി പണികഴിപ്പിച്ചെടുത്ത ഒരു സ്മാരകവുമാണ്. അങ്ങയുടെ ആത്മാവിന്റെ സ്പന്ദനമാണതിൽ! അങ്ങയുടെ ആത്മാവിന്റെ പ്രകാശമാണിവിടുത്തെ തരംഗങ്ങൾ! ലോകം കലാഗ്രാമത്തെ സ്മരിക്കുവാൻ - സന്ദർശിക്കുവാൻ, അത് 'സ്വതന്ത്രമായി' തന്നെ വളരണം, വളർത്തണം. മുന്നിലേക്കിറങ്ങേണ്ടത് സഹോദരങ്ങൾ! ആ കുടുംബത്തിന്റെ സർവ്വ ഐശ്വര്യവും - ഇനി മലയാള കലാഗ്രാമമാണെന്ന് പറയാം. ഐക്യം തന്നെ അവിടെയും മാതൃകയാവേണ്ടതുണ്ട്.

കലയെ, സംസ്കാരത്തെ വളർത്തുന്നതിനേക്കാൾ വല്യ പുണ്യം, ലോകത്തിൽ വേറൊന്നിനുംതന്നെ ഇല്ല സഹോദരങ്ങളേ. കലികാലമാണെങ്കിലും, 'കല' - കലിയെ വിരട്ടിയോടിക്കും.' ഇരുട്ടിനെ ശപിക്കുന്നവർക്കൊക്കെ കലാഗ്രാമം ഒരു തീപന്തമായ് ജ്വലിക്കണം. ആടലും പാടലും സംഗീതവും ആശയത്രൂപീകരണവും സദാ അവിടെ സാദ്ധ്യമാക്കണം. ഇതിന് ഒന്ന് മാത്രമേ വേണ്ടു സർ, 'ഒരുമ' അതുതന്നെയാണ് 'പെരുമ.' മനസ്സാണ് മുഖ്യം. അതുണ്ടെങ്കിൽ, അതു 'തനതായ് താനേവരും. ഗാന്ധീയവും ഗുരുസ്മരണകളും വേണം. 'ജാതിഭേദം മതദ്വേഷം ഏതുമില്ലാതെ സർവ്വരും, സോദരത്വേന വാഴുന്ന മാതൃകാ ഗ്രാമമാണിത്. മലയാള കലാഗ്രാമം.

അവിടെ ആളുയരത്തിലുള്ള ഒരു 'പ്രതിമ' വരേണ്ടതുണ്ട്. അത് ആരുടേതാണെന്ന് ഞാൻ പറയുകയില്ല. ആ പ്രതിമയ്ക്ക് ഇങ്ങനെയും എഴുതണം. ഒരു ജാതി ഒരുമതം.. ഒരു കക്ഷി. ഒരു ദൈവവും. ആ പ്രതിമയ്ക്ക് താഴെ ഇങ്ങനെയും എഴുതാം.

ഒരു വെറും മനുഷ്യനായി പിറന്ന ഒരു മഹാ അവതാര പുരുഷൻ! ഇതാ ഇവിടെ മനുഷ്യനായി തീർന്ന മനുഷ്യൻ എ.പി. കുഞ്ഞിക്കണ്ണനെന്ന മനുഷ്യൻ എ.പി.യുടെ പ്രതിമയ്ക്കരികിൽ മറ്റൊന്നുകൂടിയുണ്ട് സ്മരിക്കാൻ. നമ്മുടെ ചിത്രകാരൻ നമ്പൂതിരി മലയാള ഗ്രാമത്തിന്റെ ഡയരക്ടറായി സേവനമനുഷ്ഠിക്കുംമ്പോഴാണ് കാഠിന്യമേറിയ കൃഷ്ണശിലയിൽ എം.ഗോവിന്ദന്റെ ശില്പം ചെത്തിയുണ്ടാക്കികൊണ്ടിരുന്നത്. ഞാനത് നോക്കിനോക്കി നിന്നിട്ടുണ്ട്. നമ്പൂതിരി കൊത്തിയെടുത്ത ആ ശില്പവും എ.പി.യുടെ അരികിൽ വരുമ്പോൾ അതിനർത്ഥം വല്യതായി വരും. കുഞ്ഞിക്കണ്ണനും ഗോവിന്ദനും പത്മനാഭനും വാസുദേവനും മലയാള കലാഗ്രാമത്തിന്റെ മുഖം ധന്യമാക്കുമെന്ന് വിശ്വസിക്കാം. പ്രണാമം.

***

www.ingramcontent.com/pod-product-compliance
Lightning Source LLC
LaVergne TN
LVHW090351051026
849518LV00006B/2105
* 9 7 8 9 3 5 5 1 7 5 5 1 9 *